சந்தை

நாவல்

யாழ். எஸ். ராகவன்

பாரதி புத்தகாலயம்

Santhai (in Tamil)
S.Raghavan
First Published: December, 2022
Published by
BHARATHI PUTHAKALAYAM
7, Elango Salai, Teynampet, Chennai - 600 018
Email: bharathiputhakalayam@gmail. com / www. thamizhbooks. com

சந்தை
யாழ். எஸ். ராகவன்
முதல் பதிப்பு: டிசம்பர் 2022
வெளியீடு:
பாரதி புத்தகாலயம்
7, இளங்கோ சாலை, தேனாம்பேட்டை, சென்னை - 600 018.
தொலைபேசி : 044-24332424, 24330024 | விற்பனை : 24332924

7

கீரைப் பாட்டியைத் தேடிவந்தாள் வள்ளியம்மை ஆச்சி. காவல்கிணறு வள்ளியம்மை ஆச்சி என்றால், ஏரியாவில் தெரியாதவர்கள் யாரும் இல்லை. வியாபாரபுரியில் ஊருக்கு ஒதுக்குப் புறத்தில் ஒரு கூரைவீடு அங்கே முதுமையின் காரணமாக பெற்ற பிள்ளைகளால் கூட ஒதுக்கி வைக்கப்பட்ட கீரைப் பாட்டி வீட்டின் முன்பு ஒரு கார் வந்து நின்றது. கீரைப் பாட்டி சீனியம்மாள் வியாபாரபுரி அருகில் உள்ள கிராமத்தைச் சேர்ந்தவள்.

விவசாயம் பழுதாகிப் போன, மழை வறண்டு போன ஒரு கிராமத்திலிருந்து எல்லோரும் கட்டட வேலைக்குச் சுமை தூக்க நகரத்தின் முக்கியமான இடங்களுக்குப் பயணமான நேரத்தில் ஒற்றை ஆளாய் வேளாண்மை மேன் மேலும் பெரிய நம்பிக்கை கொண்டு தன் வீட்டைச் சுற்றிக் கீரைப் பாத்திகளை நட்டுவைத்துவிட்டு தன் குழந்தைகளைப் போல் அவற்றைப் பராமரித்து பாதுகாத்து வளர்த்து அவற்றை முறையாக அறுத்து அழகாக கட்டுகளாகக் கட்டிச் சுமந்து வந்து சந்தையில் விற்று வரும் சீனியம்மாளுக்கு எனத் தனியாக ஒரு வாடிக்கையாளர் கூட்டம் உருவாகி இருந்தது.

மிளகு தக்காளி கீரை, அரைக்கீரை, தண்டாங்கீரை, அகத்திக் கீரை, முருங்கைக் கீரை, பாலக்கீரை, பொன்னாங்கண்ணிக் கீரை, பசலைக்கீரை, சனம்புக்கீரை என இந்தக் கீரையின் மருத்துவ குணம் எந்த நோய்க்கு எந்தக் கீரை சரியானது, எந்தக் கீரையை எப்படி பக்குவமாகச் சமைக்க வேண்டும், எதைக் கூட்டு வைக்க வேண்டும், எதைப் பொரித்துச் சாப்பிட வேண்டும், எதில் தேங்காய் சேர்க்க வேண்டும், எதில் வெங்காயம் சேர்க்க வேண்டும், எதில் சீரகம் சேர்க்க வேண்டுமென்று, வாங்குகிற வாடிக்கையாளர்களின் நலன் கருதி அவற்றை எல்லாம் எடுத்துக் கூறுகிற பூரண அன்பும் பரிவும் மிக்கவள் சீனியம்மாள். கீரைகள் நம்மோடு பேசும் அளவிற்கு பசுமையாகவும், இளமையாகவும், புதுமையாகவும் இருக்கும்.

காவல்கிணறு வள்ளியம்மை ஆட்சி பெரிய தனவந்தர் குடும்பத்தைச் சார்ந்தவர். ஆனாலும் அந்த அம்மையாருக்கு

சிறுவயது முதலே கீரைகள் மேல் அலாதிப் பிரியம். சந்தையில் பல நாட்களாகத் தேடி கடைசியில் கீரைப்பாட்டி கடையில் பலவகைக் கீரைகள் கிடைத்து பார்த்து மிகுந்த மகிழ்ச்சி அடைந்தாள். அதுமுதல் கீரைப் பாட்டி சீனி அம்மாளுக்கும் காவல் கிணறு வள்ளியம்மை ஆட்சிக்கும் ஒரு இனம் புரியாத நட்பு, பாசம் உருவானது.

வார வாரம் சந்தையில் கீரைகள் இல்லை என்றால் இவள் துடித்து விடுவாள். இரண்டு வாரமாக சீனியம்மாள் சந்தைக்கு வராதது கண்டு மிகவும் வேதனை அடைந்தாள். காவல் கிணறு வள்ளியம்மை ஆச்சி சீனி அம்மாள் கிழவியைத் தேடி அவளின் ஊருக்குச் சென்று விட்டாள். முடியாமல் படுத்திருந்த கிழவி இவர்கள் வந்திருக்கிறார்கள் என்று அறிந்தவுடன் துள்ளி எழுந்து, இந்தக் கிழவியைப் பார்க்கவா அம்புட்டு தூரம் வந்தீங்க உற்சாகமடைந்த கிழவி நோய் எல்லாம் பறந்து போய் ஓடி ஓடி தனது ஊரில் கிடைத்த பொருட்களை எல்லாம் சேகரித்து எல்லாவற்றையும் மொத்தமாகக் காவல் கிணறு வள்ளியம்மை ஆச்சிக்குக் கொடுத்தாள்.

பிறகு மீண்டும் சந்தைக்கு வந்த கீரைப்பாட்டி வள்ளியம்மை ஆச்சியுடைய நட்பும், உறவும் நீண்டது. ஒரு நாள் என் வீட்டுக்கு வரவேண்டும் என வள்ளியம்மை ஆச்சியைக் கீரைப்பாட்டி அழைத்தாள் அவளும் வருவதாக ஒத்துக்கொண்டு வெத்தல வள்ளிக் கிழங்கு, சக்கரவள்ளி கிழங்கு, பூசணிக்காய் எல்லாவற்றையும் எடுத்துக் கொண்டு அவள் வீட்டுக்கு வந்து அவளைப் பார்த்து மகிழ்ந்தாள்.

அப்போதுதான் வள்ளியம்மை, ஆச்சி எவ்வளவு பெரிய வசதி படைத்தவள் பணக்காரி என்பதைத் தெரிந்து கொண்டாள். பின்னர் அவளுக்குக் குழந்தை இல்லாத குறை ஒன்று இருந்தது எனத் தெரிந்ததால் தனது வயதிலும் அனுபவத்திலும் கைப்பக்குவமான பாட்டி வைத்தியம் பார்க்கத் தெரிந்த கீரைப்பாட்டி சீனியம்மாள் சில ஆலோசனைகளும் சில நாட்டு மருந்துகளும் பரிந்துரை செய்தாள். அவற்றை அரைத்து எடுத்து குடிக்கும் சில பக்குவத்தையும் மாதவிடாய் காலத்தில் இருக்க வேண்டிய சில அறிவுரைகளையும் வழங்கினாள்.

8

மூன்றே மாதத்தில் ஆச்சி வாந்தி எடுத்தாள். சண்முகம் செட்டியாருக்கும் அளவிலாத மகிழ்ச்சி. சீனியம்மாளுக்குச் சேலை எடுத்துக் கொடுத்தார்கள். இந்தப் பிரசவத்தில் இரட்டை பிள்ளை பிறந்தது. அதன் பிறகு அடுத்தடுத்து இரண்டு மூன்று குழந்தைகள் பிறந்தது. அதுமுதல் சீனியம்மாள் அவர்களுக்குக் கடவுளாக காட்சியளித்தாள்.

“வணிகமே கோவில்... வாடிக்கையாளரே தெய்வம்...” என்று ஒரு பெரியவர் சொல்லி வைத்திருக்கிறார். அது எவ்வளவு உண்மையோ அதைப் போலவே நேசமுள்ள மனிதருக்கு வாணிபம் செய்பவர்கள் கூட கடவுளாய்ப் போவார் என்பது அன்பின் மிகுதி. அதன் பிறகு அவர்கள் குழந்தைகளின் படிப்பின் காரணமாக வெளிநாட்டுக்குச் சென்று விட்டார்கள். சண்முகம் செட்டியாரும் வெளிநாட்டில் தனது வியாபாரத்தைப் பெருக்கலாம் என முடிவு செய்து குடும்பத்தோட சென்று விட்டார்கள். அவர் வெளிநாடு செல்லும் அன்னைக்குச் சீனியம்மாளை அமரவைத்து பணம் கொடுத்து காலில் விழுந்து வணங்கினார்கள்.

எதுக்கு இதெல்லாம் “கடவுளே! பிள்ளைகைளக் காப்பாத்து!” தனது சுருக்குப் பையில் இருந்து பத்து ரூபாயைக் கொடுத்து திருநீறு பூசி விட்டாள். அதன் பிறகு பத்தாண்டுகளுக்கு மேல் அவர்கள் சந்திப்பு நிகழவில்லை. அவ்வப்போது பள்ளிக்கூட வாத்தியார் வந்து கடிதாசி வந்து இருக்கு என்று சொல்லி வாசித்துக் காண்பிப்பார். வள்ளியம்மை ஆச்சி உங்களுக்கு ஏதாவது வேணுமா அனுப்பி வைக்கவா என்று ஒவ்வொரு முறையும் கேட்பார் நாதியற்ற சிரிக்கி பெத்த பிள்ளைகளே என்னை விட்டு எங்கே போயிருக்கக் கட்டிக்கிட்ட மகராசனும் பாதிலேயே செத்துப்போனான்.

எங்கேயோ பிறந்து எங்கேயோ வளர்ந்த இந்த அம்மா என் மேல எவ்வளவு உசுரா இருக்குது... எனக்கு ஒன்னும் வேணாம் தாயி... இந்த அன்பு கடைசி வரை இருந்தால் போதும் என்று சொல்லக் கடிதம் எழுதி வெளிநாட்டுக்கு அனுப்பப்பட்டது. இப்படியாக சில பல கடிதங்கள் வந்தன.

9

வள்ளியம்மை ஆச்சி நாடு திரும்பியவுடன் தன் பெற்றோர்களைப் பார்க்கிறோமோ, இல்லையோ முதலில் கீரைப்பாட்டி சீனியம்மாளை தான் பார்க்க வேண்டும் என்று முடிவுசெய்து அவளுக்காகப் பலகாரங்கள் எல்லாம் வாங்கிக்கொண்டு அந்த ஊருக்கு வந்து அடைந்தாள் வியாபாரபுரி மண்ணையும் மனிதர்களையும் பார்த்து வள்ளியம்மை ஆச்சிக்கு அவ்வளவு மகிழ்ச்சி; எல்லோரையும் பார்த்துப் பழகியது போல பேசியது போல உறவினர் போல, அவள் கொண்டாடினாள்.

கிழவி தனியாக வீட்டில் இருப்பதைப் பார்த்து மிகவும் மனம் கலங்கிப்போய் நேரே போய் நின்றாள். அவளுக்கு நினைவு தடுமாறியதுசீனி அம்மாவின் கைகளைப் பற்றினாள். அருகில் உள்ள மற்ற பெண்கள் இந்தச் ஜீவன் துடிக்குதே! கொஞ்சமா பாலுத்து தாயே! பொழச்சு வரட்டும், இல்லனா சொர்க்கத்தில் போய் சேரட்டும்.

அழுதுகொண்டே வள்ளியம்மை பாலெடுத்து வாயில் ஊட்டினாள். அந்த நிமிடத்தில் இந்த ஜீவன் இந்த மண்ணுலகை விட்டு மறைந்தது; எல்லோரும் ஒப்பாரி வைத்து அழுதார்கள். இறுதி வரை இருந்து விட்டு பிறந்த மண்ணைக் கொஞ்சம் எடுத்துக் கொண்டு வள்ளியம்மை சென்றாள். இப்படி எல்லாம்கூட வாடிக்கையாளர்கள் அமைவார்களா என பேச்சியம்மாள் வியந்து போனாள்.

பட்லர் பொன்னையா ஒருநாள் மாலையில் ஓய்வான பொழுதில் சந்தைக்குச் சென்று வந்த பேச்சியம்மாள் இடம் ஆசுவாசமாகப் பேசத் தொடங்கினார். பேச்சியம்மா எனக்கும் வயசு ஆகிட்டே போகுது, உங்க அப்பா இறந்து போன அப்புறம் உங்க அம்மா உன்னைய தனியா தவிக்கவிட்டுப் போன அப்புறம் நானும் உங்க பாட்டியும் கண்ணுக்குக் கண்ணா உன்னை வளர்த்தோம். உங்க அம்மாவைப் பார்க்கணும் உனக்கு ஆசையா இருக்கா என்று நான் கேட்டதில்லை, மனசுல அப்படி ஒரு ஆசை இருந்தா சொல்லு! எங்க இருந்தாலும் உங்க அம்மாவைக் கொண்டு வந்து காட்டுறேன். இல்ல உன்னை அங்க கொண்டு போய் விட்டு

விடுகிறேன். தாத்தா உனக்கு புத்தி கித்தி கெட்டுப் போச்சா உன்னைத்தானே இதுவரைக்கும் நம்பிக் கொண்டிருக்கிறேன்; அப்பன் முகத்தைப் பார்த்ததில்லை ஆத்தா முகம் ஞாபகமில்லை.

நான் தான் முக்கியம்னு என்னையும் தூக்கி வளர்த்த நீங்கதான் முக்கியம்னு உங்கள நம்பி தானே நான் இருக்கேன். இப்ப என்ன வந்துச்சு உனக்கு லூசு மாதிரி பேசிட்டு இருக்கே அது இல்லாம காலாகாலத்துல உனக்கு ஒரு கல்யாணம் பண்ணி பாக்கணும்னு ஆசையா இருக்கு. எத்தனையோ கல்யாணம் செஞ்சு வெச்சிருக்கேன். எத்தனையோ பேரை வாழ வச்சிருக்கேன். ஆனா எப்ப உங்க அப்பனுக்குப் பொண்ணு பார்த்து அம்மாவைக் கட்டி வச்சனோ அவ வாழ்க்கை நல்லா இல்லையோ அதுல இருந்து யாருடைய கல்யாணத்தைப் பற்றியும் நான் பேசுவது இல்லை.

இருந்தாலும் உன்னை ஒத்தன் கையில் பிடித்துக் கொடுப்பது என் கடமை இல்லையா? அதனால தான் கேட்கிறேன். உனக்கு மாப்பிள பார்க்கட்டுமா இல்ல உன் மனசுக்குள்ள யாராவது இருக்காங்களா. உன்னையப் பெரிய ஆபீசராக்க நினைச்சேன்; ஆனா நீயோ நான் இருக்கும் சந்தைதான் உலகம் என என் பின்னாடியே கட்டிக்கிட்டு ஓடி வந்து வாழ்க்கையைக் கடந்து வந்துட்ட பலமுறை மாமா பழனிச்சாமி வந்து உன்னைக் கூட்டிப் போக வந்தப்ப நீ போக மாட்டேன்னு நீ என்கூட இருந்துட்ட.

அவரும் அவங்க சொந்தக்காரங்கள் நீயாருன்னப் பார்க்க பலமுறை நம்ம சந்தைக்கு வருவாங்க. ஆனா, அவங்ககூட நீ முகம் கொடுத்துப் பேசவில்லை. பல முறை அவங்க ஊருக்கு உன்னைக் கூப்பிட்டு, நீ போகல. உனக்காக மாப்பிள்ளைப் பார்த்து கட்டி வைக்க வேண்டுமென்று பலமுறை அவர் கேட்க வருவாரு அப்புறம் பார்த்துக்கலாம். அப்புறம் பாத்துக்கலாம்னு சொல்லி அவரை அனுப்பிவிட்டேன்.

இப்ப அவங்க சொந்தத்துல ஒரு பையன் இருக்கானாம், அடிக்கடி வெளிநாட்டு வியாபாரத்திற்குப் போவானாம். வீடு வாசல் சொத்து சுகம் நிறைய இருக்காம். உன்னையும் வெளிநாடெல்லாம் சுற்றி காட்டுவானாம். எத்தனை நாளைக்குத்தான் நம்ம ஊரு சந்தையைச் சுற்றிச் சுற்றி வருவது நீயும் நம்ம ஊரைத் தாண்டி, வெளிநாட்டுச் சந்தை எல்லாம் பார்க்க வேண்டாமா என்ன அவனை வரச் சொல்லவா? பேசி முடித்து விடலாமா? தாத்தா இப்பவேஎன்னைய அனுப்பப் பார்க்கிறீர்களே உங்கள

பிரிஞ்சு நான் எப்படி இருப்பேன். எனக்கு வியாபாரத்த, சந்தய, மனிதர்களக் கணக்குப் பார்க்க எல்லாத்தையும் சொல்லிக் கொடுத்து விட்டீர்கள் ஆனால், உன்னைப் பிரிந்து இருக்கிறது எப்படி? அந்தப் பழைய பாசம் உன்னை விடவில்லை. விட்டுட்டு அவ்வளவு தூரம் என்னால் எல்லாம் போக முடியாது. ஐயோ ஒரு நல்ல மாப்பிள்ளையா பார்த்து எனக்கு கட்டிவை ஆனா உன்னை அடிக்கடி பக்கத்துல பார்க்கிற மாதிரி நம்ம ஊரு பக்கத்து ஊரு எவனோ ஒருத்தன புடிச்சுக்கொடு.

அதுக்கு இல்லமா அவங்கள வரச் சொல்லிட்டேன். உன் மேல உள்ள நம்பிக்கையிலே அப்படியா தாத்தா அப்ப ஒன்னு செய்யலாம். என்னுடைய தோழி கனகா ரொம்ப கஷ்டப்பட கூடியவ அதான் உங்களுக்குத் தெரியுமே! பக்கத்தில் உட்கார்ந்து நெல்லிக்கா, வாழைப்பூ, எல்லாம் வித்துகிட்டு நம்ம ஊருக்குப் பக்கத்து ஊர் காரிநல்ல புள்ள தாத்தா கஷ்டப்படுற குடும்பம் அவளுக்கு இதை ஏற்பாடு செய்திடலாம்.

உன் மனசு யாருக்கு வரும்? நல்ல சம்பந்தம் நீ முடிச்சுக்க அப்படின்னு சொன்னா உன் தோழிக்கு முடித்து வைக்க நினைக்கிறே... நான் வேற, அவ வேற இல்ல தாத்தா. கனகா எப்படி நம்ம சந்தைக்கு வந்தா தெரியுமா? சின்ன வயசிலே அவங்க அம்மா இறந்து போயிட்டாங்க. உங்க அப்பா இரண்டாவது கல்யாணம் முடிச்சு சித்தி நடத்தை சரியில்லை கனகா வயசுக்கு வந்ததும் அவளைத் தவறான தொழிலுக்கு எப்படியாவது தள்ளிவிடவும் நெனச்சா. அவளுக்குத் தேவை காசுதான் நிறைய பெண்ணை வைத்து வியாபாரம் செய்யும் தரகர் நம்மபகுதி முழுக்கக் காணலாம். அவங்க கிட்டப் போனா ஐயாயிரம் பத்தாயிரம் கிடைக்கும் என்று யாரோ சொன்ன யோசனையைக் கேட்டு பள்ளிக்கூடம் படிக்கிற பிள்ளைங்க படிப்பு முடிக்கிறதுக்கு முன்னாடி கூட தவறான தொழில்ல தள்ளி விடப் பார்த்தாள் அங்கிருந்து தப்பித்து ஓடி வந்துட்டா. கனகா ஒருநாள் இரவு பேருந்து நிறுத்தத்தில் ஒரு பேருந்துக்குப் பின்னாடி அவளும் அவ சித்தியும் நிற்பதைப் பார்த்தேன்.

பொய் சொல்லி அவளைப் பஸ் ஸ்டாப்புக்குக் கூட்டிட்டு வந்து இருக்கா... யாரோ வெளி மாநிலக் காரனுக்கு கனகாவை விற்க ஏற்பாடு பண்ணி இருக்கா. இரக்கமில்லாத சித்தி திடீர்னு யோசனை வந்து புரிஞ்சுகிட்ட கனகா என் கிட்ட வந்தா என் கையப் புடிச்சு நாங்க ரெண்டு பேரும் ஒரு ஆட்டோ பிடிச்சு ஓடி

நம்ம ஊரு நாட்டாமைக்காரர் வீட்டுக்கு வந்தோம். அன்னிக்கு வெளியூரு போயிருந்தீங்க.

நம்ம ஊரு நாட்டாமை மணி கிட்ட விவரத்துடன் எடுத்துச் சொல்லி இந்தப் பிள்ளைக்கு ஒரு நல்ல இடத்தைச் சொல்லுங்க, நல்ல வழிகாட்டுங்கள் இல்லனா வாழ்க்கை நாசமா போய்டும் என்று சொன்னவுடன் இவ்வளவு நேரமா இருக்கு எங்க வீட்டில் தங்கி காலைல நேரமா நாம் ஒரு முடிவு எடுத்துக்கலாம். மரகதம் இவங்களுக்குச் சாப்பாடு கொடுத்து படுக்கவை என்று தன் மனைவியிடம் சொன்னார். அந்த அம்மாவும் எங்கள் மேல் பாசத்தோடு எங்களுக்குக் உணவு கொடுத்து படுக்க வைத்தார்.

10

காலையில் விடிந்தவுடன் ஆட்களை எல்லாம் கூட்டிக் கொண்டு கொண்டு நேராக காவல் நிலையத்துக்குச் சென்று எங்களையும் உடன் அழைத்துச் சென்று அந்தக் காவல் அதிகாரியிடம் புகார் சொன்னார். இரண்டு மணி நேரம் நாங்கள் காவல் நிலையத்தில் இருந்தோம். சித்தியும், அந்த புரோக்கரையும் பிடித்து வந்தார்கள். காவல்துறை அதிகாரி மிரட்டி விரட்டினார்.

அன்று முதல் கனகா எங்கள் வீட்டில் இருந்தாள். நல்ல குணமான ஒரு பெண்; கண்ணீருடன் என் கைகளைப் பிடித்துக் கொண்டு காணாமல் போயிருப்பேன், என்னைக் கொண்டு வந்து உயிர் கொடுத்து வாழ வைத்திருக்கிறாய் என் மானத்தையும் காப்பாற்றி இருக்க என் கூட பிறந்த சகோதரி மாதிரி உன்னை நினைக்கிறேன் கனகா சொல்லி பேச்சியம்மாளைக் கட்டிப்பிடித்தாள்.

ஊரில் அவரின் தாய் மாமா ஒருவர் இருக்கிறார். அவர் வீட்டுக்கு என்னைக் கொண்டு வந்து விடுமாறு கேட்டுக் கொண்டாள். அவர் என் அம்மாவுடன் பிறந்தவர்கள். என்னை நன்றாகப் பார்த்துக் கொள்வார் இந்த சித்தியைப் பற்றி அவருக்குத் தெரியாது தெரிந்தா சித்தியைக் கொலை செய்து விடுவார். இதெல்லாம் அவருக்குத் தெரிய வேணாம்.

சரி கனகா நீ சொல்றபடியே செய்கிறோம். உனக்கு ஆட்சேபணை இல்லேன்னா நீ எங்க வீட்டுல இருக்கலாம். இல்ல பேச்சியம்மா நான் எங்க மாமா வீட்டில் இருந்தால் தான் நல்லா இருக்கும். எனவே இந்தச் சித்தி மறுபடி ஏதாவது பிரச்சனை செய்வாள். எதுக்கு உங்களுக்கு வீண் சிரமம் அவ மாமானா கொஞ்சம் பயப்படுவா எங்க மாமாவுக்குச் சொந்தக்காரங்க இருக்காங்க. எங்க மாமா வசதி வாய்ப்புல கொஞ்சம் முன்னே பின்னே இருந்தாலும் பாதுகாப்புக்கு அங்கு பிரச்சினை இல்லை. அதனால அங்க போறதுதான் எனக்கு நல்லா இருக்கும், சரி கனகா உன் விருப்பப்படியே உங்க மாமா வீட்டுக்கு நானும் தாத்தாவும் கொண்டு வந்து விடுகிறோம் ஆனா உனக்கு நான் ஒன்னு

சொல்வேன் கேப்பியா நீ சொந்தக் கால்ல நிக்கணும் சம்பாதிக்கணும் யாரையும் எதிர்பார்த்து இருக்கக்கூடாது நாலு காசு இருந்தா உனக்குத் தைரியமும் நம்பிக்கையும் வந்துரும்.

எங்க போய் வேலைக்குப் போவேன் எனக்கு என்ன யாரைத் தெரியும் என்று ஒரு நிமிடம் கண்கள் கலங்கிய போது எதற்கும் கவலைப்படாத கூவிக்கூவி விற்கத் தெரிஞ்சா போதும் காலம் நம்ம கையில் என்று சொன்னதோடு மட்டுமல்லாமல் அவள் வாழ்வதற்கு ஒரு வழியை ஏற்படுத்திக் கொடுத்தாள்.

இருவரும் பக்கத்து பக்கத்து ஊர் ஆதலால் ஒரே பேருந்தில் வருவார்கள் சந்தையில் அவளுக்கென்று ஒரு இடத்தைப் பிடித்துக் கொடுத்து அந்த இடத்தில் அவள் சில பொருட்களை விற்பதற்கான ஏற்பாடுகளையும் பேச்சியம்மாள் செய்து கொடுத்தாள். இப்படியாக சந்தையில் காலடி எடுத்து வைத்த கனகாவின் வியாபாரம் மிக அருமையாகச் சென்றது.

லாரி ஆபீசிலிருந்து வண்டியில் மொத்தமாகக் காய்கறி சாக்குகளை ட்ரை சைக்கிளில் மாற்றிக் கொண்டு வந்து சந்தைக்குச் சேர்க்கும் வரையில் இருவரும் ஒன்றாக பொருள்களைக் கவனமாக எடுத்து வந்து தொழில் செய்தார்கள். ஒவ்வொரு நாளும் அந்தக் காசை தனியாக எடுத்து வைத்து மறுநாள் கொடுக்க வேண்டிய தொகையைக் கணக்கு வைத்து சீட்டு பிடிக்கும் லட்சுமி அக்காவிடம் கொடுத்து பணத்தைச் சேர்த்து வந்தாள் கனகா. ஒரு நாள் பேருந்தில் வருகின்றபோது தாத்தா தனக்கு வந்த சம்பந்தத்தை எடுத்துச் சொல்லி கனகாவின் திருமணத்திற்கு அச்சாரம் போட்டார் பேச்சியம்மாள். எனக்கு என்ன அவசரம் பேச்சியம்மா நீ முதல்ல கல்யாணம் பண்ணிக்கணும் என்று கனகா சொன்னாள்.

அதெல்லாம் எனக்குத் தெரியாது. எங்க வீட்டிலேயே வர வெள்ளிக்கிழமை உனக்கு பொண்ணு பார்க்க வருவாங்க தாத்தா ஏற்பாடு பண்ணிட்டாங்க நீ உங்க மாமா வீட்ல எல்லாரும் எங்க வீட்டுக்கு வந்திடணும் இது கனகாவிடம் சொல்லும் பொழுது அவளுக்கு ஒரு பக்கம் வெட்கமாக இருந்தது. இன்னொரு பக்கம் பயமாகவும் இருந்தது. வெள்ளிக்கிழமையன்று மாப்பிள்ளை வீட்டுக்காரர்கள் எல்லோரும் பேச்சியம்மாள் வீட்டுக்கு வந்தனர் வடை, பஜ்ஜி, கேசரி, போன்ற பலகாரம் எல்லாம் சூடாக சுவையாக பரிமாறப்பட்டது.

பேச்சியம்மாள் தான் கனகாவை அலங்காரம் செய்துஎல்லோருக்கு முன்பு சபையில் கொண்டு வந்து நிறுத்தினாள். அவள் மாப்பிள்ளையைப் பார்க்க சொல்லி எல்லோரும் சொன்னபோது வெட்கத்தோடு பார்த்தாள். வஜ்ரவேலு பொருத்தமான ஜோடிதான் வஜ்ரவேல தனியாக அழைத்து பேச்சியம்மாள் தான் பேசினாள்.

என் தோழி கனகா வாழ்க்கையில் பல துன்பங்கள் அனுபவித்தவள் என அவள் சொன்னாள் வஜ்ரவேலு உங்கள் தோழியை நல்ல பார்த்துக்கிறேன் நான் வெளிநாடு போறேன் அப்பொழுது அவளையும் கூட்டிக் கொண்டு போறேன் சம்மதமா சரியா, கூழோ கஞ்சியோ நான் என்ன குடிக்கறேனோ என் மனைவிக்கும் கொடுப்பேன். அது மாதிரி என்னைய நல்லா பாத்துக்கணும் அதை அவகிட்டச் சொல்லிருங்க.

நான் என்ன சொல்றது அதை நீங்களே சொல்லுங்க ஒரே சிரிப்பலை. கூரை புடவை, நகைநட்டு, பாத்திரம்செட்டு, சீர்வரிசை என்று கல்யாணம் சிறப்பாக நடந்தது. கனகா வஜ்ரவேல் இருவருக்கும் முழு நிலவு நாளில் தேனிலவு.

இந்த உலகத்தில் ஏழைகளின் சொர்க்கம் தானே தாம்பத்தியம் இரவு, நிலவு பக்கத்தில் அவள் சொர்க்கத்தில் அவன் பெண் உடல் மேல் ஆண் எழுதுவதும் ஆண் உடல் மேல் பெண் எழுதுவதும் தான் வாழ்க்கை கவிதை, காமம் இல்லாத காதல், 'காதல் இல்லை' 'உடம்பு இயங்குவது போல் மனசு இயங்கவேண்டும்' மனசோடு சேராத காமம், காமம், இல்லை எத்தனையோ வியப்பு இறைவனின் படைப்பில் உண்டு.

அதில் ஒரு அற்புத சொர்க்கம்தான் இந்த முதலிரவு. உச்சி முதல் உள்ளங்கால்வரை அவன் உதடுகளால் அளந்தான் கனகா உயிர் வரை நெளிந்தாள்.. ஒரு மூன்று மாதம் கழித்து இருவரும் சிங்கப்பூர் சென்றனர். வியாபாரத்திற்குக் கனகாவும், உதவியாக இருப்பாள் என்று சொல்லி அவளையும் அழைத்துச் சென்றான்.

11

ரயிலில் கூட ஏறாத ஒருத்திக்கு விமானத்தில் செல்லக்கூடிய வாய்ப்பு கிடைத்தது. இங்குள்ள பொருட்களையெல்லாம் வாங்கிக் கொண்டுபோய் சிங்கப்பூர்காரர்களுக்குக் கொடுத்து அதன் மூலம் பொருளீட்டி வருமானம் பார்த்து அங்கு உள்ள ஒரு பொருளை எல்லாம் இங்கு வாங்கிட்டு வந்து விற்கக்கூடிய குருவி என்று சொல்லக்கூடிய வேலையைத்தான் வஜ்ரவேலு பார்த்தான். அதன் பிறகே பேச்சியம்மாள் சந்தோஷமாகச் சந்தையில் பழையபடி வியாபாரத்தைத் தொடங்கினாள்.

இவர்கள் விற்கும் ஞாயிற்றுக்கிழமை சந்தைக்கு வெளியே மீன் சந்தை ஒன்று உருவாகத் தொடங்கியது. ராமேஸ்வரம், தொண்டி சாயல்குடி போன்ற ஊர்களில் இருந்து லாரிகளில் ஐஸ் பெட்டிகளில் மீன்களைக் கொண்டு வந்தது.

நிக்கோலஸ், சாலமன் இருவரும் இணை பிரியாத நண்பர்கள் தங்கச்சிமடம் என்ற பகுதியைச் சார்ந்தவர்கள். அங்கிருந்து நள்ளிரவில் மீன்கள் எல்லாம் பிடித்துக் கொண்டு ஐஸ் பாக்ஸில் வைத்து லாரியில் மதுரைக்கு ஏற்றிக் கொண்டு வந்து அதிகாலை மூன்று மணிக்கெல்லாம் இறக்கிவிட்டு பிறகு 7 மணி வரைக்கும் மொத்த மார்க்கெட்டில் விற்பனைச் செய்வதை வழக்கமாகக் கொண்டவர்கள்.

அவர்கள் மீன் வியாபாரத்தை முடித்துவிட்டு காலை உணவுசெல்வி அக்கா கடையில் சாப்பிடுவார்கள். செல்வி அக்கா கடை என்பது ஒரு பெரிய உணவகம் அல்ல காலையிலேயே அனைத்து வகையான அசைவ உணவும், சூடாகவும் சுவையாகவும் கிடைக்கும். சில நாட்களில் பேச்சியம்மா வீட்டில் சமையல் செய்யாத பொழுது செல்வி அக்கா கடையில வாங்கிக் கொண்டு சாப்பிடுவாள். அப்படி ஒருநாள் நிக்கோலஸ், சாலமன் இருவரும் தங்கள் பணியை முடித்துவிட்டு செல்வி அக்கா கடையில் ஒரு வெட்டு வெட்டிக் கொண்டிருந்தனர்.

அங்கே சாப்பாடு பார்சல், வாங்க வந்த பேச்சியம்மாள் வாங்கிவிட்டு செல்லும்போது இவர்கள் மேல் ஒரு பார்வை

விழுந்தது. அன்று வெள்ளிக்கிழமை தலை குளித்து பூவெல்லாம் வைத்து ஒரு சினிமா கதாநாயகி போல இருந்தாள் பேச்சியம்மாள். சாலமன் உணவின் சுவையில் மகிழ்ந்திருந்தான். நிமிர்ந்து பார்த்த நிக்கோலஸ், புரையேறி தும்முவது போல் இருமினான். தண்ணி குடிங்க என்று தலையில் தட்டி தண்ணீர் எடுத்துக் கொடுத்தாள். தன் அருகில் நின்றது தேவதையா, பெண்மணியா என்று மயங்கினான் நிக்கோலஸ். இயல்பாய் அதனைக் கடந்து சென்றாள் பேச்சியம்மாள் அதன்பிறகு அந்தக் கடையில் விசாரித்து யார் அந்தப் பெண்மணி என தெரிந்து கொண்டான் நிக்கோலஸ். அவள் சந்தையில் காய்கறி வியாபாரம் செய்யக் கூடியவள் என்பதைத் தெரிந்து கொண்டு சந்தைக்குள் சாலமன், நிக்கோலஸ், இருவரும் சென்றார்கள். சாலமன் புரியாமலேயே இந்தச் சந்தைக்கு உள்ள நமக்கு என்ன வேலை.

மீன் மார்கெட்டுக்குப் போயி காச வாங்கிட்டு ஒரு வழியா ஊருக்குப் போய் வேலையைப் பார்க்கலாம்னா தேவையில்லாம எங்கேயோ ஏண்டா சுத்திக்கிட்டு இருக்க என்றான், சாலமன் சொல்ல. நட்சத்திரங்களை விக்கிற சந்திரன பாத்திருக்கியா, வானம் தாண்டா சந்த, ஏ... அப்பா பெரிய கவிஞர் கவிதை எல்லாம் சொல்றாரு, ஏண்டா தூக்கத்துல குறும்படம் மாதிரி பொலம்புற.

யாருப்பா உன் தேவதை, உன்னோட ரொம்ப ரோதனை. 'உன் கை பட்டு கால் முளைத்த கத்தரிக்காய், கண்டம் தாண்டி ஓடிப்போகும் விரல் பட்ட வெண்டைக்காயும், வெட்கப்பட்டு சிணுங்கி நிற்கும்; நம்மைச் சேர்த்து வாழச் சொல்வது வாழக்காய் எதற்கு கோவக்காய் நினைவிற் காதலால் அதற்குப் பெயர் பாவக்காய் உன் கன்னக்குழியில் அத்திக்காய் கோபம், கூட அழகாய் இருப்பதனால் அதற்குப் பெயர் வைத்தார்கள் மிளகாய். சோற்றுக்குள் மறைக்க முடியாத பூசணிக்காய் நம் காதல் நாலு பேருக்குத் தெரியும், முன்னாடி, வா, கட்டிக்கலாம். அப்படியே பேசிக் கொண்டு பேச்சியம்மாள் இருக்கும் பகுதிக்கு வந்தார்கள். அவள் சாதாரணமாகப் பேசினாள் என்ன வேண்டும் என்று கேட்டாள் வாடிக்கையாளர்களாக நினைத்தாள்; அவன் குடை மிளகாயையும் மாங்காயும் வாங்கினான். அவன் அங்கு நின்று பணம் கொடுத்தான். பேச்சியம்மாள் அழகில் மயங்கி அதனை வாங்கினாள்.

தலையில் கை வைத்து புரை ஏறும் போது தடுத்தவள் அவள். ஆனால் கை வைத்தவுடன் தலையில் காதல் ஏறியபோது என்ன

செய்ய முடியும்? அவளால் கங்கை ஒன்று பொங்கி வருவது போல் கரைகள் 2 கடலைத் தாண்டியது போல், அருவி ஒன்று மலையிலிருந்து கீழே வரத் தொடங்கியது போல், எனக்குள் பொங்கி வழிந்த காதல்.

டேய் இதெல்லாம் சரியா வருமா? நம்மலோ ஆழ கடல் பக்கம் மீன் விற்பனை செய்து முடித்த பின்னர் இங்கே நமக்கு என்னடா வேலை நீ தேவையில்லாம ஏதோ செய்யப்போற அதனால உன் மனசுக்கும், உடம்புக்கும் பங்கம் வராமல் பார்த்துக்கொள்.

டேய் சாலமன் இதெல்லாம் என் கட்டுப்பாட்டில் இல்லை; இறைவனுடைய செயல். என் மனசு என்கிட்ட இல்ல, உள்ளே வந்தது எனக்குத் தெரியாது. இதை வெளியில போகச் சொல்லவும் என்னால முடியாது. நிக்கோலஸ் சாலமன் இடம் கவிதையாக உளறியது நிக்கோலஸ் பேச்சியம்மாவைக் காதலித்தது இதெல்லாம் அவளுக்குத் தெரியவே தெரியாது, சொல்வதற்குத் தயக்கம் சொல்லிக் கொள்ளாமல் இருப்பது மயக்கம். பேச்சியம்மாள் தன் கடை எல்லாம் எடுத்து வைத்து முடிக்கப் போகும் நேரத்தில் கீழே ஒரு பொருள் இருப்பதைப் பார்த்தாள். அது ஒரு மணிபர்ஸ் அதில் நிக்கோலஸ் போட்டோ இருந்தது.

அவனுடைய வண்டி லைசென்ஸ் மற்ற விவரங்கள் இருந்தது. இந்தப் போட்டோவைப் பார்த்துக் கொண்டு இருந்தாள். அப்பொழுது மின்னல் வெட்டியது, இடி இடித்தது, கொட்டியது மனதுக்குள் காதல் மழை. இப்படி ஒரு உணர்வு நீண்ட நாட்களுக்குப் பிறகு அந்தப் புகைப்படத்தைப் பார்த்து கொண்டு இருந்தாள்.

இந்த மணிபர்ஸ் எப்படி அவனிடம் சேர்ப்பது காவல்துறையிடம் கொடுத்து விடலாமா சந்தை ஆட்களிடம் ஒப்படைக்கலாம். சந்தையில் உள்ள அலுவலர்களிடம் கொடுத்து விடலாமா ஒரே குழப்பமாக இருந்தது. இருந்த பொழுதும் அதில் இருக்கும் புகைப்படத்தை அவள் மனதுக்குள் வைத்துக் கொண்டாள். இரண்டு நாள் தேடி வருவார்களா எனப்பார்ப்போம் அதுக்கப்புறம் யோசிப்போம் என்று முடிவெடுத்தாள். இரண்டு நாட்கள் எப்படி கடந்தது என்றே தெரியவில்லை. அவன் நினைவில் இருந்ததால் நேரம் போனது புரியவில்லை. சாலமன் வண்டி ஏறி அமர்ந்து வண்டியை ஸ்டார்ட் செய்து கொண்டிருக்கும் நேரத்தில் டேய்

நிக்கோலஸ் மணிபர்ஸ் எங்கடா சாலமன் நான் எங்கடா பார்த்தேன். நீ தானே வச்சிருந்த ஒரு வேளை அங்க மாங்கா வாங்கப் போன அந்த இடத்துல கடையில விட்டுட்டு வந்துட்டியா, செஞ்சாலும் செஞ்சி இருப்ப சாலமன் சொன்னது சரிதான் நான் வேண்டுமென்றே அங்கேயே போட்டு வந்தேன் என்று அவரிடம் எப்படிச் சொல்வது மனதுக்குள் இனம் புரியாத ஒரு மகிழ்ச்சி. இரண்டு நாட்கள் அவர்கள் வேலையைப் பார்க்க சென்று விட்டார்கள்.

இப்பொழுது சொல்லுவோமா, இன்னும் கொஞ்சம் நாள் கழித்துச் சொல்லுவோமா? என்று மனதுக்குள் ஒரு பெரிய விவாதத்தை நடத்தினான் நிக்கோலஸ். இவ்வாறு பேசிக் கொண்டிருக்கும் போதே காய்கறி எல்லாம் எங்க இருந்து வருது, என்று கேட்டான். எல்லாம் செடியிலிருந்து தான் என்று சொல்லி பேச்சியம்மாள் சிரித்தாள். அப்போதுதான் அவனை முழுதாகப் பார்த்தாள். பொருள் வாங்கிவிட்டு காசு கொடுத்து விட்டு சென்றான் நிக்கோலஸின் பர்ஸ் கீழே விழுந்தது. சாலமன் டேய், நீக்கோ நேரம் ஆயிருச்சு இப்போது கிளம்பினால் தான் இருட்டுக்குள்ள ராமேஸ்வரம் போய்ச் சேர முடியும் என அவன் அவசரப்படுத்தினான்.

12

ஒருநாள் சந்தைக்குள் சிறை அதிகாரிகள் வந்தார்கள். சந்தை மூடும் நேரமான இரவு எட்டு மணிக்கு மேல் வந்து அங்கே குப்பையாகக் கொட்டப்பட்ட காய்களை எடுத்துக் கொண்டு சென்றார்கள். பொதுவாகச் சந்தை முடியப்போகும் இரவு நேரங்களில் பலர் சந்தைக்குள் வந்து சாக்குகளில் பழைய கெட்டுப்போன அழுகிய காய்கறிகளை எடுத்துச் செல்வது வழக்கம். அப்படி எடுத்துப் போகும் சிலர் தாம் வளர்க்கும் பன்றிகளுக்கு உணவாக விடுவது வழக்கம். வழக்கமாக மாணவர்கள் ஆராய்ச்சிக்காக அவற்றை எடுத்துச் செல்வது வழக்கம். ஆனால், இப்படிச் சிறை அதிகாரிகள் வந்து எடுத்துச் செல்வது புதிதாக இருந்தது. வந்த அதிகாரிகள் இருவருள் ஒருவர் பட்லர் பொன்னையாவின் நெடுநாள் நண்பராக இருந்தவர். அவர் பேச்சியம்மாளை அடையாளம் கண்டு பேசினார்.

ஐயா நல்லா இருக்கீங்களா, நல்லா இருக்கேன்பா, தாத்தா எப்படி இருக்காரு அவரும் நல்லா இருக்காரு. அழுகிப்போன காய்கறி எடுத்துட்டுப் போய் என்ன செய்யப் போறீங்க? என்னமா இப்படி கேட்டுட்ட இதைக் கொண்டு போய் தான் சமைச்சு கைதிகளுக்குப் போடுவாங்க. கைதிகளுக்காகத் தரப்படுகிற பணம் கம்மிதான்.

அரசாங்கம் தருகிற பணத்துல காய்கறிகளை வாங்க முடியாது. அதனாலதான் இப்படி மிச்சம் மீதி இருக்கிறதாப் பாத்து எடுத்துட்டுப் போறோம். ஆனா கெட்டுப் போனது ஒருபொழுதும் போடமாட்டோம். இந்தச் சிறை அதிகாரி மாணிக்கம் சொன்னதும் பேச்சியம்மாள் யோசித்தாள். ஐயா இனிமேல் இப்படி எடுத்துப்போட வேண்டாம் நானே மொத்தமா எடுத்து வைத்திருக்கிறேன் விலை கம்மியா, நீங்க கொடுக்கிற, பணத்துல உங்களுக்குத் தருகிறேன்.

சிறையில் இருக்குறவங்களும் மனுஷங்கதானே, அவங்களுக்கும் நல்லவிதமான காய்கறி கொடுப்பது தானே மனுஷத்தனம் உங்களுக்கு என்ன, நீங்க எவ்வளவு காசு தருகிறீர்களோ அதுக்கு ஏத்தாப்ல நான் உங்களுக்கு வாங்கி தரேன். இனிமே அது என்

பொறுப்பு. நீங்க கவலைப்பட வேண்டாம்; எதையும் இங்கே எடுக்க வேண்டாம்.

மனிதம் இன்னும் சாகவில்லை; இந்தப் பொண்ணு பேச்சியம்மா மாதிரி எத்தனை பேர் இருக்கிறார்கள். அவர்களைப் போல எல்லோரும் இருந்துவிட்டால் எங்கேயும் மனிதம் தழைக்கும்.

சந்தையில் இருக்கும் மக்கள் எல்லாம் சேர்ந்து வாரம் ஒரு கூட்டம் போடுவார்கள். அதில் அவர்களுக்கு ஏற்படும் இன்ப துன்பம் அவர்களுக்கு ஏற்படும், லாப நட்டம் அவர்களின் தேவை அவர்களுடைய கோரிக்கைகள் எல்லாம் பரிசீலிக்கப்படும் புதிய பொறுப்பில் பேச்சியம்மா இருந்தாள்.

பலவிதமான கோரிக்கைகளை அவள் எடுத்துப் பேசுவதும் சாதித்தும் காட்டி உள்ளதால் அவளுக்கு அந்த மரியாதை எப்போதும் உண்டு. அதேபோல சந்தை ஆட்கள் மத்தியில் தரமற்ற பொருட்களை யாரெல்லாம் வைத்து இருக்கிறார்களோ அவர்களைக் கூப்பிட்டு கண்டித்தும் இருக்கிறாள். எல்லாம் அவள் சொல்லும் செயலும் சரியாக இருப்பதால் எல்லோரும் அவள் எடுக்கும் முடிவுக்குக் கட்டுப்பட்டார்கள்.

அப்படி பேச்சியம்மாள் சிறையில் இருக்கும் கைதிகளுக்குக் காய்கறி எடுத்துச் செல்லும் அதிகாரிகள் வரும்பொழுது ஆளுக்கு கொஞ்சம் கொஞ்சம் காய்கறி கொடுக்கவேண்டும் எனச் சொன்னபோது எல்லோரும் அதை ஏற்றுக் கொண்டார்கள். சந்தை தான் எத்தனை விரிவான வலிமையான வியாபாரத்தளம். பொருட்களைக் கூறுகட்டி விற்கவும் கூவிக் கூவி விற்கவும் எப்போது கற்றுக் கொண்டு இருப்பார்கள். பல்கலைக்கழக மேலாண்மைத்துறை பேராசிரியர் ஒருவர் தனது மாணவர்களை எல்லாம் அழைத்துக் கொண்டு விற்பனை பிரதிநிதி செய்ய வேண்டிய தந்திரங்கள் எல்லாம் சந்தைகளில் கற்கலாம் என்று சொல்லி சந்தையில் சில மாணவர்களை அழைத்து வந்தார். வியாபார நுணுக்கங்களை இவர்களிடம் நீங்கள் கற்றுக் கொள்ளலாம்.

பொருட்களைத் தரம் பிரித்து அடுக்கி வைப்பது; தரத்திற்கு ஏற்ப விலை நிர்ணயம் செய்வது; கூறுகட்டி விற்பது; நேரம் ஆகஆக விலைக்குறைப்பு செய்வது; வாடிக்கையாளர்களுக்கு அதிகளவில் கொடுத்து நம்பிக்கையை ஏற்படுத்துவது; நல்ல விளக்கு வெளிச்சத்தில் காய்கறிகளைக் காட்சியாக, அமைப்பது

விற்பனைக்கான அத்தனை விஷயமும் படிக்காத இந்தப் பாமர மக்களிடம் கற்கலாம் என்று பேராசிரியர் சொல்லிச் சொல்லிக் காட்டினார்.

வீட்டில் உள்ள பழைய மரச்சாமான்களைக் கொண்டு வந்தது புதிய வேலைப்பாடுகள் செய்து விற்பது வீட்டு உபயோக பொருளான அரிவாள்மனை, தோசைக்கல், கரண்டி, மற்ற பொருட்களை எல்லாம் செய்து விற்கும் மக்கள் அவர் ஒவ்வொன்றாக சந்தையை விவரித்தார்.

பேராசிரியர் சந்தையைப் பற்றி விளக்கி முடித்த பின்பு மாணவர்கள் கடைசியாக தாங்கள் பார்த்த விஷயங்களை எல்லாம் ஒரு ஐந்து நிமிடம் எனக்குச் சொல்ல வேண்டும் என்று சொல்லியிருந்தார்.

அதில் காலை முதல், மாலை வரை சந்தையைப் பார்த்த மாணவர்கள் மிகவும் சந்தோசமடைந்தார்கள். பி.காம். ஃபாஸ்ட்இயர் மாணவன் சதீஸ் சார் எனக்குப் பிடித்தது சந்தையிலுள்ள கேண்டின் தான் சார். விலை கம்மியா சுடச்சுட தரமாகப் போடுற சைவ, அசைவ உணவுகள் மிகவும் ரசிக்கத்தக்க தரத்தில் இருந்தது சார். "இரை தேடாதே இறை தேடு!" எத்தனை தடவை சொல்வது எங்கே போனாலும் சாப்பாடுதானா நாளைக்கு நீ தொழில் தொடங்கும் போது இதையெல்லாம்கூட கவனிக்கத் தான் வேண்டும். விமலா சார் ஒரு அம்மா 10 ரூபாய், 10 ரூபாய், பத்து ரூபாய், ரூபாய்கேரட் பத்து ரூபாய் என கூவிக் கூவி விற்றார்கள் எல்லோரும் அருகில் சென்று பார்த்தவுடன் அரை கிலோ 10 ரூபாய் எனச் சொன்னார்கள். தூரத்திலிருந்துப் பார்ப்பவர்களுக்கு ஒரு கிலோ 10 ரூபாய் எனத் தோன்றும். ஆனால், அருகில் வந்து பார்த்தவுடன் அரை கிலோ 10 ரூபாய் என்று, யோசித்தாலும் கேரட்டின் அழகிலும் கவர்ச்சியிலும் மயங்கி வாங்கித்தான் செல்வார்கள். விற்பனையாளர்களை நாம் சாதாரணமாக எடை போட்டு விடக்கூடாது. அவர்களின் தோராயமான விளம்பர உத்தியாகவே இதை நான் பார்க்கிறேன் சார். போதுமான கவனிப்பு விமலா நீ சரியாக அவதானித்து இருக்கிறாய். பாராட்டுக்கள்..

முனியாண்டி சார் நான் பார்த்த வரைக்கும் ஒரே ஒரு காய் விற்பவர் 2, 3 வகைகாய்கறி விற்பவர், சில்லரை தட்டுப்பாடு வராத பொழுதே சில்லறை மீதம் கொடுக்காமல் இன்னொரு கொஞ்சம் போடட்டுமா என்று கேட்டு வியாபாரத்தைப் பெருக்கினார்.

வெரி குட் வெரிகுட் முனியாண்டி இப்படித்தான் இருக்கணும் கவனிப்பு என்பது. ராஜாராமன் நீ சார், நான் பார்த்த வரைக்கும் சந்தையில் இடம் பிடிப்பது என்பது மிகவும் முக்கியமான கலை நுழையும்போது விற்கப்படும். பொருட்கள் மையத்தில் விற்கப்படும் பொருள்கள் கடைசியில் விற்கப்படும் பொருட்கள் சரியான பொருளை சரியான இடத்தில் வைத்தால் தான் மக்கள் பார்வையில் வரும். சந்தைப்படுத்துதலில் முக்கியமான விஷயமே இதுதான் அசத்தல்.

இன்னும் சிலர் சந்தைகளில் இடம் கிடைக்காமல் சந்தை வெளியே பொருள் விற்கிறார்கள். இப்படி படிக்காதவர்கள் விற்கும் சந்தையைப் பார்த்து படித்தவர்கள் பாடம் கற்ற காட்சியைப் பார்த்து மீனாட்சி மகிழ்ந்தாள்.

எல்லோரும் சந்தைக்கு வருகின்ற பொழுது சந்தை மாரியம்மன் கோவிலில் தேங்காய் உடைத்து அல்லது சூடம் ஏற்றி வைத்து தங்கள் வேலைகளைத் தொடங்குவார்கள்.

13

மூன்று நாட்கள் கழித்து நிக்கோலஸ், சாலமன் இருவரும் மீன் லாரி கொண்டு அருகில் உள்ள மீன் சந்தைக்கு வந்தார்கள். மனசெல்லாம் மத்தாப்பூ பூத்தது போல உடம்பெல்லாம் பங்குனி வெளியிலும் சிலிர்த்து நடுங்கியது. தான் வாங்கி வைத்த சங்கு வளையல்களையும், சங்கினால் செய்யப்பட்ட மாலையும் கையில் எடுத்துக் கொண்டு சந்தைக்குள் நுழைந்தான் நிக்கோலஸ் பேச்சியம்மாள் வியாபார மும்முரத்தில் பார்க்கவில்லை. பின்பு சட்டென அவனைப் பார்த்து உள்ளுக்குள் ஒரு இனம் புரியாத மகிழ்ச்சியில் அதனை வெளியில் காட்டிக் கொள்ளாமல் கோபமாக பொய் கோபம் கொண்டு என்ன வேண்டும் என சாதாரண வாடிக்கையாளரைக் கேட்பது போல கேட்டாள்.

அவனுக்குப் புரிந்து போய்விட்டது. அவள் வேண்டுமென்றேதான் இவனிடம் கேட்கிறாள் என்று தெரிந்து கொண்டு, எனக்கு உன் மனசு வேணும். உன்னோட ஒரே வம்பா போச்சு வாழ்க்கை முழுவதும் நீ வேண்டும் சட்டென தான் வைத்திருந்த வளையலை நீட்டினான்.

இந்தா நீ அன்னைக்குப் போட்டு போன மணிபர்ஸ். இதை நீயே வச்சிக்க. வேற எதுவுமே என் கிட்ட சொல்றதுக்கு இல்லையா நீயாருன்னே தெரியாது. இந்த மணி பர்ஸ் நீ போட்டு போயிட்ட இரண்டு நாள் பார்ப்போம். இல்லாட்டி சந்தை ஆபீஸ்ல கொடுக்க நினைத்திருந்தேன். நல்லவேளை நீயே வந்துட்ட பத்திரமா வச்சுக்கோ... அவ்வளவுதான் நீ நினைக்கிற மாதிரி வேற ஒன்னும் இல்ல... என்று கோபமாக முகத்தை வைத்துக் கொண்டு சொல்லிவிட்டாள்.

ஏமாற்றம் அடைந்தவனாக வளையலை, சங்குமாலையை டவுசர் பைக்குள் வைத்துவிட்டு மணி பர்சை வாங்கிக் கொண்டு வேகமாக சென்றான். சாலமன், நிக்கோலஸ் பார்க்கும் வேலை எல்லாம் முடித்து விட்டு வந்தான். ஆவலாக ஓடிவந்து என்ன மாப்பிள்ளை என்ன ஆச்சு என்று கேட்டான். நீ நினைக்கிற மாதிரி ஒன்னும் இல்லை. வச்சிருந்த மணி பர்ஸ திருப்பி எடுத்து கொடுத்துட்டாங்க வேற ஒன்னும் சொல்லல, உன் முகம் தொங்கிப் போனது, கடலில் வெறும் கையோடு திரும்பும்

மீனவர்கள் போல பெரும் படகு கப்பல் கடலில் கவிழ்ந்ததைப்போல் அவன் வானமே இடிந்து விழுந்ததை போல நிலை குலைந்து போனான். வண்டியில் சோகப்பாட்டு போட்டுக் கொண்டு வண்டியைக் கிளப்பி இராமேஸ்வரம் போய்க் கொண்டு இருந்தார்கள்.

பாதி தூரம் போகும் போது திடீரென்று சாலமனுக்கு ஒரு யோசனை தோன்றியது. மாப்பிள நீ உன் பர்ஸ வாங்கி பார்த்தியா, அதுல எல்லாம் சரியா இருக்கா சாலமா உன் புத்தி போறது பாரு உன் கணக்கு புள்ள புத்திய இதுலயுமா காட்டணும். இது காதல்டா, வியாபாரம் இல்லை. அதில் இருந்த எல்லா பணமும் அப்படியே இருக்கு. பெரிய வெங்காயம், காதல் கத்திரிக்காய் எவன்டா கேட்டா உன் போட்டோ வெச்சிருந்தியே அது இருக்கான்னு கேட்டேன். ஓரமாக லாரியை நிறுத்தி லாரியில் பிரேக் போட்டான். வேகமாக பர்சைத் தடவிப்பார்த்தான். நிக்கோலஸ் வைத்திருந்த இரண்டு போட்டோவும் இல்லை மாப்பிள நீ கவிஞன்டா, மகான்டா புகழ்ந்து அவனைக்கட்டி தழுவி முத்தம் கொடுத்தான். என்னை ஏன்டா கட்டிப்பிடிக்கிற.

உன் மேல அவ்வளவு ஆசை, இல்லாமையா உன் போட்டோவை எடுத்து வைத்திருப்பா... நீஅவகிட்ட பேசும்போது வண்டி வண்டியா வழிஞ்ச அதையும் பார்த்தேன். புறக்கண்ணால் உன்னைப் பார்த்து நீ பார்க்காத போது சிரித்துக் கொண்டே உன்னிடம் அவள் நக்கல் நையாண்டி, காட்டுவதையும் பார்த்தேன். பொறுமையும், பொறுப்பும் வேணுமடா அப்பத் தான் நினைத்தது நடக்கும்.

மாப்பிள்ளை இப்பவே சந்தைக்குப் போறோம் பேச்சியம்மாவைப் பார்க்கிறோம் பேசலாம். அய்யா சாமிமணி 12 இப்ப சந்தைக்கு இல்ல சண்டைக்கு கூட போக முடியாது.

பக்கம் பார்த்து வண்டிய ஒழுங்கா, ஓட்டிட்டு வரையா சீக்கிரமா ஊர்சேருவோம். அதுக்கப்புறம் வரும்போது பேசிக்கலாம்.

கன்னியாஸ்திரிகள் மடத்தில் இருந்து படிக்கும் குழந்தைகளின் விடுதியில் இருந்து காய்கறி வாங்க வருவார்கள் அங்கு வேலை செய்யும் பணிப் பெண்கள். அவர்கள் அந்த மடத்தைப் பற்றியும் அங்கு படிக்கும் மாணவர்கள் குழந்தைகளைப் பற்றியும் சொல்வார்கள். அவர் சொல்லுகிற விஷயங்களை எல்லாம் கேட்டு பேச்சியம்மாளுக்கு அந்த மடத்தைப் பார்க்க வேண்டும் போலிருந்தது.

14

ஒரு நாள் அவள் தோழி, மீனாட்சியும் அவளும் சேர்ந்து மதுரைக்கு அருகே இருக்கும் பார்வையற்ற மாணவர்கள் படிக்கின்ற இடத்திற்குச் சென்றார்கள். குழந்தைகளுக்குப் பிஸ்கட், பழம் போன்றவை எல்லாம் வாங்கிக் கொண்டது கொடுத்து அவர்களுடன் உரையாடிக் கொண்டிருந்தார்கள். தங்கியிருக்கும் குழந்தைகள் அவள் கையைப் பிடித்துக் கொண்டு குதித்து விளையாடின.

அக்கா அக்கா என்று உயிரைக் கொடுத்தார்கள் பேச்சியம்மாளுக்கு அங்கே இருந்து பிரிந்து வரவே மனசில்லை. வியாபாரபுரி மக்கள் ஒவ்வொரு நாள் சந்தைக்கு ஒவ்வொரு பகுதிக்குப் பயணம் ஆயினர் அப்போது எல்லாம் பேருந்துகள்சந்தைக்கு எனத் தனியாக வடிவமைக்கப்பட்டிருக்கும். அந்தச் சந்தை வண்டியில் இடம் கிடைப்பது மிகவும் கடினம். அடித்துப் பிடித்துக் கொண்டு வருவார்கள். மூட்டைகளை ஏற்றுவது லக்கேஜ் போடும் போது ஏற்படும் தகராறு கம்மியான டிக்கெட் தரும்படி கண்டக்டருடன் போட்டி போடுவது சண்டையிடுவது எல்லாம் வியாபாரபுரி மக்களுக்கு வாடிக்கை.

ஏதோ கண்டக்ட்ரோடு, ஜென்ம பகை போல, சண்டை போடும் இந்த மக்கள் தான் ஊர் திருவிழா என்று வரும்பொழுது நடத்துனருடன் சொந்தக்காரர் போல அன்பு பாராட்டி அவரைக் கவனிப்பார்கள். இந்த ஊரின் பல இடங்களில் நிறுத்தம் பல இடங்களில் நிறுத்தி மக்களை ஏற்றிச் செல்ல வேண்டும். சிலர் கொண்டுவரும் கொய்யாப் பழங்களை டிரைவருக்கும் கண்டக்டருக்கும் அன்போடு கொடுப்பார்கள்.

செல்லமுத்து அண்ணன் பேச்சியம்மாளின் உடன்பிறவா சகோதரன். அவரின் பூர்வீகம் திருச்செந்தூர்ப் பக்கம் இவர் பல இடங்களுக்குச் சென்று பனைவெல்லம், கருப்பட்டி போன்றவற்றையெல்லாம் வாங்கி வந்து சந்தையில் விற்பனை செய்வார். பனங்கற்கண்டு அதிகமாக விற்பனையாகும்.

அப்படி பனைவெல்லம் மட்டும் விற்றால் அதிக வருமானம் வராது. நீங்கள் மற்ற மளிகைப் பொருளையும் சேர்த்து விற்பனைக்கு வைக்கலாம் என்று அவர் யோசனை சொன்னதே பேச்சியம்மாள் தான்.

விருதுநகர் சென்று மொத்தமாகப் பருப்பு மண்டியில் பருப்புகளை வாங்கி வந்து, எண்ணெய்களை வாங்கி வந்து விற்கும்போது நல்ல லாபம் கிடைத்தது. எப்போதாவது பண உதவி தேவை என்றால் பேச்சியம்மாள் இடம் தான் கேட்பார் கைமாத்தாகக் கொடுத்து அவளும் உதவுவாள்.

அப்படிப் பல உதவிகளைச் செய்த பேச்சியம்மாள் உடன்பிறந்த சகோதரியாகவே நினைத்தார் செல்லமுத்து அண்ணன். செல்லமுத்து. அண்ணனிடம் நிக்கோலஸ் பற்றிய விவரங்களையெல்லாம் எடுத்துச் சொல்லி ஆளைப் பற்றி விசாரிக்கச் சொன்னாள்.

செல்லமுத்து அண்ணன், ராமேஸ்வரத்துக்குப் போய் யாருக்கும் தெரியாமல் நிக்கோலஸ் அவர் குடும்பம் அவர் செய்யும் தொழிலில் அவர் வருமானம் எல்லாவற்றையும் அலசி ஆராய்ந்து விவரத்தை எடுத்துச் சொன்னார். நல்ல பையன்மா நல்ல குடும்பம், அவங்க கிறிஸ்தவங்க, ஊர்ல பெரிய ஆளுங்க. இங்க வேற அவங்க வேற, இதுல தான் சின்ன சிக்கல் வரும் என நினைக்கிறேன்.

அதனால் ஒரு பிரச்சனை இல்ல பார்த்துக்கலாம், சுருக்கமாக சொன்னாள் பேச்சியம்மாள். என் வாழ்க்கைத் தரத்தை உயர்த்துவது மட்டுமல்லாமல் ஆஸ்பத்திரில முடியாமல் இருந்த போது நீ செஞ்ச உதவியை என்னால மறக்க முடியுமா? இன்னைக்கு ஒரு மனிதனா சந்தையில் மளிகைக் கடை வைத்து கவுரவமா உழைத்துக் கொண்டிருக்கிறன்னா தங்கச்சி பேச்சி அதுக்கு நீ தாம்மா காரணம்.

இதற்கிடையில் போடியில் இருந்து பேச்சியம்மாளின் மாமா பழனிச்சாமி பலமுறை வந்து பேச்சியம்மாளைப் பார்த்துப் பேசி அவளுக்குப் பணம் கொடுத்து செல்வார். உனக்கு ஒரு கல்யாணத்தச் செஞ்சு வைக்கவா நீ எங்கூட ஊருக்கு வந்துரு. ஏன் இப்படி சந்தையில தனியாக இருந்து கஷ்டப்படுற என்று பலமுறை அழைத்திருக்கிறார்.

“மாமா நான் உங்ககிட்ட பல முறை சொல்லி இருக்கேன். என் ஜீவன் எல்லாம் இந்தச் சந்தையில்தான். தாத்தா இருக்கிற வரைக்கும் பார்க்கறதுக்குப் பாட்டி இருக்கிற வரைக்கும் எனக்கு எந்த ஒரு சிக்கலும் இல்லை. நீங்க வாங்க போங்க. பாத்துட்டுப் போங்க. ஊருக்கு மட்டும் தயவுசெய்து கூப்பிடாதீங்க என்று பேச்சியம்மாள் பலமுறை சொல்லி விட்டாள்.

15

அடுத்த வாரம் மீன் லாரி ராமேஸ்வரத்தில் இருந்து சந்தைக்கு வந்தது. மீன் லாரியில் மேல் எல்லாம் காதல் பூக்கள் காதல் வாகனத்தை ஓட்டிக் கொண்டு வருவது போல நெஞ்சம் நிறைய கனவுகளையும் மனசு நிறைய ஏக்கங்களையும் சுமந்துகொண்டு நிக்கோலஸ், மதுரை வந்து சேர்ந்தான். சாலமன் சிரித்துக் கொண்டும் கிண்டல் செய்து கொண்டும் ஒருவழியாக மதுரைக்குள் வந்து சேர்ந்தார்கள்.

அவன் நடந்து வந்த அந்தத் தேவதையைப் பார்த்தான். எல்லோருக்கும் அவள் சாதாரணப் பெண்தான் ஆனால், அவனுக்கு மட்டும் அவள் தேவதை. என்ன மறுபடி வந்து இருக்கீங்க சிரிப்புடன், குதூகலத்துடன் வரவேற்றாள். ஆனால், முகத்தில் அவற்றைக் காட்டிக் கொள்ளவில்லை.

என்னுடைய பொருள் ஒன்னு இங்க இருக்கு அத வாங்கிட்டு போலாம்னு வந்தேன். அன்னைக்கு உங்க மணிபர்ஸ் கரெக்டா எடுத்து குடுத்துட்டேன் இல்ல வேற என்ன பொருளு. என் மனசு அதை வச்சு நாங்க என்ன செய்யப் போறோம்.

எடக்கு, மடக்கான பேச்சும்வேல் போன்ற உன் கண்களும் என்னை ஏதோ செய்கிறது அதனாலதான் ஓடிவந்தேன் இப்படியே இருவரும் பேசிக்கொண்டே சந்தை மாரியம்மன் கோவிலுக்கு அருகில் சென்றார்கள்.

என்ன வேணும் உங்களுக்கு ஏன் திருப்பி திருப்பிவந்து தொல்ல பண்ணிட்டு இருக்கீங்க, வியாபார நேரத்துல. ஒன்னுமே இல்ல உன்னைக் கல்யாணம் பண்ணிக்கணும் உன் கூட நூறு வருஷம் வாழனும் அவ்வளவுதான் எப்பக் கல்யாணம் வெச்சுக்கலாம் இது என்ன விளையாட்டு காரியமா? யார் என்னன்னு தெரியாது உங்களை எனக்குப் பிடிக்கனும் எங்க வீட்டு பெரியவங்க கிட்ட பேசணும் எவ்வளவோ இருக்கு. ரெண்டு மூணு முறை தான் பார்த்து இருப்போம் ஒத்துப் போகுமா? நான் எந்த ஊரு நீங்க எந்த ஊரு? நான் என்ன ஆளு நீங்க என்ன ஆளு, இதெல்லாம் சரியா வருமா? வீனா ஆசையை வளர்த்து விட்டு இருவருக்கும்

கஷ்டமா இருக்கக் கூடாது. அவள் வயதுக்கும், அவள் பேசும் பக்குவத்திற்கும் சம்பந்தமே இல்லை. இதெல்லாம் நான் ஏன் உன்கிட்ட சொல்லிட்டு இருக்கேன் ரொம்ப நன்றி இதுவரைக்கும் பேசினதே போதும் இனிமே உங்க வேலையை நீங்க பாருங்க என்னுடைய வேலையை நான் பார்க்கிறேன்.

சரி அப்பனா என் ஃபோட்டோ வேண்டும் கொடுத்திடு கிளம்புறேன். அப்புறம் என்னைப் பத்தி எங்க ஊர்ல விசாரிச்ச அதுக்கு என்ன? சொல்ற பரவாயில்லையே அதெல்லாம் தெரிஞ்சு போச்சா? அது முதல் அவள் உடைந்தாள். உங்க போட்டோவ கையில வச்சிக்கிடணும், பார்த்துக்கிட்டே இருக்கத் தோணுது அதுக்கு என்னன்னு புரியல நீங்க என் வாழ்க்கை முழுவதும் கூட வருவீங்களா ஒரு பயம் இருந்துச்சு கல்யாணம் சரியா வருமா.

அதெல்லாம் நான் பாத்துக்குறேன். கவலையை விடு கடவுள் இருக்காரு என்ன புடிச்சிருக்கா புடிக்காமத்தான் இவ்ளோ நேரம் உங்க பக்கத்துல இருந்து பேசிட்டு இருக்கேன்.

இல்ல பிடிச்சிருக்கா, பிடிக்கலையா, சொல்லு வெட்கத்தில் தலை குனிந்து சிரித்தாள். இது வேற வெக்கமா வருது பரவாயில்லை. உங்களை எனக்கு பிடிச்சுருக்கு நாம கல்யாணம் பண்ணிக்கலாம் என்று சொன்னதும் நிக்கோலஸ் வானத்திற்கும், பூமிக்கும் குதித்தான் சங்கினால் செய்யப்பட்ட வளையல், சங்கு மாலை இரண்டையும் அவளுக்கு அணிவித்தான்.

அதற்குள் சந்தை மாரியம்மன் கோவிலில் ஆட்கள் அதிகமாக வரத் தொடங்கிவிட்டார்கள். பேச்சியம்மாளைத் தேடி நிறையபேர் அங்கே காத்திருந்தார்கள். சீக்கிரமா வந்து உங்க வீட்டு பெரியவங்க கிட்ட பேசறேன் வெகு சீக்கிரமாக நடக்கும் என்று சொல்லி நிக்கொலஸ் அவள் கைகளைப் பிடித்து விரல்களைத் தடவிவிட்டான்

சந்தைக்குச் சென்று கொஞ்ச நேரம் அங்கேயே இருந்துவிட்டு பின்பு மதுரை மீனாட்சி அம்மன் கோவிலில், உள்ள மண்டபத்தில் உள்ள பூங்காவில் சந்தித்து பேசினர். அப்போதுதான் பேச்சியம்மாள் நிக்கோலஸ் மேலே உள்ள காதலை வெளிப்படுத்தினாள். உன்னை எனக்கு ரொம்ப பிடித்து இருக்கு அதனாலதான் உங்க போட்டோவ வச்சு கிட்டேன் ஆனாலும் ஒரு பயம் என்னைப்போல் எத்தனை பேரைக் காதலித்து இருக்கலாம் என்ற சந்தேகம் ஏற்பட்டது உங்களைப் பற்றி விசாரித்து திருமணம் செஞ்சா சரியா வருமா என்றெல்லாம் யோசித்தேன்.

ஆமா எனக்கு ஊர்ஊரா போய் காதலிக்கிற தான் வேலை உன்னை விட்டா எனக்கு வேற ஆள் இல்லையோ சொந்தமா 5 அத்த பொண்ணு இருக்காங்க. எங்க ஊர் கடற்கரையோரமாக ஏகப்பட்ட பொண்ணுங்க, அன்பா இருப்பாங்க ஆனாலும் என் மனசு உன்ன தான் சுத்தி சுத்தி வந்துச்சு, கடல் மீன் எங்க ஊரு, வீடு வாசல் வியாபாரம் லாரி, ராமேஸ்வரம், மதுரை இதுதான் எனக்கு தெரியும். வாழ்க்கை சம்பாதிப்பது பெற்றோரைப் பார்த்துக் கொள்வது குடும்பத்தை அனுசரிப்பது, கடல் சாலமன் இவர்களைத் தவிர யாரும் என் உலகத்தில் இதுவரை வந்ததில்லை எப்பொழுது உன்னை முதன் முதல் பார்த்தேன் அப்போது முடிவு செய்து விட்டேன்.

நீ தான், என் வாழ்க்கை, நீ இல்லாத ஒரு வாழ்க்கை என்னால் யோசித்துகூட பார்க்க முடியாது. எனக்கும் அப்படித்தான் என் தாத்தா பாட்டி சந்தை வியாபாரம் என் தோழிகள் நான் பிறக்கும்போதே அப்பா, அம்மா இல்லை சந்தையில் தான் பிறந்தேன் சந்தையில் தான் வளர்ந்தேன். பார்த்தவுடன் எனக்கு கடவுளைப் பார்த்தது போல் இருந்தது காலம் முழுதும் உங்கள் கைகளைப் பிடித்துக் கொண்டு இருக்க வேண்டும் அதுதான் என்னுடைய ஆசை. சீக்கிரமா எங்க அம்மா அப்பாகிட்ட பேசி பொண்ணு பார்க்க உங்க வீட்டுக்குக் கூட்டிட்டு வரேன் என்று சொன்னான் நிக்கோலஸ்..

உங்ககிட்ட ஒன்னு கேட்பேன் வாழ்க்கைல பெருசா எந்த ஆசையும் இல்லை தாத்தா, பாட்டி உயிரோடு இருக்கும் வரைக்கும் நான் இந்த ஊர்ல இருக்க நீங்க சம்மதிக்கணும் அது மட்டும் இல்லாம என்னால சந்தையில் வியாபாரம் செய்யாமல் இருக்க முடியாது அனுமதிக்கனும். அம்மா, தாயே இன்னும் வாழ்க்கையை ஆரம்பிக்கல அதுக்குள்ள இவ்வளவு கட்டுப்பாடா.

அப்ப நீங்க சொல்றதை மட்டும்தான் நான் கேக்கணும் ஆரம்பத்திலிருந்து தலையாட்டிடே இருக்கணும். அப்படி இல்ல ஒருத்தருக்கொருத்தர் விட்டுக் கொடுக்கிற தானே வாழ்க்கை. நான் ஒன்னு தான் உன்கிட்ட கேக்குறேன் நீங்க என்ன கேட்டாலும் நான் செய்வேன் அப்படியா என்ன கேட்டாலும் செய்வீர்களா என்று அவன் குறும்பாக அவள் கன்னத்தில் கிள்ளினாள். ஆங் அதெல்லாம் கல்யாணத்துக்கு அப்புறம் தான் என்று சொல்லிவிட்டு ஊருக்குப் போய் எங்க உறவுக்காரர்கள் எல்லாம் அழைச்சுக்கிட்டு உங்க வீட்டுல பொண்ணு பார்க்க வரேன் உன் வீட்டில் சொல்லி

வைத்திரு.. என்று சொல்லிவிட்டு அதற்கு உள்ள கிளம்பனுமா ஆமா நாங்க வந்து ரொம்ப நேரம் ஆச்சு சாலமன் அங்கு காத்திருக்கிறான். மதுரையின் சில பகுதிகளைச் சுற்றிப் பார்த்துவிட்டு இவன் மதுரமல்லி வாங்கி அவள் தலையில் வைத்தான்.

இருவரும் பேசிக் கொண்டே வந்தனர் அது எப்படி கொஞ்ச நாளிலேயே என் மனசுக்குள்ள நீ வந்துட்ட தெரியலையே. செல்லமுத்து அண்ணனின் வீட்டுக்கு இருவரும் போனார்கள் அவர் ஏற்கெனவே நிக்கோலஸ் பற்றி விசாரித்து வைத்த காரணத்தினால் வந்ததும் இருவரையும் அன்போடு வரவேற்று நிக்கோலஸிடம் அவன் மீன் வியாபாரம், இராமேஸ்வரம் கடற்கரை லாரி, உறவுக்காரர்கள் இவருடைய நண்பர் இந்த ஊரில் வியாபாரம் செய்பவர்கள் எல்லாவற்றையும் விசாரித்து கேட்டு தெரிந்து கொண்டார்.

பேச்சியம்மாள் செல்லமுத்து அண்ணனிடம் நீங்கதான் எங்களுக்குக் கல்யாணம் பண்ணி வைக்கணும் எங்க தரப்பில் எந்தப் பிரச்சனை வந்தாலும் சரி செய்து நல்லபடியாக திருமணம் செஞ்சு வைக்கணும். இந்தாம்மா தங்கச்சி உனக்கு செய்யாம யாருக்குடா செய்யப் போறேன் இரண்டு தரப்பிலும் நல்லபடியா பேசி முடிச்சு சந்தை பக்கத்தில் உள்ள கல்யாண மண்டபத்திலேயே சிறப்பா செஞ்சி முடிச்சிடலாம். அவர் சொன்ன வார்த்தை அவளுக்கு ஆறுதலாக இருந்தது. இதற்கிடையில் கனகா கடிதம் எழுதினாள் ஊருக்கு வருவதாகச் சொல்லி இருந்தாள்.

அதை அவள் நினைத்து பார்த்துக் கொண்டார் நிக்கோலஸ் பிரிய மனமில்லாமல் ஊருக்குச் சென்றார். ஊருக்குச் செல்லும் செல்லும் வழியெல்லாம் நிக்கோலஸ் மனம் சந்தோசத்தில் பறந்தது இதுவரை இல்லாத மகிழ்ச்சி, இனம்புரியாத பூரிப்பு எப்படி சொல்வதென்றே தெரியவில்லை காதல் என்பது தேவதையா அல்லது பிசாசா உடன் இருந்து. கொள்ளுமா, உயிர்வலி சொல்லுமா காதல் கைகூடும் செய்தியை முதலில் கர்த்தருக்கு தான் சொல்ல வேண்டும் என தேவாலயத்தை நோக்கி ஓடினான் நிக்கோலஸ்.

இரண்டு கரங்களை விரித்து எல்லோருக்கும் அடைக்கலம் தரும் கர்த்தர் எங்களையும் ஆசீர்வதிக்க வேண்டும் என மனதார வேண்டிக் கொண்டான்.

நல்ல முறையில் திருமணம் நடந்து இருவரும் ஒருவராக வேண்டும் இறைவா உன் துணை வேண்டும். கர்த்தரை வேண்டிக் கொண்டு அடுத்த நிமிடம் அவன் கடற்கரை நோக்கிச் சென்றான் கடலும் அவனுக்குத் தாய் - தான் கடல் அலைகளோடு அவன் பேசினான் கிளிஞ்சல்கள் ஓடி வந்து அவனுக்கு வாழ்த்துச் சொன்னது மகிழ்ச்சியான மனநிறைவோடு அவன் வீட்டுக்குச் சென்றான்.

நிக்கோலஸ் குடும்பம், பெரிய குடும்பம் மூன்று அண்ணன்கள் இரண்டு அக்கா ஒரு தங்கை கடல் சார்ந்த தொழில்கள் எல்லோருக்கும் அவங்க அப்பா பெரிய கடலோடி எப்பொழுதும் ஜெபமாலை கையோடு ஜெபித்துக் கொண்டே இருப்பார்.

இப்போதும் அம்மா சலேதம்மாள் காலையில் மீன் வாங்கி சந்தையில் விற்பது, மாலையில் கருவாடுகள் மொத்தமாக விற்பதும் இடையிலே மீனைக் கருவாடா காய போடுற வேலை செய்வதும் என்று எப்பொழுதும் வேலை செய்துகொண்டே இருப்பாள் அதனால தான் பிள்ளைகளை நல்லபடியாக ஆளாக்கிக் கட்டிக் கொடுத்து இன்னைக்கு ஒரு கௌரவமான குடும்பம் பொழைக்கிறதுக்கு சிலுவைப்பாவும், சிலேத்தம்மாவும் தான் காரணம் குடும்பத்தில் மூத்த அண்ணன் வின்சென்ட்ராஜ் படித்து முடித்து கப்பல்துறை பொறியாளராகி உலகம் முழுதும் பயணித்துக் கொண்டிருக்கும் மாலுமி அவன்தான் இவர்களுக்கு வீடு எல்லாம் கட்டிக் கொடுத்து, சொத்தெல்லாம் சேர்த்து நிகோலஸைப் படிக்க வைக்க எவ்வளவு முயற்சி எடுத்தார் நாளும் சொன்னாலும் பன்னிரண்டாம் வகுப்புக்கு மேல் அவனுக்கு படிப்பு ஏறவில்லை ஒரு வண்டி வாங்கிக் கொடுத்து மீன் பிடிக்கிற பெரிய நிறுவனத்தில் ஒப்பந்த ஏற்பாடுகளையும் வாங்கி கொடுத்து ஒரு மனிதனாக மாற்றியது அவன் அண்ணன் தான்.

16

எல்லோரும் ஊர் திருவிழாவிற்கு வந்திருந்தார்கள் அக்காக்கள் அவர்கள் மாப்பிள்ளைகள் அண்ணன் மதினிமார்கள், அவர்களின் குழந்தைகள் என அவர்கள் வீடு திருமண வீடு போல் இருந்தது.

பொழுதும் பேரன், பேத்திகள் பிள்ளைகள் வந்துவிட்டாலே சலேத் அம்மாவிற்கு காலில் றெக்கைகட்டியது போலத்தான் பரபரப்பாகச் சமையல் வேலைகளைச் செய்து கொண்டிருப்பார்.

ஒரு சாக்கு நிறைய நண்டு, மீன்கள் எல்லாம் வாங்கி வந்து சிலுவை வீட்டில் போடுவார். அந்த வீட்டில் உள்ள அனைவரும் ஓடியாடி விளையாண்டு பேசிச் சிரித்து பெண்கள் எல்லாம் மருதாணி பூசிக் கொண்டு திருவிழாவை வரவேற்கும் விதமாக பலகாரங்கள், முறுக்கு, அதிரசம் ஓசையும் வாசமும் ஊரையே தாண்டி வரவைக்கும். இரவு உணவுக்கு எல்லோரும் ஆயத்தமானார்கள். மொத்தமாக வட்டமாக அமர்ந்து கொண்டு எல்லோரும் அவர்களுக்குத் தேவையானதை பஃபே சிஸ்டம் போல எடுத்து சாப்பிடுவது வழக்கம்.

அக்கா பிலோமினா, சாப்பாடு எல்லோருக்கும் எடுத்து வைத்தாள் எடுத்து வைத்துக்கொண்டு பேச்சைத் தொடங்கினாள் வீட்டில ஒவ்வொரு வருஷ திருவிழாளையும் ஒருத்தருக்கு கல்யாணம் முடிஞ்சுருச்சு.

முதல பெரியண்ணன், அடுத்து அக்கா, அடுத்து எனக்கு, அடுத்து சின்னண்ணன் அடுத்து, தங்கச்சி ஒவ்வொரு திருவிழாவிலும் ஒரு சந்தோஷம் நம்ம வீட்டுல நடந்திருக்கு ஆனா கடந்த மூணு வருஷமா எந்த ஒரு சந்தோஷமும் கிடைக்கல, நிக்கோலஸ் நான் சொல்றது உனக்கு புரியுதா. எங்க ஊரிலும் சரி இந்த ஊரிலும் சரிநிறைய பேரு உன்னைக் கல்யாணம் பண்ணிக்கனும்னு என்கிட்ட கேட்டுகிட்டே இருக்காங்க நானும் இப்போ அப்போ என்று நாளைக் கடத்திக் கொண்டே இருக்கேன் இன்னைக்கு ஏதாவது ஒரு நல்ல முடிவு நீ சொல்லி ஆகணும்.

அக்கா பிலோமினா, சொன்னவுடன் எல்லோரும் அவள் சொல்வது சரிதான் என்று ஆமோதித்தார்கள். சிலுவைப் வானத்தை

பார்த்து கர்த்தரே இப்பயாவது இவன் நல்லவிதமா பேசணும் என்று ஜெபமாலையை உருட்டினார்.

ஏல நான் கேட்கும் போதெல்லாம் கோபப்படுவ என்னை அடிக்ககூட, வருவ பெத்தவன் பாக்காம, எல்லாரும் இருக்காங்க கேக்குறதுக்கு சரியா பதில் சொல்லு.

சத்த சும்மா இருக்கீங்களா எப்பப் பார்த்தாலும் இதான் பேச்சு எல்லாரும் வந்த மாதிரி திருவிழா கொண்டாடி நல்லபடியா ஊருக்கு போய்ச் சேருங்க எனக்கு வேற வேலை இல்லையா அவன் ஏதோ பேச போறேன் என தங்கை நினைத்துக்கொண்டாள்.

வெட்கப்பட்டுத் தட்டையை பார்த்துக் கொண்டிருந்தவன் நிமிரவே இல்லை. அதற்குள் சின்னண்ணன், பார்ரா உனக்கு வெக்கமா எல்லாம் கூட வருது, ஏதோ விஷயம் இருக்கு இந்த விருந்தைவிட அதுதான் பெருசு எனக்கு முதல்ல சொல்லுப்பா அப்புறம் எல்லாரும் சாப்பிடுவோம்.

இல்ல மதுரையில சந்தை என்று நிக்கோலஸ் ஆரம்பித்து ஐந்து நிமிடம் அதற்கு பிறகு அவனுக்குப் பேச்சு வரலை. பெரியண்ணா வின்சென்ட் ராஜ் அதான் தெரியுமே, ரொம்ப வருஷமா அந்தச் சந்தை இருக்கு வாரத்துக்கு மூணு தடவை போய்வரையே, அதுக்கும் இதுக்கும் என்னடா சம்பந்தம் கல்யாணம் பண்ணி வைக்க வேண்டாமா பொண்ணு பார்க்கலாமா, இல்லை நீ பார்த்திட்டியா.. என்று ஆளாளுக்கு கேட்கும்போது மெதுவாக தனது காதலைப்பற்றி பேசத் தொடங்கினான் நிக்கோலஸ்.

பேச்சியம்மாள் மதுரை சந்தையில் வியாபாரம் செய்யக்கூடிய பெண். அவங்க தாத்தா வெள்ளைக்காரன் கிட்ட சமையல்காரா இருந்தவர். அந்தப் பொண்ணு ரொம்ப குணமான பொண்ணு, எல்லாருக்கும் உதவி செய்யக்கூடிய பொண்ணு, நல்ல உழைப்பாளி எனக்கு ரொம்ப பிடிச்சிருக்கு அவங்க குடும்பம். நல்ல குடும்பம். அவ இல்லனா நான் இல்லை என்ற அளவுக்கு நானும் நான் இல்லை என்றால் அவள் இல்லை என்ற அளவுக்கு அவளும் அவளும் நானும் காதலித்து விட்டோம்.

அவள் இல்லாமல் வேறு ஒரு பெண்ணை என்னால் நினைத்துக்கூடப் பார்க்க முடியாது. அவன் சொல்லி முடித்ததும் ஒரு நிமிடம் எல்லோரும் அமைதியாய் இருந்தார்கள் முதலில் சலேத் அம்மாதான் பேசினாள். யாரோ தெரியாத பொண்ணப்

பத்தி சொல்லுற. நம்ம ஊருக்கு நம்ம கடலுக்கு, நமது சமுதாயத்திற்கு இதெல்லாம் ஒத்து வருமாடா.

கல்யாணமே பண்ணிக்க மாட்டியா நீ என யோசிச்ச காலம் போயி இப்ப சம்பந்தமில்லாத ஆள பத்தி சொல்ற பேசாம நீ இப்படியே எங்க புள்ளையா மட்டும் இருந்துருனு யோசிக்க வேண்டி இருக்கு கடவுளே, கர்த்தாவே இதெல்லாம் நம்ம குடும்பத்துக்கு ஒத்து வராது.

தம்பி நல்ல பொண்ணா பக்கத்துல வியாகுலம் மக பொண்ணு ரெடியா இருக்குபேசி முடிச்சிடலாம் சரின்னு சொல்லு. அம்மா அழுகாத குறையாகப் பேசினாள்.

தந்தை சிலுவையோ தம்பி சொல்றேன் தப்பா நினைச்சுக்காத இதெல்லாம் சரியா வராது. எதுக்கும் யோசிச்சி முடிவு பண்ணு. அண்ணன் வின்சென்ட் ராஜ்கல்யாணம் வாழ்க்கைல ஒரு முறைதான் அதை எடுத்த மா, கவுத்தமான்னு முடிவு பண்ணக்கூடாது.

இப்படி ஆளாளுக்கு ஒரு யோசனை சொன்னார்கள். பிலோமினா அக்கா மட்டும் எல்லாரும் செத்த சும்மா இருக்கீங்களா தம்பி இவ்வளவு நாள் கழிச்சு இப்பதான் ஒரு பொண்ணப் பத்தி சொல்லி இருக்கான் இது அவனோட வாழ்க்கை பிரச்சனை கல்யாணமே வேணாம்னு சும்மா தெரிஞ்ச பையன் இப்படி சொல்றான்ண்ணா அதுல ஏதாவது இருக்கும் தவிரவும் அவன்தான் குடும்பம் நடத்தப் போறான் நம்ம வந்துட்டு போகப் போறோம் அவனக்குப் புடிச்ச மாதிரி தான் இருக்கணும் நமக்கென்ன.

நிக்கோலஸ் குடும்பத்தில் பாதிப்பேர் திருமணத்திற்கு எதிர்ப்பாகவும் பாதிப்பேர் திருமணத்திற்கு ஆதரவாகவும் கருத்து தெரிவித்தனர். நான் கல்யாணம் செஞ்சுகிட்டா அது பேச்சியம்மாளைத்தான் இல்லன்னா தனிக்கட்டையா இருந்துட்டு போறேன்.

17

சாமி சப்பரம் ஊருக்குள் வரத் தொடங்கியதும் எல்லோரும் வேகமாக உணவை முடித்து கொண்டு கிளம்ப ஆயத்தமானார்கள். தற்சமயம் அந்தப் பேச்சு ஒத்திவைக்கப்பட்டது. கடவுள் என் மகனுக்கு நல்ல புத்தியைக் காட்டுவான் சலேத் அம்மாளும் சிலுவை ஐயாவும் நினைத்துக் கொண்டார்கள்.

'சில காலமாய் நானும் சிறை வாழ்கிறேன் தூக்கம் தவிர்க்கிறேன், என்ற பாடல் பேருந்தில் ஒலித்துக் கொண்டிருந்த போது திடீரென்று விழித்து எழுந்தாள் பேச்சியம்மாள். ஒரு திருமணத்திற்கு ஊருக்கு எல்லோரும் சென்று கொண்டிருந்தபொழுது அந்தப் பேருந்தில் இந்தப் பாடல் ஒலித்தது இன்னும் எத்தனை நாள்தான் காத்து இருக்க வேண்டும். அப்பொழுது நிக்கோலஸ் வேற ஒருவரைத் திருமணம் செய்து கொள்வாரா என்று மனது தவித்தது.

இரண்டு நாள் திருமண நிகழ்வுக்காக சந்தைக்குச் செல்லாமல் போடி பக்கம் சென்று வந்த பொழுது மாமா பழனிச்சாமி அத்தை வள்ளியம்மாள் இருவரும் பேச்சியம்மாவின் திருமணத்தைப்பற்றி பேசிய போது பிடி கொடுக்காமல் நழுவி விட்டு வந்து விட்டாள்.

அதலக்காய், கிளிமூக்கு பாவக்காய், கொம்பு பாகற்காய் வெத்தல வள்ளிக் கிழங்கு, மிதுக்கு வத்தல் காய், பனங்கிழங்கு மாகாணிக்கிழங்கு என்று தங்கள் பகுதியில் விளையும் புதுமையான பொருள்களையெல்லாம் காரியாப்பட்டி, விருதுநகர், சாத்தூர் பகுதியில் இருந்து மக்கள் கொண்டு வந்து அதை பல்வேறு சந்தையில் வைத்து விற்பனை செய்தனர்.

கௌரி அக்கா பிரண்டை, கத்தாழை, என இயற்கை மருத்துவம் சார்ந்த பதார்த்த குண சிந்தாமணி என்ற நூலில் அமைந்துள்ள பல்வேறு பொருள்களை எல்லாம் பக்குவப்படுத்தி வைத்து விற்பனை செய்வாள். மாகாணி, வீசை போன்ற கணக்கு எல்லாம் அவளுக்கு அத்துபடி. பல கோணி சாக்கில் அவற்றைப் பரப்பி வைத்து தண்ணீர் தெளித்து பசுமையாகவும், அழகாகவும் அவள் வைத்திருக்கும் விதம் பார்ப்பவரை வாங்கு வாங்கு என்று

சொல்லத் தூண்டும், பேங்க்ல வேலை பாக்குற இன்பசேகரன் ஐயா பல மாநிலங்களுக்கு மாற்றலாகி வேலை செய்து நாட்டுக் காய்கறிகள் கிடைக்காமல் இது போன்ற அரிய வகை கிழங்குகள் காய்கறிகள் எல்லாம் சாப்பிடாமல் ஆண்டுகாலம் வருத்தத்திலும் துன்பத்திலும், இருந்தவருக்கு நமது பகுதிக்கு மாற்றலாகி வந்த உடன் இந்த சந்தையைக் கண்டுபிடித்து சந்தைக்கு வந்து பலவற்றை விரும்பி வாங்கிச் செல்வார். குறிப்பாக பூசணிக்காய், பிரண்டை மாகாணிக்கிழங்கு எல்லாம் அவருக்கு மிகவும் விருப்பமானது.

வீட்டில் அவர் மனைவி ராஜம்மாள் இந்த பழைய வகை காய்கறிகளைப் பக்குவமாக சமைப்பதில் கைதேர்ந்தவர். அவர் மகன் மருமகள் அவர்களுக்கு இவையெல்லாம் பார்த்தால் அலர்ஜி அவர்கள் நவீன காலத்தில் வளர்ப்பவர்கள் பளபளப்பில் மயங்கி கடையில் பொருள் வாங்கி காச காசென்று பார்க்காமல் சத்தில்லாத காய்கறிகளைச் சாப்பிட்டு வந்தவர்கள் செயற்கை உரம் தந்து செயற்கைமுறையில் உருவாக்கப்பட்ட பொருட்களையே அவர்கள் விரும்புவார்கள். இன்பசேகரன் உடைய பேரன், விஷ்ணு பிரபாகரன் அப்பாவை புதுமையிலும் தாத்தாவைப் போல பழைய விஷயங்களில் மிகவும் ஆர்வமானவன். சொல்லப்போனால் அப்பாவைவிட தாத்தாவிடம்தான் அதிகமாக இருப்பான். வெளிநாட்டிலும், வடமாநிலங்களிலும் இருந்து வந்தவனுக்கு நம்மூர் சந்தை புதிதாக இருந்தது. மக்களும் மண் சார்ந்த பொருட்களும், அறம் சார்ந்த வியாபாரமும் புது உலகமாக இருந்தது அவனுக்கு. ஒவ்வொரு வாரமும் தாத்தாவுடன் சந்தைக்கு வந்து விடுவான். அவரிடம் பலவிதமான கேள்விகளைக் கேட்டு அவர் தரும் பதில்கள் சரியா என்று யோசித்துப் பார்ப்பான். இல்லை என்று சொன்னால் மீண்டும் பல கேள்விகளைக் கேட்டு திருப்தி அடைவான்.

சந்தையில எல்லாப் பொருளும் கிடைக்குமா, தாத்தா என்னென்ன? பொருள் எல்லாம் வச்சிருப்பாங்க, எதற்கெல்லாம் தனித்தனியா சந்தை இருக்கும்? மாட்டுச்சந்தை, ஆட்டுச் சந்தை, அரிசி மளிகை, பொருள், மீன் சந்தை, பூச்சந்தை செடிகள், சந்தை மரச்சாமான்கள் பழைய இரும்பு, சாமான்கள் வீட்டுக்கு தேவையான உபயோக பொருள்கள் அவ்வளவு ஏன் மனிதர்களை விற்கக்கூடிய அடிமை சந்தை என்று அவர் சொன்னபோது அவன் திகைத்தான்

என்னது மனிதர்களை விற்பார்களா? என்ன தாத்தா சொல்றீங்க? வீட்டு வேலை செய்வதற்கு பெரிய பெரிய பணக்காரர்கள் கொத்தடிமையாக நிறைய மனிதர்களை வைத்திருப்பார்கள். இன்றும் கூட சில பண்ணையார் வீட்டில் அடிமையாக சிலர் வேலை பார்ப்பது அந்த பழைய இழிவான முறைதான். டிவில பழைய எம்ஜிஆர் படம் ஆயிரத்தில் ஒருவன் படத்தில் பார்த்திருப்பே... படங்கள்ள இது காமிக்கிறாங்க. அது மட்டுமில்லாமல் அரிச்சந்திர புராணத்தில் மனிதர்களே விற்கக்கூடிய இழிநிலையை எழுதியிருப்பார்கள். ஏழை மக்களின் வாழ்க்கையையே சுரண்டும் எவ்வளவு துயரமான செயல் இது வசதி படைத்த பணக்காரர்களுக்கு காலம் முழுவதும் உழைத்து, உழைத்து முன்னேற முடியாமல் போகிற அவல நிலை. பழைய ஓலைச்சுவடி ஒன்று எனக்கு கிடைத்தது. அதில் மூன்று தலைமுறையாக மாயாண்டி என்பவர் 16 முதலாளியிடம் மாறி மாறி வேலை செய்து ஓடாய் உழைத்து வாழ்க்கை முழுவதும் தொலைத்த கதையை அவர் எழுதி வைத்திருந்தார். அந்த ஒரு சந்தையைத் தவிர மற்ற எல்லா சந்தையும் எனக்குப் பிடித்தமான சந்தைதான். சந்தை என்பது மக்களின் ஆகர்சனம் வாழ்வியல் பண்பாடு தன் பேரனுக்கு இவற்றையெல்லாம் சொன்னார் இன்பசேகரன்.

மதுரை மாவட்டம் மேலூர் அருகில் உள்ள கிராமங்களில் இன்னும் கொத்தடிமை முறை உள்ளது. தஞ்சாவூரின் சில பகுதிகளிலும் இருப்பதாகச் சொல்கிறார்கள் என்று வேதனையோடு தாத்தா சொன்னதைக் கேட்டுக் கொண்டிருந்தான் விஷ்ணு பிரபாகர். அதை விட பெரிய கொடுமை சந்தைகளில் அவர்களை வரிசையாக கொண்டு வந்து நிறுத்தி, ஒரு தரம், இரண்டு தரம் என்று விலை நிர்ணயம் செய்து ஏலம் போட்டு விற்கின்ற அவலம் மிகவும் துயரமானது. மிகப்பெரிய துயரம், கணவன் இருக்கும்போதே மனைவியையும், மனைவி இருக்கும் போதே கணவனையும் குழந்தைகளையும், அடிமைகளாகக் கருதி மாறிமாறிப் போட்டு விற்கின்ற துன்பமான சூழலை எல்லாம் பிரிட்டிஷ் கெஜட்டில் எழுதி வைத்திருக்கிறார்கள். அவற்றைப் படித்துப் பார்க்கும்போது எனக்குக் கண்முன்னே அந்தக் காட்சி தெரிந்து ரத்த கண்ணீர் வந்தது.

மனிதர்களை, மனிதர்களாக மட்டுமே மதிக்கக்கூடிய சூழல் உருவாக வேண்டும். எல்லா மனிதர்களும் ஒன்றுதான் என்பது

எத்தனை நூற்றாண்டுகளுக்குப் பின் அவர்களுக்குத் தெரிந்திருக்கிறது இன்னும் பல பேருக்குத் தெரியவில்லை என்பது வேதனை. கண்ணாடியைத் துடைத்து மறுபடியும் மாட்டிக் கொண்ட தாத்தா இன்பசேகர்.

எனக்குத் தேநீர் குடிக்க வேண்டும் போல் இருந்தது. அவர்கள் சந்தையில் உள்ள பொருள் எல்லாம் வாங்கிக் கொண்டு சுகமாக நலம் விசாரிக்கும் எல்லா கடைக்காரர்களையும் ஒருகணம் நலம் விசாரித்துவிட்டு வெளியில் வந்து செல்வம் காப்பி பாரில் நின்றார்கள்.

செல்வம் காபி பார் சந்தைக்கு அருகில் வெளியே இருக்கும் டீக்கடை என்று சொல்வதைவிட நம்பிக்கை உற்சாகம் பிறக்கும் இடம் என்று சொல்லலாம். உடல் சோர்வை மட்டுமல்ல மனச்சோர்வையும், போக்கத்தான் எத்தனை காபிக் கடைகள் இருக்கின்றன.

கடையின் பெயர் செல்வம், காபி பார் என்று இருந்தாலும்கூட அங்கிருப்பது குமார் மற்றும் துரை இரண்டு பேர்தான். இருவரும் அண்ணன் தம்பிகள். மாறிமாறி அந்தக்கடையில் இருப்பார்கள். கடுமையான உழைப்பாளிகள். அடி பம்பில் தண்ணீர் அடித்து கழுவிக் கொண்டு இருப்பார்கள். பாடல்கள் பலவிதங்களிலும் நேரத்திற்கு தகுந்தபடி கலவையானதாகவும், சுவையானதாகவும் ஒலிக்கும். கடையில் குமார் இருந்தாலும் சரி துரை இருந்தாலும் சரி இருவருமே வாடிக்கையாளர்களை உறவு வைத்து அழைப்பது வழக்கம்.

“வாங்க மாமா... வாங்க சித்தப்பா.... வாங்க அண்ணே... வங்க பெரியப்பா என உறவுகளாகவே அன்பொழுக அழைப்பார்கள். சந்தையில் உள்ள பெண்கள் தூக்குவாளியில் தேநீர் வாங்க வருகின்றபொழுது கூடுதலாகப் போட்டு கொடுப்பார்கள் காசு அப்புறம் தருவதாக சொன்னாலும், அவர்கள் பெரிதாக எடுத்துக் கொள்வதில்லை

5 மணிக்கு டீக்கடை தொடங்கும் பக்தி பாடல்கள் சீர்காழி கோவிந்தராஜன் டிஎம் எஸ் திருச்சி மகாராஜா இவர்களின் கணீர் வெண்கல குரல்களில் பாடல்கள் ஒலிக்கும். ஒன்பது கோளும் ஒன்றாய்க் காண பிள்ளையார்பட்டி வரவேண்டும். என பாடல் அடுத்த தெருவரைக் கேட்கும்.

டீக்கடையில் ஜீவநாடி வடைதான். செல்வம் காபிக் கடையில் காபி போடுவதற்கு ஆட்கள் நிலையாக யாரும் இருப்பதில்லை மாறிக் கொண்டே இருப்பார்கள்; சில பேர் ஓடி விடுவார்கள்.

ஆனால், தஞ்சை பார்த்திபன் அவள் ஊரோடு சேர்த்துதான் அவன் பேர் சொல்லவேண்டும். செல்வம் காபி பாருக்கு வந்து ஐந்து வருடம் ஆகிவிட்டது. வடையில் அழகன் அவன். வண்ணமா, சுவையா வாசமா எது மக்களைக் கவர்ச்சிகரமாகக் கட்டி இழுக்கிறது.

காலையில் கிடைக்கும் இனிப்பு அப்பம், மெது வடை, மசால் வடை உளுந்த வடை, வெங்காய வடை, தவலை வடை, பருப்பு வடை, போண்டா, இதனோடு சோமாசும் ஒட்டிக் கொண்டது. வடை சாப்பிடக்கூடாது கொலஸ்ட்ரால் அதிகமாகி விடும் என்ற வைராக்கியம் வைத்திருப்போரும் கடையில் வடையைப் பார்த்தவுடன் அதன் கவர்ச்சியில் மயங்கி இரண்டுக்கு மேல் சாப்பிடுவதும் உண்டு.

வடையின் சுவையை விட, தஞ்சை பார்த்திபனின் பேச்சு சுவாரசியமானது. எல்லோரிடமும் இயல்பாய் நகைச்சுவை நக்கல் நையாண்டியோடு பேசக்கூடிய அற்புதமான சரக்கு மாஸ்டர் தான் தஞ்சை பார்த்திபன். யாராவது அவன் பெயர் கேட்டால் தஞ்சை பார்த்திபன் என்றுதான் முழுவதும் சொல்லுவான். கொஞ்சமும் சோகம் எதுவுமே இல்லாமல் மனதை இப்பொழுதும் இளமையாக வைத்திருப்பதற்கு மிகப்பெரிய வலிமை வேண்டும். அது மட்டும் அவ்வாறு இல்லாமல் தன்னைப் பார்க்க வரும் எல்லோரையும் அதே மாதிரி மாற்றக்கூடிய திறமை தஞ்சை பார்த்திபனுக்கு உண்டு.

18

குமார் ஒருமுறை சொந்தக்காரரின் கிடாவெட்டு நிகழ்ச்சிக்கு சிவகாசிச் சென்றபோது, சமையல் கலையில் தூள் பரப்பிக் கொண்டிருந்தார் தஞ்சை பார்த்திபன். ஒரே சிரிப்பும், பேச்சும் கும்மாளமும் அவர் வேலை பார்ப்பது மாதிரியே தெரியவில்லை. எல்லாம் முடித்து பந்தி பரிமாற எல்லோரும் ஆயத்தமானார்கள். பம்பரமாய் அங்குமிங்கும் ஓடியாடி எல்லோருக்கும் சிரிக்கச் சிரிக்க பரிமாறி அனைத்து வேலையும் பார்த்தவன் தஞ்சை பார்த்திபன்.

குமார் இதுவரை சாப்பிட்ட எந்த ஒரு இடத்திலும் இவ்வளவு சுவையில்லை பெரிய பெரிய விசேஷங்கள் எவ்வளவு பெரிய பெரிய ஹோட்டல்கள் பல இடங்களில் சாப்பிட்ட போதும் அவற்றை எல்லாம் தூக்கிச் சாப்பிடும் விதமாக தஞ்சை பார்த்திபனின் கைவண்ணம் இருந்தது. எல்லோரும் சாப்பிட்டு முடித்த பின்பு அனைத்தையும் பொறுமையாக நிதானமாக எடுத்து வைத்து மீத சாமான்களையெல்லாம் வீட்டுக்காரிடம் ஒப்படைத்து, சென்றார். நெத்தி நிறைய பட்டை நடுவில் சந்தனமும் குங்குமமும் கலர் கலரான வேட்டி அரைக்கைச் சட்டை அவ்வளவுதான் தஞ்சை பார்த்திபன்.

சாப்பாடு ரொம்ப அருமையா இருந்தது. இதுவரைக்கும் இப்படி ஒரு சாப்பாட்டு நான் சாப்பிட்டது இல்லைங்க... நீங்க எந்த ஊரு... எங்க தொழில் கத்துக்கிட்டீங்க... உங்க பேர் என்ன? ஊர் என்ன என்று குமார் கேட்டதும், இங்கதான் பக்கத்துல அமெரிக்காவிலிருந்து வாரேன். ஜார்ஜ் புஷ் என்று சொல்லிவிட்டு அவன் சிரித்தான். தஞ்சை பார்த்திபன் அப்படித்தான் நம்மளக் கூப்பிடுவாங்க நான் லண்டன் போய் படிச்சிட்டு வரவில்லை. தாத்தா, அப்பா எல்லாரும் சமையல்காரங்க. ஊர் ஊராப் போய் சமைக்கறது தான் என் வேலை. ஒரு நிலையில் இருக்க மாட்டேன் ஒரே இடத்தில் ரொம்பநாள் இருக்கப் பிடிக்காது.

"நான் மதுரையில் சந்தை பக்கத்துல செல்வம் காபிக் கடை. வைத்திருக்கிறேன். பின்னால ஒரு ஓட்டல் திறக்கலாம் என ஒரு யோசனை இருக்கு. இப்போதைக்கு டீக்கடையில வட போடுறதுக்கு மாஸ்டர் வேணும். அப்புறம் பலகாரங்களும் செஞ்சு வைக்கணும் உங்களுக்கு வர சம்மதமா..."

"என்னங்க முதலாளி, ஆரம்பிக்க முன்னாடியே முதலில் சொன்னேன் இல்ல, என்னைப் புரிஞ்சுக்கிட்டு என்னை அனுசரித்து

இருந்தால் நீ சொல்றதெல்லாம் கேட்பேன். உறவுக்காரனா பாரு... பாரு வேலைக்காரனா பார்க்காத அவ்வளவுதான்... சரின்னா இந்தா இப்பவே உன் கூடயே கிளம்புறேன்.

"சரி, எனக்கு உங்கள மாதிரி ஆள் தான் வேணும். எங்க வீட்ல நீங்க தங்கிக்கலாம், தமாஷா சந்தைக்கு வர்ற போற ஆட்கள் கிட்டப் பேசி வியாபாரத்தைப் பார்த்துக் கொண்டா போதும்!" என்று அழைத்து வரப்பட்டவன் தஞ்சை பார்த்திபன். இதோட மூன்று வருஷம் ஆச்சு. வீட்டில் ஒருவனாக உறவுக்கரனாக மாறிப்போனான்.

அவன் வியாபாரம் பெருகியது. இருக்கமான ஆள் வந்தாலும், எவ்வளவு சோகமான ஆள்வந்தாலும் அவர்களையும் ஒரு பொழுது சிரிக்கவைத்து, வியக்கவைத்து, மகிழவைத்து, குளிர்ச்சியாக அனுப்புவதில் தஞ்சைப் பார்த்திபனுக்கு இணை யாருமில்லை.

யார் கடைக்கு வந்தாலும், வாங்க வாங்க நல்லா இருக்கீங்களா உங்கள அவர் கேட்டாரு என்று வேலை பார்த்துக்கொண்டே சொல்வார் பார்த்திபன். யாரு ரஷ்ய அதிபர் புடின்தான். அவர் எதுக்குயா என்ன பாக்கணும்னு சொன்னாரு, உன்னோட பெரிய கூத்துயா... யாராவது கடைக்கு சோகமா வந்தா என்ன மாமா டெபாசிட் போன கட்சி மாதிரி இருக்கீங்க. கப்பலே கவிழ்ந்தாலும் கன்னத்தில் கை வைக்க கூடாதுன்னு சொல்வாங்க... உங்களை யார் இப்படி சோகமாக வரச்சொன்னா? ஒரு வட உருட்டி அடிங்க எல்லாம் சரியாயிடும்.

செல்வம் காபி பார், பார்த்திபன் இல்லாமல் இயங்காது. பக்கத்தில் துரை வைத்திருக்கும் கடையில் புரோட்டா போட்டு கொடுப்பது சால்னா தயாரித்துக் கொடுப்பது மற்ற நேரங்களில் செல்வம் காபி பாரில் தான் இருப்பான் பார்த்திபன்.

அவ்வப்போது சந்தைக்கு உள்ளே சென்று கொத்தமல்லி கறிவேப்பிலை புதினா, இஞ்சி பச்சைமிளகாய், வாழைக்காய் கத்திரிக்காய் உருளைக்கிழங்கு இவற்றையெல்லாம் வாங்கிவர செல்வான். அங்கே உள்ளேயும் நகைச்சுவைதான். என்னை எப்ப கட்டிக்கிறே, நமக்கு எப்பக் கல்யாணம் என்று கிழவிகளைக் கிண்டல் செய்வான்... போடா. நாங்க இருக்கிற நும்பளத் தல... நீ வேற என்று பொக்கைவாய் தெரியச் சிரிப்பார்கள்.

பெருசுகள், கிழவிகள் செல்வம் காபி கடைக்கு வருகின்ற பொழுது பார்த்திபன் பார்த்துக் கொண்டிருந்தால், கொஞ்சம் கூட விடுவான். 2-வடைக்கு காசு கொடுத்தால் நான்கு வடை கட்டிக் கொடுப்பான்.

19

ராமசாமி ஐயா, ஒருமுறை செல்வம் காப்பி பாரு கடைக்கு வந்து மிகவும் சோகமாகக் காணப்பட்டார். என்ன அண்ணாச்சி எப்படி சந்தோஷமா இருப்பீங்க, முகத்தில் என்ன கவலை சொல்லுங்க நம்மளால முடிஞ்ச உதவி செய்ய முடியுமான்னு பார்ப்போம். பொண்ணுக்குக் கல்யாணம் பெரிய இடத்துல நிச்சயம் செய்து விட்டேன் நிறைய செலவாகும் போல தோணுது கையில பணம் கம்மியா இருக்கு என்ன செய்யலாம்னு யோசிக்கிறேன்.

வாங்க காலார நடந்து வாக்கிங் போயிட்டு வருவோம் என்று சொல்லிக் கொண்டே என்ன நிலவரம் எல்லாத்தையும் தெளிவாகக் கேட்டான் பார்த்திபன். ஒன்னும் பிரச்சனை இல்ல நமக்கு தெரிஞ்ச மளிகைக் கடை இருக்கு மூணு மாசத்துக்கு கடன, வாங்கி தரேன் சமையல் வேலையெல்லாம் நானே பாத்துக்கிறேன், அப்புறமா நீங்க பணம் குடுங்க! நீங்க ஏற்பாடு செஞ்ச கல்யாண மண்டபம் கொஞ்சம் விலை உயர்ந்தது.

அதை கேன்சல் பண்ணிட்டு வேற ஒரு கம்மியான விலையில் அடுத்தத புக் பண்ணிக்கலாம். இப்ப நான் சொன்ன வகையிலேயே 50 ஆயிரத்திலிருந்து ஒரு லட்சம் வரைக்கும் குறையும். பார்த்திபா நீ சொல்றதெல்லாம் சரிதான் அதேமாதிரி செஞ்சிடலாம். ஆனா சாப்பாடு விஷயம்தான் கொஞ்சம் யோசனையா இருக்கு ஒரு பெரிய சமையல் காண்ட்ராக்டர் கிட்ட இதெல்லாம் ஒப்படைங்கன்னு சம்பந்தி வீட்ல சொன்னாங்க. அவர் அதிகமா பணம் கேட்டார். அவர் கிட்டக் கொடுக்காம எப்படிச் சமாளிக்கிறது நாளைக்கு ஏதாவது குத்தம் குறை வந்துருச்சுன்னா... அவங்களை எப்படி என ராமசாமி இழுத்தார். என் மேல நம்பிக்கை இருக்கா என்னை எங்க இருந்து குமாரும், துரையும் கூட்டி வந்தாங்க தெரியுமா? விடுங்க பெரியவரே, எங்களை நம்பி... நான் 500க்கும் மேற்பட்ட கல்யாணம் செஞ்சு வெச்சிருக்கேன்.

தஞ்சை பார்த்திபன் திட்டமிட்டு கொடுத்தபடியே ராமசாமி ஏற்பாடுகளைச் செய்தார். ஆனாலும் மளிகை, சமையல் இவற்றில் அவருக்குச் சந்தேகம் இருந்து கொண்டுதான் இருந்தது. இவரிடம்

அவன் வாக்கு கொடுத்து விட்டான். என்னை உறவு நினைச்சு சொன்னீங்கன்னா உரிமையா எல்லா வேலைகளும் செய்வேன்.

பேச்சில் மட்டுமல்ல அவன் செயலும், சிறப்பாகத்தான் இருக்கும். மளிகைக் கடையில் சென்று மூன்று மாதத்திற்கு கடனில் பொருளை வாங்கி வந்தது பூக்கடை, காய்கறி கடை, பால் கடை என்று எல்லாவற்றிலும் பழக்கத்தால் சாதுரியத்தால் குறைவான விலையில் பேசி எவ்வளவு குறைத்து வாங்க முடியுமோ அவ்வளவு குறைத்து வாங்கி கொடுத்து நிறைய பணம் மிச்சப்படுத்தி ராமசாமியை ஊக்கப்படுத்தி உற்சாகப்படுத்தினான்.

இரண்டு நாள் செல்வம் டீக்கடைக்கு லீவு சொல்லிவிட்டு தனது மகளுக்குக் கல்யாணம் போல ஓடி ஓடி வேலை செய்தான் பார்த்திபன். 2 பெண்களை உதவிக்கு வைத்துக் கொண்டு ஒட்டுமொத்த சமையலையும் செய்து கொண்டிருந்தான்.

பரிமாறுகின்ற வேலைக்கு கேட்டரிங் பாய்ஸ் வைத்துக் கொள்ளுங்கள், காய்கறிகளை எல்லாம் வரிசையாக அடுக்கி வரிசையாக அவன் வைத்திருக்கும் அழகைப் பார்த்தால் எல்லோரும் வியந்து போவார்கள். இரவு 300 பேருக்கு டிபன் அவன் செய்த மெனுக்களைப் பார்த்து, மசால் தோசை, இட்லி, நான்கு வகை சட்னி, சப்பாத்தி குருமா, பாதாம் பால், பீட்ரூட் அல்வா அசத்தலான மெனு எல்லோரும் பாராட்டி விட்டு யார் சமையற்காரன் எனக் கேட்டார்கள். அதுவரை அரைகுறையாக நம்பிக் கொண்டிருந்த ராமசாமி பயத்திலும் கவலையிலும் இருந்த நிலை மாறி சற்று ஆசுவாசப்படுத்தி கொண்டு இருந்தார்.

மறுநாள் காலையிலும் பம்பரம் போல சுற்றிக் கொண்டிருந்தான் பார்த்திபன். உடம்பில் அலுப்பு இருந்தாலும் முகத்தில் காட்டிக் கொள்ளவில்லை. இயந்திரம் போலவே இயங்கிக் கொண்டு இருந்தான் இரண்டு பெண் உதவியாளர்களுக்குக் கட்டளையிட்டுக் கொண்டிருந்தான்.

அவன் திட்டமிட்டபடியே அனைத்தும் சிறப்பாக நடந்தது. காலை டிபன், மதிய உணவு சிறப்பான சமையற்காரரே செய்திருந்தாலும் இதனைப் போல இருக்காது என்று எல்லோரும் பாராட்டினார்கள். பாயசத்தில் சுவை, வடையின் சுவை, கூட்டு பொரியல், அப்பளம், ரசம், சாம்பார் என அத்தனையும் துரிதமாக ஐந்து நட்சத்திர ஓட்டல் தரத்தில் இருந்தது. வந்தவர்கள் எல்லோரும் எல்லா விதத்திலும் பாராட்டி சென்றார்கள். உதவிகளைச் செய்தது மட்டுமல்லாமல் பெண்ணுக்கு இரண்டு

பவுன் தங்க செயினை பார்த்திபன் கொடுத்தான். ராமசாமியின் கண்கள் குளமானது. செய்ததை எல்லாம் நினைத்து பின்பு அருவியானது நீ வேலைக்காரன் இல்ல என் உறவுக்காரன். எப்படி முடியும் என நினைச்ச ஒரு விஷயத்தை இப்படியும் செய்ய முடியும்னு சொன்னது மட்டுமல்லாமல், செஞ்சுகாட்டிட்டப்பா பெரிய விஷயம் கூட பொறந்த அக்கா, தங்கச்சி கிட்ட அண்ணன் தம்பி கிட்ட சொந்தக்காரங்க கிட்ட போய் நான் கடன் கேட்டபோது எதுக்கு பெரிய இடத்துல சம்பந்தம் பண்ற என்று எனக்கு யோசனைதான் சொன்னாங்க.

நல்ல சம்பந்தம் நம்ம பொண்ணுக்கு அமைந்தால் சிறப்பாக இருக்கும் என்ன செய்யறதுன்னு தெரியாம கையைப் பிசைந்து கொண்டு செல்வம் காபி பார் டீ கடைக்கு வந்த போது உன்னை பார்க்கலைன்னா இந்தக் கல்யாணம் நடந்து இருக்குமா... சத்தியமா சொல்ல முடியாது. ரொம்ப செண்டிமெண்ட போடாதீங்க சொத்தில் ஒரு பங்கை என் பேர்ல எழுதி வையுங்க பார்ப்போம் என நக்கலாகக் கேட்டுச் சிரித்தான்.

கண்டிப்பா ஒரு நாள் எழுதி வைப்பேன். அன்னைக்கு நான் யாருன்னு தெரிஞ்சுக்குவ. தாம்பூலப் பையை வாங்கிக் கொண்டு ஒரு ரூபாய் கூட காசு வாங்க மாட்டேன் என்று விடாப்பிடியாக எல்லோரையும் ஆனந்தக் கண்ணீரில் அழ வைத்து விட்டு பார்த்திபன் திருமண வீட்டை விட்டு வெளியே வந்தான். சந்தை முழுக்க பார்த்திபன் பேச்சுதான் எப்படி ஒத்தை ஆளா ராமசாமி ஐயா வீட்டு கல்யாணத்தை நடத்தி வைத்தான். சமையலைப் பற்றி எல்லோரும் புகழ்ந்து பேசினார்கள்.

இந்த ஊருல பார்த்திபன் பேச்சாகத்தான் இருந்தது. அந்த ஊரிலேயே பிறந்து இங்கேயே வளர்ந்து ஒரு சொந்தக்காரன் கூட செய்ய முடியாத விஷயத்தை யாரோ ஒரு மனுஷன் செஞ்சு வச்சாங்க... இவன்தான் என் கடவுள். சந்தையில் இருக்கும் வியாபாரிகள் எல்லாம் பேசிக் கொண்டார்கள். கவலை தோய்ந்த முகத்துடன் இருந்த பேச்சியம்மா காதில் இவர்கள் பேசிய விஷயம் விழுந்தது. இரண்டு வார காலமாக நிக்கோலஸ் மதுரை பக்கம் வரவே இல்லை.

இரண்டு கடிதம் போட்டும் பதில்கள் இல்லை. சாலமன் கூட வரவில்லை. ராமேஸ்வரத்தில் இருந்து மீன்கள் கொண்டுவரும் லாரி ஓட்டுனர்கள், இடம் கேட்டுப் பார்த்தாள் அவர்களுக்கும் பதில் தெரியவில்லை. என்ன செய்வதென்று தெரியாமல் மனம்

ஒரு நிலையில் இல்லாமல் தடுமாறியது. பட்லர் பொன்னையாவிற்கும் வயதாகிக் கொண்டே வருகிறது. ஆட்களைச் சமாளிப்பது பெரும் பாடாக இருக்கிறது. பேச்சியம்மாளுக்கு ஒரு துணை இல்லாமல் இந்த ஊரில் வாழ்வது எவ்வளவு கடினமான காரியம்.

பார்க்கிறவர்கள் கண்களிளெல்லாம் தப்பிப்பது பெண்களுக்குப் பெரும்பாடு. வியாபாரம் செய்யும் நோக்கில் கையப் பிடிப்பவன், அங்கு எங்கே திரும்பும்போது உடலில் தெரியும் பாகங்களைப் பார்த்து எச்சில் ஒழுக விடுபவன், நேரடியாகவும், மறைமுகமாகவும் கட்டிலுக்கு அழைக்கும் காமுகர்களைக் கடப்பது அவ்வளவு எளிதான காரியமல்ல. சொந்த சோதனைகளைச் சொல்லி அழவும் துன்ப வேதனைகளில் துவண்டு விடாமல் இருக்க உறுதுணையாகவும் ஒரு ஆள் தேவைப்படுகிறான்.

மனதில் ஆசையை விதைத்து விட்டுச் சென்றவன் கடலோடு அலைகளோடு என் பேரை உச்சரித்துக் கொண்டு இருப்பான் ஊருக்குச் சென்ற கனகா வெளிநாடு செல்லப் போவதாக தகவல் கொடுத்தாள். இன்னும் 15 நாள்ல நான் கிளம்பப் போறேன். பிறகு மூணு மாசம் கழிச்சு தான் சிங்கப்பூரிலிருந்து வருவேன். வெளிநாடு போவதற்குள்ள உன் கல்யாணத்தைப் பார்த்துட்டு போலாம்னு ஆசைப்படுறேன் நானும் பலமுறை பல மாதிரி பலவிதமாக கேட்டு பாத்துட்டேன். ஆனா, நீ ஒன்றும் சரியாகப் பிடி கொடுத்து பேச மாட்டேங்குற எல்லோரும் கேட்கும் கேள்விதான்.

கனகாவுக்கு மட்டும் எங்கிருந்து பதில் வரும். தாத்தா மாமா அத்தை பாட்டி இன்னும் பல பேர் கேட்டுக் கொண்டேதான் இருக்கிறார்கள். பதில் என்னிடம் இல்லை. அது ராமேஸ்வரத்தில் இருந்து அல்லவா வரவேண்டும்.. ராமேஸ்வரத்தில் கடல் அலை அடிக்கும் ஒரு தோதான இடத்தில் படுத்து இருந்தான் நிக்கோலஸ் எப்போதும் இல்லாதபடி குடிப்பழக்கம் அவனிடம் இப்போது தொற்றிக் கொண்டது; சரிவர தொழிலைப் பார்ப்பதில்லை வீட்டுக்கும் அப்பப்போ போவதில்லை.

சாலமன் பலமுறை அறிவுரை சொல்லிப் பார்த்தான். அன்பாய் சொல்லியும் பார்த்தான், நிக்கோலஸ் கேட்பதே இல்லை சாலமனுக்கு சொந்த இடத்து பிரச்சனையின் காரணமாக அவன் சென்னை சென்று விட்டான். பத்து நாள் அங்கே தங்க வேண்டிய சூழ்நிலை ஏற்பட்டுவிட்டது.

20

பின்பு அவன் வேலையெல்லாம் முடித்துவிட்டு ராமேஸ்வரம் வந்து இவனைப் பார்த்தான். என்னடா நிக்கோலஸ் ஒரு முக்கியமான வேலையா சென்னை போயிட்டு ராமேஸ்வரம் வர்றேன் நாலஞ்சு நாள்ல சரியாவேன்னு நினைச்சேன் ஏன்டா இப்படி ஆயிட்டே சாலமன் வந்துட்டியா... என் வாழ்க்கை அவ்ளோ தான் டா முடிஞ்சு போச்சு. எங்க வீட்லயும் ஏத்துக்க மாட்டாங்க என்னால மனசளவுல வேற ஒருத்திய ஏத்துக்க முடியாது ஊர விட்டுப் போகனும்னு அவ சொல்றா.

இந்தக் கடலை விட்டு எப்படி நான் மதுரைக்குப் போவேன். அவளை விட்டுவிட்டு எப்படி இங்கே இருப்பேன். இருதலைக் கொள்ளி ஆச்சு என் வாழ்க்கை என்று அவன் அழுதான். டேய் கடவுள் ஒருவர் இருக்கிறவரை எல்லா பிரச்சினைக்கும் தீர்வு இருக்கு. யாரையும் அப்படித் தவிக்க விட்டு ஒரேடியா துன்பத்தை கொடுக்கமாட்டார் கடவுள் எதற்கும் கலங்கக் கூடாது நம்முடைய வேலையைத் தொடர்ந்து செஞ்சு கொண்டே இருக்கணும். கடவுளுக்கு பயந்து நம்முடைய வேலையை நாம செஞ்சிட்டு இருந்தமனா கடவுள் நமக்கு நல்ல அருள் கொடுப்பார்.

நாம பழைய மாதிரி வேலையைத் தொடங்கலாம் என ஆறுதலாய் அவன் பேசியதில் இதமாய் இருந்தது. இல்ல சாலமன் கொஞ்ச நாள் ஆகட்டும் அப்ப நா இங்கே ஏதாவது வேலை பாரு. சும்மா இருந்தா நீ குடிச்சு குடிச்சு செத்து போயிடுவே. சரி கொஞ்ச நாள் நீ சொல்றத கேட்டு நம்ம கருவாடு சந்தையிலே அம்மாவுக்கு உதவியா இருக்கேன். என்னமோ என் மனசு சரியாகும் வரை நான் வெளிய வரல, எப்படி என்றாலும் எல்லா வேலைகளையும் ஒதுக்கி வைத்துவிட்டு மீன் லாரி எடுத்துக் கொண்டு மதுரைக்குச் சென்று பேச்சியம்மாளைப் பார்த்து இவன் நிலவரத்தை எடுத்துச் சொல்லி ஏற்பாடு செய்ய வேண்டும் என்று முடிவு செய்தான் சாலமன்.

பேச்சியம்மாள், செல்வம் காபி கடையில் 1 வட்ட கப் காபி வாங்கி பட்லர் பொன்னையாவிற்கு ஆத்தி கொடுத்துவிட்டு தானும் எடுத்துக் கொண்டாள்

சந்தைக்கு மாட்டு வண்டிகள் வரும் வியாபாரிகள் மாடுகளை இளைப்பாற ஓரத்தில் கட்டி வைப்பார்கள்; இங்கே மொத்தமாக வைக்கோல் படப்பு இருக்கும் இந்த இடத்தைப் பாதுகாக்க ஒருவர் இருப்பார். அவரிடத்தில் பணத்தைக் கொடுத்துவிட்டு வைக்கோல் எடுத்து மாட்டுக்குப் போட்டுவிட்டு வியாபாரிகள் சந்தைக்குள் செல்வது வழக்கம்.

புதிதாய் சாவித்திரி என்ற ஒரு பெண் முந்தானைக்குள் ஒரு பாட்டிலில் சொருகிக் கொண்டு வைக்க படைப்புக்குள் போய் போய் வந்தாள். பலரும் அவள் பின்னாடி சென்று வந்தனர். செல்வம் காபி பாரிலிருந்து இவற்றைப் பார்த்த பேச்சியம்மாள் இவரும் பின்னாடியே போனாள். யாருமா நீ சந்தைக்கு உள்ள சாராயம் விக்கிறியா போலீஸ்ல புடிச்சுக் கொடுக்கவா?

சத்தமான குரலில் பேச்சியம்மா பின் தொடர்ந்து சென்றாள். இங்கே ஒரு ஆள் உட்கார்ந்து கொண்டு வேட்டியில் மறைத்து ஒரு கிளாஸில் சாராயத்தை வேகமாகக் குடித்தான். ஒருவனுக்குப் பாட்டிலில் ஊற்றிக் கொடுத்தால் சாவித்திரி கொஞ்சம்கூட பதட்டமில்லாமல் நிதானமாக ஆமா சாராயம் விக்கிறேன்; இப்போ அதுக்கு என்ன? நீ வேணும்னா ஒரு கிளாஸ் வாங்கி அடி. அத விட்டுட்டு போலீஸ் அப்படி இப்படின்னு சும்மா பயமுறுத்தாத உன் வேலையைப் பாத்துக்கிட்டு போடி என்று காரைபல் தெரிய சாவித்திரி பேச்சியம்மாள் விரட்டினாள். அதற்குள் பட்லர் பொன்னையா பேச்சியம்மாளைத் தேடி அந்தப்பக்கம் வரலானார் இப்போதைக்கு விட்டு விடுவோம். பின்னாடி பார்த்துக் கொள்ளலாம் என பேச்சியம்மாள் முடிவு செய்து வெளியில் வந்தாள். என்ன தாத்தா என்னைத் தேடி இருந்த பக்கம். வரமாட்டானா போயி லாரி வருதா, பொருள் இறக்கலாமா என்னன்னு பாரு. மீண்டும் டீக்கடைக்கு வந்து சாக்குப்பை, கூடை எல்லாம் எடுத்துக் கொண்டு பட்லர் பொன்னையாவும், பேச்சியம்மாவும் சந்தைக்குள் சென்றார்கள்.

இதையெல்லாம் பார்த்துக் கொண்டிருந்த சாலமன் எப்படியாவது பேச்சியம்மாளைச் சந்தித்துப் பேசி விடலாம் என்று யோசித்த பொழுது, தாத்தா உடன் இருக்கிறார் இப்பொழுது எப்படிப் பேசுவது என்று யோசித்துக்கொண்டே அவளைப் பார்த்துக் கொண்டிருந்தான்.

செல்வம் காபி கடையில் தஞ்சை பார்த்திபன் இவனைப் பார்த்துவிட்டான். “என்னங்க” எங்க ஊரு பொண்ணை சைட்

அடிக்க வந்தீங்களா? சந்தையில் பொருள் வாங்க வந்தீங்களா? இல்ல ஆளு தூக்கவந்தீங்களா? என்று அவர் கேட்டுக் கொண்டே அவன் தோளில் கை போட்டார்.

சாலமன் தஞ்சை பார்த்திபனைப் பார்த்தவுடன் முதலில் பயந்தான் பிறகு ஒரு அன்னியோன்னியம் ஏற்பட்டது. சில பேரைப் பார்த்தவுடன் மனத்துக்கு மிகவும் சிநேகமாகத் தோன்றும். இப்படி எல்லோருக்கும் சினேகமாக இருப்பவன் தஞ்சை பார்த்திபன். சாலமன் தயங்கித் தயங்கி நிக்கோலஸ் பேச்சியம்மாள் காதலைப் பற்றிச் சொன்னார். இந்தக் காதலை இரு பெற்றோரும் ஏற்றுக் கொள்ள மறுக்கிறார்கள். காதல் திருமணத்தில் முடியாதா என்று இருவரும் கிடந்து துடிக்கிறார்கள். சாலமன், குடிபோதையில் தன்னையே அழித்துக் கொண்டிருக்கும் நண்பன் நிக்கோலஸை நினைத்து கவலைப்பட்டு கண்ணீர் சிந்தினான்.

தஞ்சைப் பார்த்திபன் சாலமனிடம் "இந்தாங்க, டீ குடிங்க... எதுக்கு இப்ப கண்ணைக் கசக்கிட்டு... எங்கிட்ட சொல்லிட்டீங்களே கூட்டணி சேர்த்து விடுவோம்.

பேச்சியம்மாளைச் சகோதரி போல நினைத்தான் தஞ்சைப் பார்த்திபன். அவள் இரண்டொரு முறை தன் காதல் கதையை அவரிடம் சொல்லி இருக்கிறாள். அப்பொழுது ராமசாமி ஐயா மகள் கல்யாணத்தில் தான் பார்த்திபனின் வேலைகளையெல்லாம் பார்த்து இதே மாதிரி உங்க தங்கச்சிக்குக் கல்யாணம் செஞ்சு வைப்பீங்களா என்று கேட்டாள். நீ யாருன்னு தெரியாது என்னுடைய தங்கச்சின்னு சொல்லிட்ட, பாக்குறதெல்லாம் உறவுக்காரன்னுதான் நினைக்கிறவேன் நான் நீயாக வந்து சொல்லும் போது விடுவானா. உனக்கு என்ன மாப்ள பார்க்கணுமா? என்ன மாதிரி மாப்பிள்ளை வேணும்? செலவு பிரச்சனையா? பணம் கொடுக்கணுமா? எவ்வளவு பணம்? பணம் நீ வச்சிருக்கியா? எடுத்து செய்யணுமா? நானே எடுத்து செய்யட்டுமா? இல்ல பெரியவங்க கிட்ட பேசணுமா? என்று ராமசாமியின் மகள் கல்யாணத்தில் சமையல் செய்து கொண்டே அவன்தான் பேசினான் கல்யாண மேள சத்தத்தில் அவன் பேசுவது சரியாக கேட்கவில்லை. ஒருநாள் காப்பிக் கடைக்கு வாங்க பேசி முடித்து விடலாம் என்று சொன்னான். அவனை நம்பி தன் அண்ணனைப் போல நினைத்து பேச்சியம்மாள் நிக்கோலஸ் கதையைப் பற்றிச் சொன்னாள் நல்லா இருக்கே வண்டி ராமேஸ்வரம் கிளம்பனும் இந்த நேர போய் பேசி முடித்தால் தான் முடியும்.

ஆளுபேரு, ஊரு பேரு, வீட்டு அட்ரஸ் இதெல்லாம் என்கிட்ட குடு. செல்லமுத்து அண்ணனுக்கு அத்தனையும் தெரியும் அவரையும் கூட கூட்டிட்டு போங்க. சாலமன், பேச்சியம்மாள் வீட்டுக்குச் சென்று பெரியோரிடம் பேசுவதற்கு ஆயத்தமானான். தாத்தா பட்லர் பொன்னையா பாட்டி அம்மா இருவரிடமும் நிக்கோலஸ் குடும்பம் பற்றியும் அவர்களுக்கு இருக்கும் வசதி பற்றியும் அவர்களின் குடும்பம் பற்றியும் அவன் பேச்சியம்மள் மேல் உயிராய் இருப்பதைப் பற்றியும் எடுத்துக் கூறினான். திருமணமே வேண்டாம் என்று இருந்த அவன் அவளைப் பார்த்தவுடன் எப்படி திருமணத்திற்குச் சம்மதித்தான் என்பதைப் பற்றியும் விரிவாக எடுத்துச் சொன்னார். மட்டுமல்லாது நிக்கோலஸுடைய உழைப்பு அவன் அவள் மேல் வைத்திருக்கும் ஆசை, மறுபடியும் அவன் மதுரைக்கு வந்து தொழில் நடத்துவதற்குப் பேச்சியம்மாள் கூடவே இங்கேயே இருக்கப் போகிறான் என்ற செய்தியும் சொன்னவுடன் பட்லர் பொன்னையா அதிசயித்துப் போனார். நீங்க இவ்வளவு சொன்னதுக்கு அப்புறம் எங்க வீட்டுபொண்ணு நீங்க சொல்ற பையன விரும்புறேன்னு சொன்னதுக்கு அப்புறம் அவனும் அவள் மேல் உயிராய் இருக்கிறான். சொன்னப்புறம் அதுக்கு மேல என்ன வேணும்? நானும் காலாகாலத்துல என் கடமையை முடிச்சு கண்ண மூடுற வழியைப் பார்க்கணும். துன்பத்திலும் துயரத்திலும் வளர்ந்த பொண்ணு. அவள, நல்லபடியா பார்த்தாகிட்டா போதும் அவர் பேசியதும் சாலமனுக்கு உயிர் வந்தது போல் இருந்தது அடுத்த கட்ட விஷயங்கள் என்ன யாரைப் பார்க்கணும் யாரிடம் பேசவேண்டும் என்று பொன்னையா சொன்னார். சந்தையின் வடிவம் லேசாக மாறத் தொடங்கியது; ராமச்சந்திரன் என்பவர் வடநாட்டிலிருந்து சில பழங்களை எல்லாம் கொண்டு வந்து வைத்தார். எல்லாம் செயற்கை முறையில் உருவானவை; நீண்ட நாள் அழுகாமல் இருப்பதற்காகத் தயாரிக்கப்பட்டவை.

குறைவான விலையில் வடநாட்டுக்காரர்கள் அவருக்குக் கொடுத்து வியாபாரத்தைப் பெருக்கி அதன் மூலம் தமிழகத்தில் கால் பதிக்க அதற்கான சரியான ஆளை சில ஆண்டுகளுக்கு முன்பு தேடித்தேடி ராமச்சந்திரனைக் கொடுத்து வியாபாரம் செய்ய வைத்தார்கள். சந்தையில் ஒரு பகுதியில் புதிதாகப் பிளாஸ்டிக் பொருட்கள் வந்து இறங்கின. பிளாஸ்டிக் பொருள்கள் பல வண்ணத்தில் பல வடிவங்களில் தேவைக்கேற்றபடி இருந்தன.

மக்களின் தேவையைப் புரிந்து அவர்களின் வாங்கும் திறன் அறிந்து அழகழகான, கவர்ச்சிகரமான இந்த பிளாஸ்டிக் பொருட்கள் மக்கள் மத்தியில் இறக்கி அவர்களைப் பிளாஸ்டிக்குக்கு மயங்கும் வண்ணம் செய்தார்கள்.

முன்பெல்லாம் வீடுகளில் கிணறுகள் இருக்கும். தொழிற்சாலைகள் அதிகமாக வந்த காரணத்தினால் வீட்டில் உள்ள கிணறுகள் எல்லாம் மூடப்பட்டன. பெருநகரங்களின் வீடுகளில் இருந்த கிணறுகள் எல்லாம் மூடப்பட்டன ஒரு காலம் குடிநீர் தேவைக்காகத் திறக்கப்பட்ட கிணறுகள்; அவை தூர்ந்து போன நிலையில் மூடப்பட்டன. விவசாயத்தில் பெரும் மாற்றம் போர்வெல் ஏற்படுத்தியது. அதன் மூலம் அடைந்த நன்மையை விட அடைந்த தீமைகள் அதிகம். அவளைப் போலவே சமூக வெளிகளில் மக்கள் வாழ்க்கையில், இந்த போர்வெல் வீடுகளில் வந்தபொழுது ஏற்பட்ட மாற்றங்கள் அத்தனையும் நன்மை தருவதைவிட தீமை தான் அதிகம். இயற்கைக்கு மாற்றாக எல்லாம் மாறியது நீரும் மாறியது; என்று போர்வல் வந்ததோ அன்று மேலே தொட்டி அமைக்க பிளாஸ்டிக் டேங்க்ஸ் சின்டெக்ஸ் டேங்க் உருவாக, கருவானது. அதை வைத்து எத்தனை தொழில்கள் எத்தனை தொழிலாளர்கள் உள்ளே வரத் தொடங்கினார்கள்.

தங்கள் பொருட்களை அறிமுகப்படுத்த தங்கள் வியாபார தளத்தைத் தமிழகத்தில் ஏற்படுத்த நாட்டுக்காரர்கள் செய்த சதி கொஞ்சநஞ்சமல்ல நிறைய, விற்பனைக்குக் கடன் கொடுத்தால் குறைந்த வட்டியை பெற்றுக் கொண்டார்கள். மேலும் நிறைய இலவசங்களை அள்ளித் தந்தார்கள். மேலும் லாபத்தில் அதிகப்பங்கு முதலில் வாங்கி கொடுத்தார்கள். அதற்கான தேவைகளை உருவாக்கினார்கள். நமது பாரம்பரிய சந்தையில் அந்நிய முதலீடுமெல்ல மெல்ல தன் கோரப் பற்களைக் காட்டியது புதிதாய் நாம் பார்த்துப் பார்த்து கட்டிய வீட்டில் பல்லி எப்படியாவது உள்ளே வந்து விடும்; நாம் வீடு கட்டியது பல்லிக்கு எப்படித் தெரியும்? பல்லி உள்ளே நுழைந்தால் கூட பாதகமில்லை. பெருச்சாளி உள்ளே நுழைந்து சமையலறையில் உள்ள பொருள்களை எல்லாம் பந்தாடி பாடாய்படுத்தி விடும்.

அப்படி ஏதும் அறியாத அப்பாவி மக்களை இரும்புக் கரங்களால் கொடூரப் படுத்தி ஆதிக்கம் செலுத்தி வந்தனர். வடநாட்டுக் காரர்கள். பொதுமக்களுக்குக் காய்கறிகளை விலை குறைவாய் கொடுக்க வேண்டும் அவர்களின் மகிழ்ச்சியே நமது

வியாபாரம் என நினைத்துக் கொண்டு இருந்தவர்களுக்கு சூட்சுமத்தையும் சொல்லிக் கொடுத்தவர்கள் அவர்கள் நல்ல பொருளைத் தரமான பொருளை, அவர்களுக்குத் தேவையான பொருளை விலை குறைவாய்க் கொடுக்க வேண்டும் என்ற சிந்தனையில் மண்ணள்ளி போட்ட காரியத்தைச் செய்தவர்கள். அவர்கள் நமது மண்ணில் விளைந்த இயற்கையானவை தரமானதும், நல்லதும் தேவையானதும் உயர்ந்தது மருத்துவக் குணம் மிக்கதுமாகிய அற்புதமான பொருள் எல்லாம் அழகாக கொண்டு வந்து புதிது புதிதாக பருவ காலத்திற்கு ஏற்றபடி எந்தப் பருவத்தில் எந்தக் காய், எந்தப் பருவத்தில் எந்த பழம் எனநிறம் மாறாமல் குணம் மாறாமல் கொண்டு வந்து சேர்க்கும் சந்தை முறையில்சாத்தான் வந்து புகுந்ததைப் போல சிந்தையில் நஞ்சை கலக்கும் காரியத்தை நெஞ்சை உருக்கும் வஞ்சகக் காரர்கள் செய்துதான் முடித்தார்கள்.

21

சந்தை சுற்றியுள்ள பகுதிகளில் கஞ்சா விற்பனை, சாராய விற்பனை அதிகமானது, நிறைய சமூகக் குற்றங்கள் நடப்பதற்கு அந்தப் பகுதிகள் அதிகமாக இடம் கொடுத்தன என்ற செய்தி பரவ அங்கே புதிதாய் ஒரு காவல் நிலையம் உதித்தது. சாராயம் விற்கும் சாவித்திரி அரசியல் பலத்தோடு இருந்தாள். கட்சியின் வட்டச் செயலாளர் விற்பனையைத் துவக்கி வைத்தார். அவரின் இரண்டாவது மனைவியாக இருக்கும் சாவித்திரி, துணிச்சலாகச் சாராயம் விற்கும் வேலையைச் செய்தாள். சைக்கிள் டயர், டியூப்ல் உன் பெரிய பெரிய மண்பானையில் தூக்குச் சட்டியில் பாக்கெட்டில் சாராய ஆறு தாராளமாய்ப் பெருகியது. அரசியல் செல்வாக்கும் செல்வமும் பெருகியது.

வட்டச் செயலாளர் செல்வா நிறைய பெண்களைக் கஞ்சா கடத்தலில் ஈடுபடுத்தும் வேலையும் செய்து கொண்டிருந்தார். பெண்களின் தொடை இடுக்கில் காலில் அரைக்கிலோ, கால் கிலோ கஞ்சாவைப் பொட்டலமாகக் கட்டி விற்பனை செய்யும் புதிய வகையில் அறிமுகப்படுத்தியது, சமூக குற்றங்களைப் பெருக்குவதற்குக் காரணமாகவும் அரசியலில் பணபலம் பெருகுவதற்கெல்லாம் அடித்தளமாய் இருந்தன.

இந்த நிலையில் உழைக்கும் மக்களைச் சுரண்டும் வேலையை ஏகோபித்த சமூக குற்றவாளிகள் ஒருபுறம், வடநாட்டு சதிகாரர்கள் ஒருபுறம், மாறிவரும் காலச் சூழல் ஒரு புறம் சந்தையை மெல்ல மெல்ல கரையான் போல அரிக்கத் தொடங்கியது

மளிகைக் கடை செல்லமுத்து அண்ணன் தன் வாழ்க்கையில் உதவி செய்த பேச்சியம்மாளுக்கு எப்படியாவது திருமணம் செய்து முடிக்க வேண்டும் என்று கங்கணம் கட்டிக் கொண்டு இருந்தார். அவரும் தஞ்சை பார்த்திபனும் ஒன்றாய் சேர்ந்து ராமேஸ்வரம் புறப்பட ஆயத்தமானார்கள். ஏற்கெனவே மளிகைக்கடை செல்லமுத்து அண்ணன் ராமேஸ்வரம் சென்று நிக்கோலஸ் பற்றி ஆராய்ந்து சொல்லப்போனதால் அவருக்கு அந்த ஊர் மற்ற விஷயங்களும் தெரியும்; பார்த்திபன் தன் வழக்கமான உடையில் கிளம்பினான்

மதுரை ரயில்வே நிலையத்தில் இருவரும் ராமேஸ்வரம் செல்லும் தொடர்வண்டியில் ஏறி அமர்ந்துகொண்டனர். அந்த வண்டி மெதுவாகச் செல்லும் பாசஞ்சர் நிக்கோலஸ் வீட்ல நிறைய பேரு குடும்பத்துல கூட பிறந்த அக்கா, தங்கச்சி அண்ணன் தம்பி அப்பா அம்மா எல்லோரும் கிறிஸ்தவக் குடும்பம். அவங்க தொழிலையும் கடவுள் நம்பிக்கையும் விட்டுக் கொடுக்காதவங்க. இந்தப் பொண்ணு சொல்லுச்சேன்னு ஆசையாப் போயி எல்லாம் பார்த்துட்டு வந்தேன். நல்ல குடும்பம்தான். பையன் நல்ல பையன்தான். அவர்கள் பெற்றோர் இந்தக் கல்யாணத்துக்குதான் ஒத்துக்குவாங்களா எனத் தெரியல. எல்லாரும் அடிப்படையில் மனுசங்க தானே? சாமி ஜாதி, மதம் இதெல்லாம் மனுசப்பய உருவாக்கினது. தானே புரியிற மாதிரி சொன்னா நியாயம் எல்லாரும் புரிஞ்சுப்பாங்க எல்லாருக்கும் ஒன்றுதான்; எந்தவிதமான மாற்றமும் இல்லை. வாங்க, அதெல்லாம் நம்ம சொல்லி புரிய வைக்கலாம் என்று தஞ்சை பார்த்திபன் செல்லமுத்து அண்ணனிடம் சொன்னான்.

அரசியல் சூழ்ச்சிகளும் சாராய வியாபாரமும் மக்களை எவ்வளவு சீரழிக்கிறது, சீரழிவில் சின்னா பின்னமாய்ப் போயிருக்கக் கூடிய என்னையும் ஒரு வியாபாரியா மனுசனாமாத்தியது பேச்சியம்மா. சொந்தக்காரங்க கூட கடன் கொடுக்க யோசித்த நேரத்தில் நகையை அடகு வச்சு மளிகை சாமான் வாங்குறதுக்கு யோசனையும் சொல்லி பெரிய சந்தையில போய் மளிகைப் பொருள் வாங்கி விற்பனை செய்து இன்னைக்கு வெள்ளை வேட்டி கட்டி நானும் இருப்பதற்கு அந்தப் புள்ள தான் காரணம். நானும் கேள்விப்பட்டிருக்கிறேன் உங்களப் பத்தி நிறைய உங்க மளிகைக் கடை நம்ம வட்டாரத்தில் மிகப் பெரிய சிறப்பு ஒவ்வொரு நாள் ஒவ்வொரு இடத்தில சந்தையிலும் நீங்க பொருள் எல்லாம் எடுத்துட்டுப் போய் வித்து, மக்கள் கிட்ட நல்ல பெயர் வாங்கி வச்சிருக்கீங்க என்று பார்த்திபன் செல்லமுத்து அண்ணனை பார்த்துச் சொன்னான். அப்பா நீ மட்டும் என்ன டீக்கடைக்கு வர்றவங்க, செல்லம் காபி பார் ரெக்கார்டு போடுற பாட்டு கேட்கவா போறாங்க? உன் பேச்சில் உள்ள வேடிக்கை பேசுறத கேக்குறதுக்கு நீ சொல்றதக் கேட்டு சிரிப்பதற்கும்தாப்பா... தஞ்சை பார்த்திபன் மதுரை சந்தையில ஒத்தையில தவிக்கிற ஏன் அண்ணே என் கதையைக் கேட்டு கிட்டு தஞ்சாவூர் பக்கத்துல திருக்காட்டுப் பள்ளி எங்க பூர்வீக ஊர். எங்க தாத்தா அப்பா சித்தப்பா

பெரியப்பா எல்லோரும் சமையல்-கலையில் கை தேர்ந்தவர்கள். சுத்துப்பட்டு உள்ள எல்லாப் பகுதிகளுக்கும் கல்யாணம் காதுகுத்து, பெரிய மாநாடு, சடங்கு எழவு என எவ்வளவு பெரிய விசேஷம் ஆனாலும் எங்க தாத்தா சந்தன முத்தையா கையாலதான் சமையல். எங்கள சந்தன முத்தையா குரூப் சமையல்காரர்கள் எனதான் கூப்பிடுவாங்க! சொல்லுவாங்க.

தாத்தாவுக்கு 90 வயசு நான் ஊரவிட்டு வர்ற வரைக்கும் அவர் நல்ல திடகாத்திரமாக இருந்தார். பத்து பேரில் இருந்து 10 ஆயிரம் பேர் வரைக்கும் என்ன என்ன சாப்பாடு? அதை எப்படி எப்படி சமைக்கலாம் என்று பெரிய நோட்டில் எழுதி வைத்திருப்பார். அளவு அத்தனை துல்லியமாக இருக்கும். சின்ன கடுகிலிருந்து எல்லா அளவும் மிகக் கச்சிதமாக, தண்ணி கூட எத்தனை எத்தனை லிட்டர் வேணும்னு அளந்து எடுத்துப் பாரு. அன்னதானம், கோயில் கும்பாபிஷேகம், பெரிய அரசியல் தலைவர்கள் குடும்ப விழாக்கள், என்று பெரிய பெரிய திருவிழாக்களில் நாங்கள் சமைத்துப் பேரு வாங்கி திரிந்தக் கூட்டம், எங்க கூட்டம். தாத்தாகூட எங்க பெரியப்பா, சித்தப்பா எல்லாரும் சமையல் வேலைக்குப் போவாங்க... எங்க அப்பாதான் திறமையான சமையல்காரராக இருந்தார்.

சைவ வகையிலும் சரி, அசைவ வகையிலும் சரி, சின்னசாமி போல சமைக்க முடியாது என பேர் வாங்கியவர் அவரு எங்க அப்பா. தனியா சமைக்கப் போயி நிறைய சம்பாதித்து கல்யாணம் முடிச்சு மூன்று பிள்ளைகளைப் பெற்றார். எனக்கு இரண்டு அண்ணன்கள், நான்தான் கடைக்குட்டி. அஞ்சு வயசுல அண்ணன் தம்பி பத்து வயசுல பங்காளி என யாரோ பலமுறை சொல்றது சரியா இருந்துச்சு.

மூத்த அண்ணனுக்குச் சமையல் வேலையில் இன்ட்ரஸ்ட் இல்ல, எங்கப்பா உழைச்சுச் சம்பாதிச்சு வாங்கிப்போட்ட தென்னந்தோப்பு இருந்தது; இரண்டையும் பார்க்கிறேன் என்ற பெயரில் பாதி நாள் தோட்டத்திலும், பாதி நாள் சீட்டாட்டத்தில் இருப்பார்.

சமையலில் ஈடுபாட்டோடு உழைத்தேன்; தாத்தா சந்தன முத்தையாவின் பெயரையும் அப்பா சின்னச்சாமியின் பெயரையும் தஞ்சை பார்த்திபன்தான் காப்பாத்திக் கொண்டிருக்கிறான் என்று எல்லோரும் பேசுவார்கள்.

எங்க அப்பாவுக்கும், தாத்தாவுக்கும் பெரிய கவலை; இரண்டு மகன்களும் இப்படி சீட்டாட்டத்தில் ரேக்ளா வண்டியில் சொத்து முழுவதும் இழந்து விடும் முன்னர் அவர்களை அதிலிருந்து மாற்றம் செய்ய வேண்டும் என்று திருமணம் செய்து வைத்தார்கள். ஆறுமாத வித்தியாசத்தில் இரண்டு அண்ணனுக்கும் திருமணம் முடிந்தது. எங்கள் வீடு பெரிய வீடுதான், இருந்தாலும் திருமணம் முடித்த கையோடு அவர்கள் ஒன்றாக இருக்கவில்லை; பக்கத்தில் தனித்தனியே வாடகை வீட்டுக்குப் போய் விட்டார்கள். அம்மா அப்பா நான் நாங்கள் மூவரும் தனிய இருந்தோம். இந்த ரயில் வண்டி பரமக்குடியைத் தாண்டி வந்து கொண்டிருந்த போது தஞ்சை பார்த்திபன் கதை சொல்வதை நிறுத்தினான்.

இருவரும் கொண்டு வந்திருந்த கட்டுச் சோற்றை எடுத்து பிரித்து சாப்பிட்டார்கள். கட்டுச்சோறு புளிச்சோறு; கத்தரிக்காய் துவையல்; புளிமண்டி, தயிர் சோறு; மாங்காய் ஊறுகாய்; அசலான செட்டிநாடு சுவை இந்த கைப்பக்குவம் உங்க தாத்தா சொல்லிக் கொடுத்தது என்று செல்லமுத்து அள்ளிக் கொண்டு வழித்து அனைத்து உணவையும் உண்டு முடித்தார். கைகளைக் கழுவி விட்டு வெத்தலை பாக்கு போட்டுக் கொண்டு உட்கார்ந்தார்கள். அதுவரை சுவாரசியமாகவும் உற்சாகமாகவும் கதை சொல்லிக் கொண்டிருந்த தந்தை பார்த்திபன், பின் கதை சொல்லும்போது சோகமாகிட்டான். பாதி நாள் ஊரில் இருப்பது இல்லை, பல ஊர்களுக்குச் சென்று வருமானம் பார்த்துக் கொண்டிருந்தேன்; வருமானம் பார்த்தேன் என்பதை விட எனக்கு பிடித்த தொழிலைச் செய்தேன் என்பதில்தான் எனக்கு மகிழ்ச்சி. அதனால் வீட்டில் ஊரில் நடப்பது பெரும்பாலும் எனக்குத் தெரியாதுதன் வீட்டிலும், ஊரிலும் இருப்பது கொஞ்ச காலம்தான் வீட்டில் இல்லாதபொழுது அம்மா அப்பாவிடம் அண்ணி மார்கள் வந்து அண்ணன்கள் செய்யும் தவறுகளை எல்லாம் சொல்லிப் புலம்புவார்கள்.

அண்ணன்கள் இரண்டு பேர் கூடி, சீட்டாட்டம், ரேக்ளா ரேஸ் என்று சொத்தில் பாதியைக் கரைத்து விட்டார்கள். இப்போது அவர்கள் எண்ணமெல்லாம் சொத்தைப் பிரிக்க வேண்டும், தங்கள் வசம் சொத்துக்களை வைத்துக் கொண்டால்தான் நல்லது, அப்பொழுதுதான் அண்ணன்மார்கள் சொல்வதைக் கேட்பார்கள்.

70 ஏக்கர் நிலமும், இரண்டு வீடும் 15 மாடுகளும் கொஞ்சம் நகைகளும்தான் என் அப்பா சேர்த்து வைத்த சொத்து. இப்போது அவர்கள் எண்ணமெல்லாம் சொத்தைப் பிரிக்க வேண்டும் தங்கள்

வசம் சொத்துக்களை வைத்துக் கொண்டால்தான் நல்லது, அப்பொழுதுதான் அண்ணன்மார்கள் சொல்வதைக் கேட்பார்கள்.

சமையலில் நல்லபடியாகச் சம்பாதிக்கிற காரணத்தினால் எனக்கு பங்கு தரக்கூடாது என்று அவர்கள் முடிவெடுத்து விட்டார்கள். என்னை உறவுக்காரனாகப் பார்க்காமல் பங்குகளை வேண்டாத பங்காளியாக பார்த்தார்கள்; மேலும் இதை நேரடியாகச் சொல்லி இருந்தால் அவ்வளவுதான் இவர்கள் ஆசை என்று முகத்தில் விட்டெறிந்து விட்டு சென்றிருப்பேன்.

ஒவ்வொரு நாளும் என் அம்மாவிடமும், அப்பாவிடமும் வந்து சண்டை போட்டுக் கொண்டு செல்வார்கள். அப்பாவும் அம்மாவும் ஒவ்வொரு நாளும் வேதனைப்படுவார்கள். நாங்க பெற்றது மூன்று நாங்க சம்பாதித்ததை 3 மக்களுக்கும் சரியாக பகிர்ந்து கொடுத்துதான் என் சொத்தைப் பிரிப்பேன். என அவர்கள் பிடிவாதமாக சொன்ன பொழுது எனக்குச் சொத்து தராமல் என்னைக் கழட்டி விடுவதற்கு எப்படி எல்லாம் காய் நகர்த்தினார்கள்.

எனக்குத் திருமணம் செய்து வைக்க கூடாது, திருமணம் செய்து வைத்தால் வருகின்ற மணப்பெண் சொத்தில் பங்கு கண்டிப்பாக கேட்பாள். எனக்கு ஆண்மை இல்லை என்று ஊரெல்லாம் பரப்பிவிட்டு பொண்ணு யாரும் கொடுக்காமல் பார்த்துக் கொண்டார்கள். இன்னொன்று எனக்கு திருட்டுப் பட்டம் கட்டி என்னைச் சிறைச்சாலைக்கு அனுப்புவதிலும் மும்முரமாய் இருந்தார்கள்.

இவையெல்லாம் என் காதுக்கு வந்தபோது, இவ்வளவு மட்டமாக நடந்து கொள்ளும் இவர்களின் ஆசை சொத்து தானே சீ என் தாத்தன் கொடுத்த, அப்பன் கற்றுக் கொடுத்த சமையல்கலை இருக்கு உலகம் பெருசு அது முதல் அந்த இடத்தில் நான் இருக்கக் கூடாது, என்று கிளம்பி விட்டேன், என்னை உறவுக்குக்காரனாக யாரெல்லாம் பார்க்கிறார்களோ அவர்களுக்கெல்லாம் ஓடியாடி வேலை செய்வேன். உரிமையோடு பேசுவேன்; உறவு இல்லாமல் வேலைக்காரராகப் பார்த்தால் அங்கே இருக்க மாட்டேன். செல்லமுத்து கண்கலங்கினார்.

அதுக்காக அப்பன், ஆத்தாள தவிக்க விட்டுட்டு இப்படியா சுத்துறது? அதுக்கப்புறம் அப்பா அம்மாவ போய் பாக்கலையா... போனா பார்த்தா அழுவாங்க, என்னை விட மாட்டாங்க.

கல்யாண செய்யச் சொல்லி வற்புறுத்துவார்கள். நான் அங்கே வாழலாம்ன்னா எங்க அண்ணன்களுக்கும் அண்ணிகளுக்கும் பிடிக்காது. எதுக்கு? அந்த சொத்தை அவர்களே கட்டி ஆளட்டும். நல்லா இருப்பாங்கன்னு நம்பிட்டு வண்டி ஓட்ட வேண்டியது தான். அவர் சொல்லி முடித்ததும் செல்லமுத்து அண்ணன் சரிப்பா நீயும் ஊர விட்டு வந்துவிட்ட இங்கே யாராவது பார்த்து கல்யாணம் முடிக்க வேண்டிய தானே? நம்ம வாழ்க்கையே அன்னக்காவடி வாழ்க்க நானே தேசாந்திரி எனக்கெதுக்கு குடும்பஸ்திரி. முடிஞ்ச வரைக்கும் பாசம் காட்டுகிற இடத்துல பாசத்தக் காட்டிட்டு தாத்தா சொன்ன தொழில நல்லபடியா சமைச்சி முடிஞ்ச வரைக்கும் வயிறு நிறைய எல்லோருக்கும் சாப்பாடு போட்டுட்டு போற வழிய பார்ப்போமே.

குற்றாலம், துண்டால் வழியும் கண்ணீரைத் துடைத்து விட்டு வேகமாக எழுந்தான். பச்சைமனசு கொண்ட பார்த்திபன் ரயில்வே டாய்லெட்டில் முகம் கழுவிப் பொட்டு வைத்து வழக்கமான புன்னகையோடு வந்து நின்றான். செல்லமுத்து அண்ணே நம்ம கதையை நம்மளோட வெச்சுக்கிடுவோம். யாரும் கேட்டா எதுவும் சொல்ல வேணாம். நாம வந்த கதையை நல்லபடியா முடிப்போம்.

22

அந்த ரயிலில் நிறைய இந்திக்காரர்கள், ராமேஸ்வரத்தில் உள்ள கடவுளை வழிபடுவதற்கு மொத்தமாக வந்திருந்தார்கள்; அவர்களோடு சேர்ந்து இவர்களும் இறங்கிக் கொண்டார்கள். காலைக்கடன்களை முடித்து கடலாடி, காப்பி குடித்து கடவுளை வழிபட்டு விட்டு, நெற்றி நிறைய திருநீறு பூசி, அவர்கள் நிக்கோலஸ் வீடு தேடி போனார்கள். அவன் வீட்டில் இல்லை, தெற்கு வாசலில் படுத்துக் கிடப்பதாகச் சொன்னார்கள்.

அவன் வீட்டில் உள்ள எல்லோரையும் வரவழைத்து, சர்ச் தெருவில் தெற்கு வாசலில் படுத்துக் கிடக்கும் நிகோலஸை வீட்டுக்கு வர வைத்து உள் வீட்டுத் திண்ணையில் அமர்ந்து எல்லோரும் பேசினார்கள். சிலுவை தூக்குச் சட்டியில் எல்லோருக்கும் காப்பி வாங்கி வந்து கொடுத்தார். காபி எல்லாம் வாங்கிட்டு வரீங்க, நீங்க நல்ல மனுசனாதான் இருப்பீங்க என்று பார்த்திபன் தான் ஆரம்பித்தான்.

சலேத் அம்மா, எங்க ஊர்லயே என் மகனை கட்டிக் கொடுக்க நினைச்சேன். ஆனா, இன்னிக்கு மனுசனா இருந்தா போதும் உசுரோட வந்தா போதும்னு நினைக்கிறேன். ஆளோட ஆளா அவனும் வந்துட்டு போகட்டும். அவன் விருப்பப்படியே என்ன நினைக்கிறானோ அதையே செஞ்சி வைங்க, செல்லமுத்து அண்ணன். அம்மா உங்க மனசுக்கு ஒரு குறையும் வராது, எங்க ஊரு பேச்சியம்மா ஊருக்கே உதவி செய்ற ராணி, தங்கமனசுக்காரி சின்ன வயசுல அப்பா படாத கஷ்டம் இல்லை. என்னைப்போல பல பேர துணிவு பெற வாழ வைத்துக் கொண்டிருக்கிறாள். இன்னிக்கும் வாழ வச்சுட்டு இருக்கா. இந்தக் குடும்பம் விருத்தி பெற்று வாழ்வாங்கு வாழ அவள் முக்கியமான காரணமாக இருப்பாள்; ரத்தினச் சுருக்கமாகச் சொல்ல வந்த செய்தியைச் சொல்லி முடித்தார் செல்லமுத்து அண்ணன்.

நிக்கோலஸ் அப்பொழுதுதான் எல்லோரையும் திரும்பிப் பார்த்தான். அவனுக்கு அப்போதுதான் நிதானம் வந்தது. 15 நாட்களாக அவன் மனநிலை சரியில்லாதவன் போல இருந்தான்.

உலகமே இருண்ட பொழுது இப்பொழுது தான் சூரியன் உதித்து வெளிய வந்தது போல இருந்தது. மனதெல்லாம் கல்லாகிப் போனது. இப்பொழுதுதான் அதற்குள் பூக்கள் பூத்தது போல இருந்தது; தொண்டையில் சிக்கிய மீன் முள் ஒன்று வெளிவராமல் தவித்தது இப்போதுதான் வெளிவந்தது. இனம்புரியாத ஆயிரம் சொற்கள் இப்போதுதான் அர்த்தம் பெற்ற கவிதைகளாகத் தொடங்கின. தீக்காயம் பட்ட இடத்தில் மயிலிறகால் மருந்து தடவியது போல் இருந்தது. முதல்முறையாக அந்தக் கடற்கரைக்கு மேலே பறவைகள் பறக்கின்றன; கடலின் அலை சந்தோசமாக மாறிய காலம், அலைகளின் சத்தம், சிரிப்பு சத்தமாக கேட்கத் தொடங்கிய அற்புத தருணம். அது கிளிஞ்சல்களின் சத்தம் ஆர்ப்பரிக்கும் அறையிலிருந்து சங்கு ஒன்று வந்து அவன் கை இயக்கத்தில் சேர்ந்ததைப் போல மகிழ்வு அது.

அவன் திருமணத்துக்கான ஏற்பாடுகளை எல்லோரும் பேசத் தொடங்கினார்கள். திருமணம் இங்குதான் நடைபெற வேண்டும். சிலுவையும், சலேத் அம்மாவும் சொல்லிவிட்டார்கள். அண்ணன்கள் அக்காமார்கள் எல்லோரும் என்னைப் பார்ப்பதற்கு மதுரை வருவதாகச் சொன்னார்கள்; தஞ்சை பார்த்திபன் தான்; பேசிட்டே இருக்காம போய் மீன் எடுத்து வந்து சமைச்சு போடுங்க; என்று இறுக்கமான சூழலை நகைச்சுவையாக மாற்றினான் நிக்கோலசை தஞ்சை பார்த்திபன் கூட்டிச் சென்று நல்ல பார்பர் ஷாப்பில் கட்டிங் சேவிங் செய்து மாப்பிள்ளை போல அழைத்து வந்தான்.

வேன் பிடித்துக் கொண்டு நிக்கோலஸ் உறவினர்கள், எல்லோரும் மதுரைக்குப் பேச்சியம்மாள் வீட்டிற்கு வந்தார்கள். பட்லர் பொன்னையாவும், பாட்டியும் சாலமன் சொல்வதைக் கேட்டு அவர்கள் பேச்சியம்மாள் உன் விருப்பப்படியே திருமணம் செய்து விடலாம் என்று முடிவு செய்து விட்டார்கள். சாலமன் அங்கேயே தள்ளி தங்கி நிச்சயத்திற்கான ஏற்பாடுகளை எல்லாம் தெளிவாகச் செய்திருந்தான். தஞ்சை பார்த்திபன்தான் சமையல் செய்தான். வந்தவர்கள் அசந்து போகும் அளவிற்கு அசைவ விருந்து தயாராக இருந்தது.

பேச்சியம்மாள் புது புடவையில் வெட்கத்தை அணிந்துகொண்டு பொன் நகைக்கே சவால் விடும் புன்னகை பூத்த பெண்ணாக இருந்தாள். மனசெல்லாம் பூத்துக் குலுங்கியது. அவளது இளமை ததும்பி வழிந்தது. ஆதரவாக தோளில் சாய ஒரு தோள் கிடைக்கப்போகிறது. இதுவரை வந்த பார்வைகள் எல்லாம் இனி

கவுரவமாக மாறக்கூடியது திருமணம். எனது ஆம்பளை வந்துவிட்டான். சுகத்தையும், சோகத்தையும் பங்கிட்டுக் கொள்ள கடல் தாயின் மகன் என் அருகில், கண்களில் கடல் வழிந்தது. ஆனந்தத்தில் வருவதும் கண்ணீர் தானே, பார்த்ததும் இருவரும் கண்கள் கசிந்தனர். ஆனந்தம் பெருக்கெடுத்து ஓடியது. அழுகை நிற்க அரை மணி ஆனது. கூட்டத்தில் மட்டுமே பார்த்துக் கொண்டிருந்தால் எப்படி தனியாகப் பார்த்து பேச வேண்டாமா? இருவர் மனதையும் தஞ்சை பார்த்திபன் புரிந்துகொண்டான். லேசாக சமையலறைப் பக்கம் பேச்சியம்மாளைப் போகச் சொன்னான்.

நிக்கோலஸை பார்த்துவாங்க மாப்பிள்ளை சமையல் எல்லாம் செஞ்சி வச்சிருக்கேன். கொஞ்சம் உப்பு காரம் எல்லாம் சரியா இருக்கான்னு பாருங்க என்று பொருள்கள் வைத்திருக்கும் அறைப்பக்கம் அவனைக் கூட்டி வந்தான். எனக்கென்ன பார்த்திபன் மாமா தெரியும்? நீங்க செஞ்ச சமையல ஊரே புகழ்ந்து பேசுகிறார்கள். இதுக்கு அப்புறம் நாம அதை பரிசோதனை செய்யலாமா? பேச்சியம்மாள் உட்கார்ந்திருந்தாள். இவரைப் பார்த்தவுடன் எழுந்தாள். அதில்ல மாமா மாமான்னு ஒரு மரியாதைக்காக சொன்னேன் என்னை மாமா வேலை பார்க்க விட்டீர்களே என்று சொல்லி தஞ்சை பார்த்திபன் அந்த இடத்தை விட்டு நகர்ந்தான். சந்தையில் வளர்ந்த சந்தனத்தை பாசக் கடலை பவளமல்லி வாசத்தை, விரல் பிடித்து அணைத்துக் கொண்டான்.

செத்திருப்பேன், என்னைப் புதைத்த இடத்தில் புல் முளைத்திருக்கும். என் பெற்றோர்களையும், உறவுக்காரர்களையும் உடன் பிறந்தவர்களையும் சமாதானப் படுத்த முடியல. இப்படி இரண்டு பேர் அனுப்பிச்சு சாகப்போற என்னையப் புடிச்சு நிறுத்தி, இவ்வளவு வேலை செய்கிற இந்தக் காதல் கத்திரிக்காய் எல்லாம் நடக்காது என்று நினைத்து முடிஞ்சு போச்சு, அவ்வளவுதான்னு நினைத்த இடத்தில் புதுசா அரும்பும் செடி போல அரும்ப வச்சே. நீதான் என் உயிர்; இது சத்தியம். நீ இல்லாமல் எதுவும் நடக்காது. உன்னாலேதான் இவ்வளவும் சாத்தியம். எங்கோ ராமேஸ்வரத்தில் இருந்த எங்கள் குடும்பத்தை மதுரை வரை வர வைத்தது ஒற்றைப் பார்வை தான் இத்தனை திறமையை எங்கிருந்து கற்றாய் என்று அவன் கண்களால் பேசினான்.

எல்லாம் அந்த சந்தை மாரியம்மன் செய்த செயல் என் கையில் என்ன இருக்கிறது? நானும் நீயும் உள்ளன்போடு காதலித்தோம்;

சந்தை மாரியம்மன் முன்னிலையில் சந்தித்தோம்; இடையில் நீ வராத காலங்களில் நான் சந்தை மாரியம்மன் கோயிலில் உனக்காக விளக்கேற்றி வழிபட்டேன் விரதம் இருந்தேன்; அதுமட்டுமில்லாம அந்தப் பக்கம் கிறிஸ்டின் ஸ்கூலுக்கு பக்கத்தில் இருக்கக்கூடிய மேரி மாதா கோவிலுக்கும் போய் மெழுகுவர்த்தி ஏற்றி வைத்து உங்க சாமியையும் கும்பிட்டேன். இவரும் சேர்ந்து கண்ணைத் திறந்தாங்க நல்லபடியா கல்யாணம் முடிஞ்சுது. வந்த உடனே மாரியம்மனுக்கு பால் குடம் எடுக்கணும். அந்த மேரி அம்மா கோயிலுக்கும் ஒரு மாலை போட்டு வரணும். இருவரும் ஆரத்தழுவிக் கொண்டனர். முத்தமிட்டுக் கொண்டனர். அதைப் பார்த்துஇதை பார்த்திபன் பார்த்து தீட்டு கழிப்பது போல வர மொளக எடுத்து அடுப்பில் போட்டான்.

23

நிக்கோலஸ் அக்கா, தங்கைகள் மெல்ல சமையல் ரூமுக்குள் வந்தனர்; தஞ்சை பார்த்திபன் அவர்கள் உள்ளே வருவதைப் பற்றி தகவல் கொடுத்தான்.

பேச்சியம்மாளைக் கட்டிக்கொண்டார்கள். எப்படி சாமியாரைப் போல இருந்த என் தம்பி உன்னைப் பார்த்த உடனே ஏங்கி விழுந்துட்டானே. அவ்வளவு அழகான குணமும், அறிவும் செயலும் அழகு ஒரு ஆள் அனுப்பி என் தம்பியப் பத்தி விசாரிக்கச் சொல்லி இரண்டு ஆளனுப்பி கல்யாணம் பேசச் சொல்லி அப்பப்பா இருந்தாலும், அவள் வெட்கப்பட்டாள்; கன்னத்தில் குழி விழுந்தது ஒரே சிரிப்பு சத்தம், உனக்கு வளையல்கள் கொலுசு, தோடு போன்ற பொருட்களை எல்லாம் வாங்கி வந்திருந்தார், எல்லாம் அணிவித்து மகிழ்ந்தார்கள். சிலர் அண்ணி என்றும் சிலர் பேச்சீ என்றும் வாய் நிறைய அழைத்து மகிழ்ந்தார்கள்.

திருமண நாள் குறிக்கப்பட்டது. பட்லர் பொன்னையா நிக்கோலஸின் அப்பா சிலுவை மற்றும் அம்மா சலேத்மேரி இருவரும் கைகளைப் பிடித்துக் கொண்டே இந்த பேத்தி பேச்சியம்மா பிறக்கும்போது இருந்து அம்மா அப்பா நிழலைக்கூட அறியாதவ. தன் உழைப்பினால் வளர்ந்து வந்தவ நான் சேர்த்து வைத்திருக்கிற சொத்து எல்லாம் அவளுக்குத்தான்... அவள கண்கலங்காமல் பார்த்துக்கங்க அது உங்க பொறுப்பு.

யாரோ எவரோ தெரியாது, உங்கள முன்பு நான் பார்த்ததில்லை. எங்க பேத்தியோட பிடிவாதம் மட்டும் கடவுளை நம்பி இந்தக் காரியத்தில் இறங்கினேன். அதைப்போல சிலுவையும் அங்கு எந்த ஊரு இங்கு எந்த சம்பந்தமில்லை. எங்க பையன் பெரிய அளவில் ஆசைப்பட்டதால் தான் களத்தில இறங்குவோம். எல்லாம் கடவுள் விட்ட வழி! நம்ம கையில எதுவும் இல்லை என்று ஜெபமாலை உருட்டினார். நாள், இடம், தேதி எல்லாம் முடிவானது திருமணம் சந்தை மாரியம்மன் கோவில் அருகில் உள்ள கல்யாண மண்டபத்தில்தான். ஆனால், அதற்கு முன்பாக அவர்கள் விருப்பப்படி அவர்கள் ஊரில் சர்ச்சில் இருவருக்கும் திருமண ஏற்பாடு செய்ய வேண்டும் என்று முடிவானது.

24

எல்லோரும், ராமேஸ்வரத்துக்கு சென்றார்கள். சர்ச்சில் பேச்சியம்மாள், நிக்கோலஸ் இருவருக்கும் திருமணம் நடந்தேறியது. தேவதை போல அவளும், தேவகுமாரன் போல அவனும் அந்த சர்ச் மண்டபத்தில் காட்சி அளித்தார்கள். சந்தோசக் கடல் அலையடித்தது; அன்பு கரை காணாதது. சோகம் எல்லாவற்றையும் முழுக்கடிக்க செய்யக்கூடியது. ஒரு மகிழ்ச்சி. ஒரு வெற்றி ஆயிரம் கண்ணீரைத் துடைக்கும் பல நாள் கண்ட கனவு இன்று நனவாகியது; ஒரு நொடியில் வானவில் போல வாழ்வில் வசந்தங்கள் வந்து விட்டது.

சர்ச்சில் திருமணம் முடிந்தாலும், சந்தை மாரியம்மன் கோயிலில் திருமணம் முடியும்வரை வேண்டுதல், விரதம் நேர்த்திக்கடனால் முதல் இரவு தள்ளிப்போனது. முழு இரவு முழு நிலவு வீணாய்ப் போனது. திருமணம் முடித்த பின்பு தம்பதியைத் தனியே தள்ளி வைப்பது, வாலிப துரோகம். இளமைக்குத் தடை. தேர்ச்சிக்கு முட்டுக்கட்டை யார் போடுவது? காலமே உன் கையெழுத்து கிறுக்கலானதா? இரண்டு நாள் கழித்த பிறகு அனைவரும் மதுரை வந்து சந்தை மாரியம்மன் கோவிலில் விமரிசையாகத் திருமணம் நடந்தது.

முகத்தில் உள்ள மண்டபத்தில் வரவேற்பு பிரமாண்டமாக நடந்தது. எல்லாம் வயிறார உண்டு வாயார வாழ்த்தி சென்றனர். விரகம், கரகம் எடுத்து ஆடியது. இளமைப் பசிக்கு ராட்சத தீனி உயிர் மொழியில் இதுவரை பேசியவர்கள் இனி உடல் மொழியில் பேசத் தொடங்குகிறார்கள். ஸ்பரிசம் தான் காதலின் உச்சம். ஸ்பரிசம் பரிசுத்தமானது. தீண்டுதல் காமக்கடலில் ஆழிப்பேரலை ஆடி முடிந்தவன் தான், தாம்பத்தியத்தைச் சிற்றின்பம் என்பான்; ஆட்டம் தொடங்குவதற்கு அதுதானே பேரின்பம் அதைத் தவிர வேறு எது இன்பம் பழமும் பாலும் பரிமாறப்பட்டது சரியாகப் பயன்பட்டது பஞ்சணை. நிலவும் வெட்கப்பட்டு தேயத் தொடங்கிய நாளில் தான் முதல் இரவு.

திருமணம் முடிந்து எல்லோரும் ஊருக்குச் சென்றனர். வெட்கமும், புன்னகையும் சிரிப்பும் வளையலோடு சேர்ந்துகொண்டது. நடையும், கொலுசு சத்தமும் அவள்

சந்தோசத்தைப் பறைசாற்றியது. பேச்சியம்மாள் நிக்கோலஸ் ஏற்கெனவே பேசியதைப் போல பத்து நாள் ஊரில் தங்கிவிட்டு வந்து பெற்றோரின் மனதை சந்தோசப்படுத்தி விட்டு, பிறகு நிக்கோலஸ் முழுவதுமாக மதுரை வந்து விடுவான்.

அதன் பிறகு மதுரையில் ஒரு தொழில் தொடங்கலாம் என்றும் மாதம் ஒரு முறையோ, இரு முறையோ பெற்றோரைச் சந்தித்து வரலாம் என்றும் அவர்கள் முடிவு செய்து வைத்திருந்தார்கள். அதன்படி நிக்கோலஸூம், பேச்சியம்மாளும் அவர்கள் ஊரான ராமேஸ்வரத்துக்குச் சென்றனர். இங்கே சொந்தக்காரர் வீடுகளில் மாறி மாறி விருந்து நடந்தது. கடற்கரை மீன் வியாபாரம் செய்யும் சந்தை, அந்த சர்ச் வளாகம், கருவாடு வைக்குமிடம், கருவாடு காயப்போடும் இடம் என்று எல்லாரும் சுற்றிச் சுற்றி வந்தார்கள். எப்படியாவது மருமகள் பேச்சியம்மாள் தன் மகன் கூட இங்கே இருக்க மாட்டாளா என்று, சிலுவைக்கும் அவர் மனைவி சலேத் மேரிக்கும் தீராத ஆசை. அளவுக்கு மீறி அன்பு செலுத்தினார்கள்; அவளுக்கு வேண்டியதெல்லாம் செய்தார்கள் அங்கேயே இருப்பதற்கான சூழலை உருவாக்குவதாகச் சொன்னார்கள்.

எப்படியாவது நிக்கோலஸ் மனம் மாறிவிட்டால் அவளும் மனம் மாறி விடுவாள் என்று எண்ணி நிக்கோலஸிடம் அழுதும் கெஞ்சியும் முறையிட்டும் கோபப்பட்டும் பேசிப் பார்த்தார்கள். அவர்கள் முடிவில் எவ்விதமான மாற்றமும் இல்லை; அப்படியே நான்கு நாள் தங்கி விட்டு மகிழ்ச்சியை ஏற்படுத்தி விட்டு சிலுவை, சலேத் அம்மாவின் கால்களில் விழுந்து ஆசீர்வாதம் பெற்று அந்த ஊரைவிட்டு புறப்பட்டு சென்றார்கள்.

போகும்போது சர்ச்சில் இருந்து கொஞ்சம் மண்ணை எடுத்துக் கொண்டு நிக்கோலஸ் கிளம்பினான். சாலமன் ஒரு மூட்டையில் பொருளை எல்லாம் எடுத்துக் கொண்டு ரயில் நிலையம் வரை வந்தான்.

"மாப்பிள நீ இல்லாமல் எப்படிடா, அந்த ஊரில் இருப்பேன்?" சாலமன், உனக்கு சில கடமைகள் இருக்கு முடிச்சுட்டு நீயே அங்கே வந்துடு. இருவரும் கட்டிப்பிடித்துக் கொண்டார்கள். ரயில் புறப்பட்டது. சாலமன் என்கூட பள்ளிக்கூடத்தில் படித்தவன்

தூரத்து உறவு. ஆனால், கூடப் பிறந்தவன் மாதிரி. நாங்க ரெண்டு பேரும் ஒன்னாவே திரிவோம். இவன்தான் எனக்கு

வண்டி ஓட்ட கற்றுக் கொடுத்தார். கடலுக்குள் நீந்திச் செல்ல சொல்லிக் கொடுத்தான் மீன் பிடிக்க கற்றுக் கொடுத்தான். பெற்றோரைப் பிரியும் சோகத்தை விட சாலமனைப் பிரிந்து போகும் வருத்தம்தான் மிகவும் இருக்கிறது.

பேச்சியம்மாள், பிரிந்ததாக ஏன் நினைக்கிறீங்க. நீங்கள் செய்த வேலையைச் சாலமனைப் பார்க்கச் சொல்லுங்கள். ராமேஸ்வரத்தில் இருந்து ஒரு நாள் விட்டு, ஒரு நாள் மீன் கொண்டுவரச் சொல்லுங்கள், அதை நீங்கள் விற்பனை செய்யுங்கள். மீன் விற்பனையும், ஆயிற்று, நிக்கோலஸ், சாலமன் பிரியாமல் இருப்பதும் ஆயிற்று.

அப்படித்தான் நானும் நினைச்சுட்டு இருக்கேன்; அப்படியே சந்தடி சாக்குல என் பெயரை சொல்றியே... இன்னொருமுறை சொல்லு நிக்கோலஸ் நிக்கோலஸ் தெரியாமச் சொல்லிட்டேன் வருத்தமா? வருத்தமா! பொருத்தமா என் பெயரை யாரும் இப்படி சொன்னதே இல்லை. ஒரு ஆயிரம் தடவை சொல்லுவியா... எப்பவுமே உங்களுக்கு குறும்புதான். தொடர்வண்டி மதுரையை அடைந்தது.

25

வியாபாரபுரியில் நிக்கோலஸை எல்லோரும் உறவினராக ஏற்றுக்கொண்டார்கள். இருவரும் ஊர் மக்களை மாமா என்றும் அண்ணன் என்றும் தம்பி என்றும் அழைத்தார்கள். பட்லர் பொன்னையாவுக்கு அளவில்லாத சந்தோஷம். பேத்தியையும் பேத்தி வீட்டுக்காரரையும் கண்ணருகே வைத்து அழகு பார்த்தார்.

நகைகளை அவர்களுக்குக் கொடுத்தார். தாத்தா அவர்களுக்கு மீன் வியாபாரம் தெரியும். மீன் மார்க்கெட் ஒரு கடை ஏற்பாடு பண்ணித் தரணும். சரி அதுக்கென்ன செஞ்சிட்டாப் போச்சு. இரண்டு நாள் வியாபாரபுரி மக்கள் எல்லோர் வீடுகளிலும் விருந்து நடத்தினார்கள். ஒரு புதன் கிழமை காலையில் பட்லர் பொன்னையா மீன்சந்தை அமைந்திருக்கும் இடத்தில் சென்று பெஞ்சமின் என்பவனைப் போய்ப் பார்த்தார்.

பெஞ்சமின், ஆங்கிலோ, இந்தியன். அவன் மகன் ராமலிங்கம் காலத்துப் பழக்கம். பொன்னையாவை அப்பா என்றுதான் அழைப்பான்.

மதுரை ரயில்வே ஸ்டேஷனில் ஆங்கிலோ இந்தியன் குடும்பம் ஒரு பத்திருபது இருக்கிறது. பொன்னையா அப்பா கல்யாணத்துக்கு எங்களை எல்லாம் கூப்பிடவே இல்லை. ஆமா, பெஞ்சமின் அவசரமான ஏற்பாடு பண்ணிட்டோம்; முக்கியமான நண்பர்களை சொந்தக்காரங்கள மறந்துட்டோம்.

ராமலிங்கம் மக எனக்கும் மகள் தானே என்று உரிமையோடு சொன்னான். அந்த உரிமையில் அதேபோன்ற ஒரு உதவி கேட்டு வந்து இருக்கம்பா. இவர்தான் நம்ம பேத்தியைக் கல்யாணம் முடிஞ்ச நிக்கோலஸ். ராமேஸ்வரம் பக்கம். தம்பி நம்ம ஊர்ல பொழைக்க ஏற்பாடு பண்ணலாம்னு தான் உன்னைப் பார்க்க வந்திருக்கேன்.

தம்பியை எங்கேயோ பார்த்த மாதிரி இருக்கே. ஞாபகம் வந்துருச்சு. நீங்கதானே லாரில மீன் கொண்டு வருவீர்கள். ஆமாங்க நான் அந்த லாரியில் அஞ்சு வருஷமா மீன் கொண்டு வந்து

இருந்தேன். உங்க கூட ஒருத்தர் வருவாரு. என் நண்பன் சாலமன், ஆமா அவன் ஞாபகம் இருக்கு. நான் வண்டியில் இருப்பேன், பெரும்பாலும் உள்ளே வரமாட்டேன். ஒரு முறை இரண்டு முறை, தான் உங்களைப் பார்த்த மாதிரி இருக்கே... அந்தப் பையன் நல்ல ஞாபகத்தில் இருக்கான். அதெல்லாம்விட பெஞ்சமின், இவரு நம்ம பேத்தி மாப்பிள. இவளுக்கு உரிய ஏற்பாடு பண்ணனும். பொன்னையாப்பா நீங்க சொன்ன பிறகு யாராயிருந்தாலும் பண்ணுவோம். இது நம்ம ராமலிங்கத்தின் மருமகன். செய்யாமல் இருப்போமா? இங்க பக்கத்துல ஒரு கடை இருக்கு. அந்தக் கடையை நீங்க எடுத்துக்கோங்க அட்வான்ஸ், வாடகை பின்னாடி பேசிக்கலாம். அரசியல் தலையீடு இருக்கு. அதப் பத்திலாம் கவலை இல்ல. பெஞ்சமின் சொந்தக்காரன்னு சொல்லுங்க, யாரா இருந்தாலும் பார்த்துக்கலாம்.

எடத்த சுத்தமா, வச்சிக்கணும்; ஞாயமா தொழில் பண்ணனும்; தரமான பொருளை சரியான விலைக்கு வைக்கணும்; பொய் களவு ஏமாற்றுவது இருக்கக்கூடாது என்றுதான் எனக்கு சொல்லிக் கொடுத்தாங்க. இதுவரைக்கும் நல்லா இருக்கேன். அதே மாதிரி நீங்களும் வியாபாரம் செஞ்சி முன்னேறி வாங்க. ஆண்டவன் உங்களுக்குத் துணை இருப்பார்! ஏற்கெனவே சாலமன் இதைப் பற்றி விவரமாக கடுதாசி எழுதி இருந்தான். சனிக்கிழமை அன்று அவன் கடையில் மீன் வியாபாரம் தொடங்கியது.

மீன், நண்டு, இறால் ஆகியவை மொத்தமாய் வந்து இறங்கின. அவற்றைச் சுத்தம் செய்து கேட்பவர் கேட்கும் விதமாக சுத்தமாக வெட்டி கொடுத்து முதல் நாள் வியாபாரம் நல்லபடியாக இருந்தது. பேச்சியம்மாள், வியாபாரத்திற்கு சந்தைக்குப் போக தொடங்கி விட்டாள். கிட்டத்தட்ட ஒரு மாதம் கல்யாணம் காட்சி என்று அவள் சந்தைக்குச் செல்லவில்லை. அவளுக்கு விவரம் தெரிந்த நாளிலிருந்தே இவ்வளவு நாள் அவள் சந்தைக்குச் செல்லாமல் இருந்ததே இல்லை. அவள் சந்தையில் இல்லாத நாட்களில் சந்தை கொஞ்சம் மாறி இருந்தது. செண்பகம் என்ற பெண், நாட்டுக்கோழி வைத்து விற்பனை செய்ய தொடங்கியிருந்தாள். பிளாஸ்டிக் பொருள்கள் பெருகி இருந்தன. புதிதாக ரோஸ் பூக்கள், செடிகள் ஒரு புறம் அதிகமாக இருந்தன.

மஞ்சுநாதன் என்பவன் உள்ளே வட்டி வசூல் செய்து கொண்டிருந்தான். சந்தை காவல் நிலையத்தில் இருந்து நிறைய

காவலர்கள் காசில்லாமல் பொருட்களை வாங்கிக் கொண்டிருந்தார்கள்.

இதற்கிடையே, சாராயம் விற்கும் சாவித்திரி, பெரிய ஆள் மாதிரி இருந்தாள். சந்தையில் வியாபாரம் செய்யும் வியாபாரபுரி மக்களுக்குச் சாராயம் குடிக்கும் பழக்கம் அதிகமாக இருந்தது.

பழங்கள், விற்பவர்கள் வட நாட்டில் இருந்து புதுவிதமான பழங்களை வாங்கி வைத்துக் கொண்டு இருந்தார்கள். ஒரே மாதத்தில் சந்தை இவ்வாறு மாதிரி இருந்தது. பேச்சி அம்மாளுக்கு வியப்பளித்தது. சாலமன் வீட்டுக்கு வந்து போனான். கொஞ்ச நாளில் இந்தச் சாராய சாவித்திரியை விரட்ட வேண்டும். கந்து வட்டிக்கு விட்டு வியாபாரபுரி மக்களை அடிமையாக்கும் இந்த மஞ்சுநாதனை விரட்ட வேண்டும். இவற்றையெல்லாம் உடனே செய்ய முடியாது, கொஞ்ச காலம் ஆகும் என்று மனதில் நினைத்து கொண்டாள். மரச்சாமான்கள் அதிகம் விற்பனையாகும் இடங்களில் பலபேர் அரசியல் செல்வாக்குடன்

ஆக்கிரமித்துக் கொண்டு தந்த இடத்தைவிட அதிகமான இடத்தை எடுத்துக் கொண்டார்கள். வியாபாரத்தை மட்டுமே நம்பி இருக்கக் கூடிய ஏழை மக்கள் பத்து ரூபாய் இருபது, ரூபாய் லாபத்திற்காக தங்கள் வாழ்நாள் முழுவதும் அல்லாடும் இவர்களுக்கு எந்த இடையூறு வந்தாலும் அவற்றையெல்லாம் தூக்கியெறிய வேண்டும் என்று மனதில் கங்கணம்கட்டிக் கொண்டாள் பேச்சியம்மாள். மீன் வியாபாரம் முடித்து நிக்கோலஸ், சந்தையில் காய்கறி முடித்து வரும் பேச்சியம்மாள் இருவரும் ஒன்றாய் பேருந்தில் வியாபாரபுரிக்குச் செல்வார்கள்.

தஞ்சை பார்த்திபன், மீன் கடையில் நிக்கோலஸைப் பார்த்து அவ்வப்போது பேசுவான். என்ன மாப்ள அப்புறம் வேற என்ன விசேஷம்? வெட்கத்தில் அவன் சிரிப்பான்.. ஏன் மாமா இப்படி ஒண்டிக்கட்டயா இருக்கீங்க... என்ன செய்வது? ஸ்ரீதேவியை தான் காதலித்தேன் ஹிந்தி, படம் நடிக்க போயிட்டா. இந்த நக்கலுக்கு ஒன்னும் குறைச்சல் இல்லை. ஒரு நல்ல யோசனை சொன்னா நீங்க கேக்க மாட்டிங்களா? எதுக்கு மாப்பிள்ளை அதெல்லாம்! நீங்க வந்த வேலையப் பாருங்க. இந்தக் கட்ட தனிக்கட்டை இல்ல. இந்தக் கட்டைக்கு உலகமே சொந்தம். இப்படியே வேதாந்தம் பேசி இருந்தீங்கன்னா... ரொம்ப கஷ்டம். நாட்டுக் கோழி வியாபாரம் பார்க்கும் செண்பகம், தஞ்சை பார்த்திபனின்

மேல் ஒரு கண் வைத்திருந்தாள். பார்த்திபன் ஏதாவது பெரிய இடத்துக்கு ஆர்டர் சமையல் செய்ய செல்லும் பொழுது அவ்வப்போது ஆள் இல்லை என்றால் செண்பகத்தை அழைத்துச் செல்வான்.

அவனுக்கு அவள் ஒரு வேலைக்காரியாக மட்டும்தான் தெரிவாள். வேற எந்த ஆசாபாசமும், அவனுக்கு இல்லை. கொடுக்குற கூலியை வாங்கிக் கொண்டு பெண் வேலைக்காரர்களை எல்லாம் சரிவர சமாளித்து உனக்கு சமையலுக்கு உதவி செய்து அந்தத் திருமண வீட்டில் இருந்து கிளம்பும் போது பணத்தைப் பெற்று கொண்டு செல்வது செண்பகத்தின் வாடிக்கை. செண்பகத்தின் புருஷன் மாடசாமி செண்பகத்திற்கு குழந்தையைக் கொடுத்துவிட்டு ஓடிவிட்டான்.

லாட்டரிச் சீட்டு, அதிகமாக வாங்கி, அதில் ஒருமுறை ஒரு லட்ச ரூபாய் பரிசு கிடைத்தது. ஒரு லட்ச ரூபாயை அவன் எப்படி செலவு செய்வது என்று தெரியாமல் எல்லாப் பொருளையும் இரண்டிரண்டாக வாங்கி அதிகமாக செலவு செய்து ஒரே வருடத்தில் ஒரு லட்ச ரூபாய்க் கடன்காரன் ஆகிவிட்டான் வேலைக்குப் போகாமல், குடி, சிகரெட், கூத்தியாள் குடும்பத்தைப் பார்க்காமல் அழிச்சாட்டியம் ஆணவம் மிகுந்தவனாக மாறிப்போனான் மாடசாமி.

கடன்காரர்கள் தொல்லை அதிகமான காரணத்தினால், வீட்டை விட்டு ஓடி விட்டான். மாடசாமி எங்கிருக்கிறான் என்று தெரியவில்லை. அப்பொழுது முதல் செண்பகம் தனிக்கட்டை தான். ஒரே ஒரு ஆண் குழந்தை அவளுக்கு.

அவள் யார் மீதும் ஆசைப்படவில்லை. தான் உண்டு தன் குழந்தை உண்டு; நாட்டுக்கோழி வியாபாரம் உண்டு என வாழ்ந்து வந்தார்கள் மரம்போல தன் உணர்ச்சிகளை அடக்கி வைத்திருந்தாள்.

26

ஒருமுறை சமையலுக்கு ஆள் தேவை இருக்கு என செண்பகம் வீடு வரை சென்று தேடினார் தஞ்சை பார்த்திபன். செண்பகம் வீட்டில் குழந்தை தூளியில் தூங்கிக் கொண்டிருந்தது. வாங்க வராதவர்கள், வந்திருக்கீங்க காப்பித்தண்ணி குடிக்கிறீங்களா? வேணாம் நாளை மறுநாள் ஒரு பெரிய சமையல் இருக்கு ஒரு அஞ்சு பேரை கூட்டிட்டு, மறக்காம இந்தா பத்திரிக்கை உள்ள முகவரிக்கு வந்துரு... சொல்லத்தான் வந்தேன். அதெல்லாம் சரி வந்துவிடலாம். அப்புறம் உங்ககிட்ட ஒரு விஷயம், ரொம்ப நாளா உங்கள நான் பாத்துட்டு இருக்கேன்.

நீங்களும் தனியா இருக்கீங்க! நாங்களும் தனியாக இருக்கோம்! நீங்க சம்மதிச்சா நம்ம சேர்ந்து வாழலாம். தாலி மட்டும் கோவிலில் வைத்து கட்டிட்டா போதும். சொல்லி படாரென்று அவன் காலில் விழுந்தாள். அவன் என்ன சொல்வதென்று தெரியாமல் தயங்கினான். கைகள் கால்கள் நடுங்கின. இந்த வீடு எங்களுக்குச் சொந்தம். இந்த குழந்தையோட, அப்பா வாங்கின கடனை அடைத்து விட்டேன்.

எனக்கு ஒரு துணை வேணும்; இல்லன்னா கண்டவன், எல்லாம் வீட்டுக்குள்ள வர முயற்சிக்கிறான். ஒரு நிமிடம் தடுமாறி விட்டு பிறகு நிதானித்து இல்ல எனக்கு அப்படி எல்லாம் எந்த விதமான எண்ணம் இல்லை. பொட்டச்சி நானாக் கேட்டதனால் என்னைய தப்பா நினைக்கிறீர்களோ? உதவிக்கும், துணைக்கும் ஆள் தேடினேன் இந்தப் பயலை வளர்ப்பதற்கும்தான் மத்த விஷயம் முக்கியமில்லை.

இல்ல அதுக்கெல்லாம் இல்லை, யோசிக்க நேரம் வேணும். உனக்கு ஒரு நல்ல வாழ்க்கையை அமைத்துக் தரணும். அதுக்கு நான் சரியான ஆள்தானா எனக்குத் தெரியல. உனக்கு ஒரு துணை வேணும்னு புரியுது. அது உன் பாதுகாப்புக்கு என்றும் புரிந்தது.

அது நான் சரியா என்பது மட்டும் எனக்கு விளங்க மாட்டேங்குது... கொஞ்சம் எனக்கு டைம் கொடு. ஒரு நல்லது நடக்கும் என்று சொல்லிவிட்டு, தஞ்சை பார்த்திபன் அவசரமாக

வெளியில் வந்தான். அந்தப் பெரிய சமையல் வேலையில் பார்த்திபனால் சரியாகச் சமையல் செய்ய முடியவில்லை.

செண்பகம் உடன் உதவி செய்து கொண்டிருந்தாள். வழக்கமாக அந்தச் சாப்பாடு அமையவில்லை. சற்று சுவை குறைவாகத்தான் இருந்தது.

அவனுக்குள் ஏற்பட்ட தடுமாற்றம். அடுத்த நாள் செல்வம் காபி பார் முதலாளி ஒருவரான குமாரை சந்தித்துப் பேசினான். டீ கடையை பெரிதாக்க வேண்டும் என்ற யோசனையை அவர் சொல்லிக் கொண்டு இருந்தார். சொல்லிக் கொண்டிருக்கும்போதே சந்தையில் பறவைகளின் சத்தம் கேட்டது.

வேகமாக தஞ்சை பார்த்திபன் சந்தைக்குள் சென்றான். பல்வேறுவிதமான பறவைக் குஞ்சுகள், பறவைகளின் சத்தம் இதமாக இருந்தது. கிளி, புறா, மைனா, குருவி இன்னும் பெயர் தெரியாத பல பறவைகள் லவ் பேர்ட்ஸ் இன்று அத்தனை பறவைகளும் அற்புதமாய் இருந்தன. இந்தப் பறவைகளின் ஸ்பரிசம் மிகவும் உன்னதமானது.

இதுவரை இல்லாத ஒலியை... அதுவரை இல்லாத ஒரு உணர்வை... தஞ்சை பார்த்திபன் உணர்ந்தான். நாகமலை என்பவன் தான் அந்தப் பறவைகளை எல்லாம் இங்கே சந்தைக்குக் கொண்டு வந்து விற்பனைக்காக அடுக்கி வைத்திருந்தான். நாகமலையை நட்பாக்கி கொண்டான் பார்த்திபன். ஒவ்வொரு முறையும் அவன் காலையில் டீக் கடைக்கு வரும் முன்பு சந்தையில் சென்று பறவைகளின் சத்தத்தையும் கேட்காமல் பறவைகளைத் தொடாமல் அவன் சந்தை டீக்கடைக்கு வந்ததே இல்லை. பறவைகள் அவனுக்கு வானமாகி, மேகமாகிப் போனது. தஞ்சை பார்த்திபனின் வானத்திற்குள் பறவைகள் வரத் தொடங்கின.

அவன் மனதிற்குள் ஏதோ ஒரு புது விஷயம் உள்ளே வந்தது போல் இருந்தது. எட்டாண்டு காலம் சொந்த ஊருக்குச் செல்லாமல் உடன் பிறந்தவர்களைப் பார்க்காமல் இருந்த அவனுக்கு திடீரென்று ஊருக்குச் சென்று எல்லோரையும் பார்க்க வேண்டும், என்ன நிலவரம் என்று தெரிந்து கொள்ள வேண்டும்; புதிதாக ஒரு வாழ்க்கை தொடங்கலாமா என்ற சிந்தனை கருவாய் உருவாகியது. தஞ்சை மாவட்டம் திருக்காட்டுப் பள்ளிக்கு பயணமாக பார்த்திபன் தயாரானான்; செல்லும் முன்பு செல்வம் காபி பார் உரிமையாளர்

துரைமற்றும் முருகனிடம் சொல்லிச் சென்றான் நீண்ட நாட்களுக்கு பிறகு திருக்காட்டுப்பள்ளியை பார்க்கப் போறோம் என்ற சிந்தனையோடு அவன் ஊருக்குச் சென்றான் மாதிரி இருந்தது.

அவன் அப்பாவும் அம்மாவும் இவனைப் பார்த்து, ஒரு பாடு அழுது தீர்த்தார்கள். அவன் அண்ணனும், அண்ணியும் மாறவே இல்லை, அண்ணி. அண்ணனை மாட்டை விட கேவலமாக நடத்தினாள்.

ஒரு அண்ணன் விவசாயம் சரியாக இல்லாத காரணத்தினால் திருப்பூரில் வேலைக்குச் சென்றுவிட்டான். சொத்தில் பெரும் பகுதியை அழித்து விட்டார்கள். அவனுக்கு இருந்த கொஞ்ச நஞ்ச சந்தோஷமும் அழிந்து போனது. மனதில் தோன்றிய ஆசை மொட்டு அரும்பாகி மலராகும் முன்னர் முன்பே கசங்கி போனது.

“பார்த்திபா, போகாதடா... அப்படிப் போனால் எங்களையும் கூட்டிட்டுப் போடா” பெற்றோர்கள் அழாத குறையாக சொன்னார்கள். இன்னும் கொஞ்ச நாள்ல நிறைய சம்பாதித்து வந்து விடுவேன். கவலைப்படாம இருங்க... என்று சொல்லி கொஞ்சம் பணத்தைக் கொடுத்துவிட்டு நிறைய திருநீரு பூசிக் கொண்டு தன் ஊரை விட்டுப் புறப்பட்டான்.

அவன் மதுரைக்குத் திரும்பி சந்தைக்குள் வரும்பொழுது பறவைகள் உள்ள இடத்தில் நாகமலையும், செண்பகமும் பேசிக் கொண்டிருந்தார்கள். சாதாரணமான பேச்சுதான். ஆனால், தஞ்சை பார்த்திபனுக்கு இருவருக்கும் முடிச்சு போட்டு விட்டால் என்ன என்று தோன்றியது. நாகமலையிடம் விவரத்தைச் சொல்லி செண்பகத்தைத் திருமணம் செய்து கொள்ள பேசி முடித்தான் இருவரும் காலில் விழுந்து ஆசிர்வாதம் வாங்கினர்.

திருமணத்திற்கு பின்பும் செண்பகம் சமையலறைக்கு வருவதாக சொன்னாள். தான் அணிந்திருந்த ருத்ராட்ச மாலையை வணங்கிக் கொண்டு, இறைவா! என்றான் பார்த்திபன். ஊர் நமக்கு உறவு இந்த உலகமே நமக்கு உறவு, தனிப்பட்ட உறவுக்குள் என சிக்காமல் காப்பாத்திட சர்வேஸ்வரா உன் கருணையே! கருணை இப்படியே நம்ம வண்டி ஓடட்டும்.

பேச்சியம்மாள் வாந்தி எடுத்து வியாபாரம் பார்க்க முடியாமல் மயங்கி விழுந்தாள். பக்கத்தில் இருக்கும் லட்சுமி அக்கா, சரசு அக்கா இருவரும் அவளைப் பக்கத்தில் உள்ள சந்தை ஆஸ்பத்திரிக்கு கொண்டுபோய்க் காண்பித்தார்கள்.

செய்தி கேள்விப்பட்டு நிக்கோலஸ், பதறிப்போனார். நல்ல செய்திதான் பலகாரம், வாங்கிட்டு வாப்பா தம்பி! என அங்குள்ள பெரிய நர்சுகள் சொன்னார்கள். சாலமன் ராமேஸ்வரத்திலிருந்து மீன் கொண்டு வருவதும் இவனைப் பார்த்து செல்வதும் தொடர்ந்து வாடிக்கையானது. நாட்கள் வாரங்கள், மாதங்கள் ஓடின.

அவ்வப்போது ராமேஸ்வரம் சென்று தன் பெற்றோர்களையும் உடன் பிறந்த மற்றவர்களையும் பார்த்து வருவான் நிக்கோலஸ். வயது மூப்பின் காரணமாக இறந்து போனார் பட்லர் பொன்னையா. அவர் இறந்தபோது சந்தையில் உள்ள அனைவரும் அவருடைய இறுதி ஊர்வலத்தில் பங்கேற்க வியாபாரபுரிக்கே சென்று விட்டார்கள்..

27

தஞ்சை பார்த்திபன், செல்லமுத்து, பெஞ்சமின், எல்லோரும் நிக்கோலாஸ், சாலமன் உடன் சேர்ந்து பெரியவர் இறுதி மரியாதையை சிறப்பாக செய்து முடித்தார்கள். சாராய சாம்ராஜ்ய சாவித்திரி தொழிலைத் துரிதமாக பார்த்துக் கொண்டிருந்தாள். சந்தையில் வேலை செய்யும் ஆட்கள் எல்லாம் மொத்தமாக காவல் நிலையத்தில் புகார் கொடுத்து இவற்றை ஒழிப்பதற்கு ஏற்பாடு செய்தனர். ஆனாலும் சாவித்திரி சளைக்கவில்லை; காவல்துறை வந்து விசாரித்த பொழுது அரசியல் பிரமுகர் வழக்கறிஞர் எல்லாரையும் வரச்சொல்லி சாதுரியமாக "இனி நடக்காது இது போன்று நடக்கவில்லை" என்று பொய் சொல்லி மழுப்பி தப்பித்து விட்டாள்.

காவல்துறையும் அரசியல் பிரமுகரின் தலையீடு இருப்பதால் அவளை எச்சரித்து விட்டு விட்டனர். இனிமேல் செய்தால் கண்டிப்பாக உள்ளே வைத்து விடுவோம் என்று மிரட்டினார்கள். சாராய சாவித்திரி, பேச்சியம்மாள் நிக்கோலஸ் பார்த்திபன் ஆகியோர் மீது ஒரு கண் வைத்தாள்.

செண்பகம், நாகமலை ஜோடி பார்த்து மகிழ்ந்து போனான் தஞ்சை பார்த்திபன். காலமெல்லாம் உங்களுக்கு நன்றி சொல்ல வேண்டும். நல்ல ஒரு மனிதனை எனக்கு நீங்கள் தேர்ந்தெடுத்து கொடுத்திருக்கிறீர்கள். ஆனாலும் "எனக்கு ஒரு கேள்வி... ஏன் என்னைப் பிடிக்கவில்லையா? எதனால் என்னை மறுத்தீர்கள்?"

நானாக வந்து கேட்டதால் என் மேல் தவறான அபிப்பிராயம் வந்துவிட்டதா. அப்படி இல்லை செண்பகம், நான் ஒரு நதி. நதி ஓர் ஊரில் இருப்பதில்லை. வேலை ஒரு இடம். வீடு வாசல் குடும்பம் இதெல்லாம் எனக்கு ஒத்துவராது. அப்படி கேட்டதும் ஒரு நிமிடம் நான் மயங்கிவிட்டேன். என் வாழ்க்கையில் யாரையும் திருமணம் செய்யக்கூடாது என்று முடிவெடுத்து இருந்தவன், ஒரு நிமிடம் கலங்கிப் போனேன். என் பூர்வீக ஊருக்குச் சென்று என் நிலம் புலம் இருக்கிறதா என வாழ்க்கை ஆரம்பிக்கலாமா என்றெல்லாம் போய்ப் பார்த்து வந்தேன். என் அண்ணன்மார்கள் கற்றுக் கொடுத்தனர் வாழ்க்கை.

நான் எடுத்த முடிவுதான் சரி; அதிலிருந்து ஒரு போதும் பின்வாங்கக் கூடாது, யாரையும் நம்ப வைத்து ஏமாற்றக்கூடாது. சரி ஒருமுறை யோசிக்கலாம் என்று நான் நினைத்தபோது, நீ நாகமலையிடம் பேசிக் கொண்டிருந்தாய். திடீரென்று ஒரு பொறி தட்டியது. நாகமலை உடன் நான் ஏற்கெனவே பழகியிருக்கிறேன்; என்னைவிட நல்ல மனசுக்காரன். உன்னை நன்றாக பார்த்துக் கொள்வான்.

இதனால்தான் அந்த முடிவு எடுத்தேன். நீயும் ஏற்றுக் கொண்டாய் மிகவும் மகிழ்ச்சி. குழந்தை பற்றியும் அவனிடம் நான் சொல்லியிருக்கிறேன். குழந்தைக்கும் உனக்கும் பாதுகாப்பாகவும் உனக்குத் தேவையான துணையாகவும் அவன் இருப்பான். இதற்கிடையில் பேச்சியம்மாளுக்கு வளைகாப்பு சிறப்பாக நடைபெற்றது. 8 மாதம் வரை அவள் சந்தையில் வியாபாரம் செய்தாள். யார் சொல்லியும் அவள் கேட்கவில்லை.

சந்தையில் உள்ள ஆட்கள் எல்லாம் ஒன்பதாவது மாதம் என்று வற்புறுத்தி அவளை வீட்டுக்கு அனுப்பி வைத்தனர். குழந்தைங்க வரப்போகும் நாளை நர்சுகள் சொன்னபோது வீட்டிலே பிரசவத்தை வைத்துக் கொள்ளலாம் என்று வியாபாரபுரி மக்களை சொன்னபோது இதெல்லாம் எதுவும் கேட்காமல் சந்தை அருகில் உள்ள ஆஸ்பத்திரியில் தான் குழந்தை பிறக்க வேண்டும் என்பதில் தீவிரமாக இருந்தாள்.

பேச்சியம்மாள், நிக்கோலஸ் தம்பதியருக்கு ஆண் குழந்தை பிறந்தது. அந்தக் குழந்தைதான் இனி கதையை நகர்த்தப் போகிறது.

சந்தைக்கு அருகில் இருக்கும் அரசு ஆஸ்பத்திரியில்தான் நான் பிறந்தேன். அது என் வாழ்வோடு பின்னிப் பிணைந்தது.

28

அது ஓர் அரசு ஆஸ்பத்திரி என்று சொன்னால் யாரும் நம்ப மறுப்பார்கள். லேடி வில்லிங்டன் என்ற பெயர் மட்டுமல்ல வெள்ளைக்காரர்கள் காலத்தில் ஏற்படுத்தப்பட்டது. அற்புதமான ஒரு நவீன மகப்பேறு மருத்துவமனை அது. தனியார் மருத்துவமனைக்குச் சவால் விடும் அளவுக்கு மிகவும் உன்னதமான ஒரு சுகாதாரம் மிகுந்த மருத்துவமனை.

இந்த சுத்தம், சுகாதாரம் பணி நேர்மை எல்லாம் ஸ்டெல்லா என்ற செவிலியின் கைவண்ணம்தான். ராணுவ அமைதி போல அங்கே நடக்க வேண்டும். ஏதேனும் குறை இருந்தால் அவர்களை இன்ன அளவில்லாமல் கெட்ட வார்த்தைகளிலும் மானத்தைக் கெடுக்கக் கூடிய சூடு சொற்களிலும் பேசுவதில் ஸ்டெல்லாவுக்கு நிகர் யாருமில்லை. சந்தை அருகே உள்ளதனால் அதனை அனைவரும் "சந்தை ஆஸ்பத்திரி" என்று சொல்வார்கள்.

அந்த சந்தர்ப்பத்தில் 13 பெண் குழந்தைக்கு மத்தியில் பிறந்த ஒரு ஆண் குழந்தை நான். அங்குள்ள அனைவரும் என்னை கொஞ்சிச் செல்வார்கள், கன்னத்தில் முத்தமிடுவார்கள் என்று என் அம்மா பின்னால் சொன்ன போது மிகவும் மகிழ்ந்தேன்.

என் தந்தை அங்கு உள்ள அனைத்து செவிலியர்களுக்கும் அன்று பிரியாணி வாங்கிக் கொடுத்தார். பின்னாளில் அம்மா கதையாக சொல்வாள். நான் அதிக எடை வயிற்றில் 11 மாதம் இருந்தேனாம். ஏறி மிதித்து விட்டார்களாம். வலி தாங்காமல் என் அம்மா அவர்களை கிள்ளி விட்டாராம். இப்படி சுவாரஸ்யம் நிறைய உள்ளன எனது பிறப்பு கதையில். நான் தெருவில் நிறைய குழந்தைகளைக் கடித்து விடுவேனாம் எல்லாரும் வந்து அம்மாவிடம் புகார் கொடுப்பார்களாம். இப்படி வளர்ந்த கதையும் உண்டு.

எனக்கு என் நினைவில் கேட்ட முதல் சத்தம் சந்தையில் பேரம் பேசுகிற சத்தம்தான். என் சுவாசம் சந்தையின் அழுக்கு, நாற்றம் மிகுந்த சுவாசமும், புதிய காய்கறிகளின் வாசமும் தான். சந்தை என்ற ஒரு சமவெளி இல்லை என்று சொன்னால் இங்கு எத்தனை

பேர் வாழ்க்கையை நினைத்துப் பார்க்கவே யோசனைக்குரியதாக இருக்கும்.

இந்தச் சந்தை பற்றிய சிந்தனைகள் என் வாழ்வோடு பின்னிப் பிணைந்தது. சந்தை ஒரு மாய உலகம். இந்த உலகத்தில் எத்தனை விதமான மனிதர்கள்; எத்தனை விதமான ஆசைகள்; எத்தனை விதமான துரோகங்கள்; எத்தனை விதமான சாபங்கள், எத்தனை விதமான அர்த்தங்கள்; எத்தனை விதமான விம்மல்கள்; அத்தனையும்! ஒரு உழைப்பின் பின்னால் இருக்கக்கூடிய வலியையும் வேதனையையும் யதார்த்தத்தையும் சொல்லில் வடிக்க முடியாத காவியமாகத் தான் நீண்டுகொண்டே இருக்கிறது! அதனை எப்படியும் எழுத்தில் வடித்து விட முடியுமா!

நான் பிறந்த பொழுதே என் தந்தை சந்தையில் வியாபாரம் செய்து கொண்டிருந்தார். ஒருநாள் கூட அவர் செல்லாமல் இருந்ததில்லை. பரம்பரை பரம்பரையாக பொருள்களை வாங்கி விற்கும் தொழிலைத் தான் எங்கள் குடும்பம் செய்து வந்தது என அம்மா அடிக்கடி சொல்வார். என் தந்தை பல பேருக்கு உதவி செய்திருக்கிறார். பல பேர் மக்கள் வாழ்வதற்கு வழிகாட்டி இருக்கிறார்.

வடநாட்டில் இருந்து மொழி புரியாமல் வந்த ஒரு குடும்பம் எங்கு இருப்பது என்று திசை தெரியாமல் தவித்த பொழுது, தந்தையின் அருகில் அவன் கண்ணைக் கசக்கி நின்றான். அவன் பெயர் பஜன்லால் சேட். நிறை மாத கர்ப்பிணியாக இருந்த அவன் மனைவி துர்கா. அவரையும் பார்த்து சந்தை ஆஸ்பத்திரியில் பிரசவம் பார்த்துக் கொள்ளலாம். எதிரே ஒரு வீட்டில் அவருக்கு வாடகைக்கு இடம் கொடுத்து, உடை கொடுத்து, பண உதவியும் செய்தார். பின்னால், பாம்புக்கு பால் வார்க்கோம் என்று தெரியாமலேயே அந்த பஜன்லால் சேட்டுக்கு அப்பா உதவி செய்தார்.

நான் பிறந்த இரண்டு ஆண்டுகளுக்கு பின்பு ராம் சேட் என்பவன் பிறந்தான். ராம் சேட் தான் எங்கள் சந்தை ஆட்களை எல்லாம் கருவறுக்க பின்னாடி நச்சு மரம் போல உருவானவன். எனக்கு இரண்டு ஆண்டுகள் கழித்து பிறந்தவன்; ஆனாலும்கூட என்னோடு உடன் பிறந்தவனாக ராம் சேட் வளர்ந்து வந்தான்.

“பையா... பையா” என்று என்னை அழைப்பான். ராம் சேட் இருவரும் சந்தையிலே, பிறந்து சந்தையிலே வளர்ந்து கருவாகி

உருவானவர்கள். நான் சந்தையின் வளர்ச்சிக்கும் சந்தையின் மூலம் மக்களின் வளர்ச்சிக்குப் பாடுபட நினைத்தேன் அவனும் உள்ளுக்குள் வேறு ஒரு விஷ மரத்தை வளர்த்து இருக்கிறான் என்பது எனக்குப் போக போகத்தான்த் தெரிந்தது.

ராம் சேட்டின் குடும்பம் வடநாட்டில் இருந்து தமிழ்நாட்டிற்குப் பிழைக்க வந்த குடும்பம். மதுரை மாநகரில் மட்டும் சற்றேறக்குறைய இரண்டு லட்சத்திற்கு மேலே வடமாநிலத்தைச் சேர்ந்தவர்கள் குடியிருப்பார்கள் என தற்போதைய நிலவரம் சொல்கிறது. பஜன்லால் சேட்டு எப்பொழுதும் பீடா போட்டுக் கொண்டே இருப்பார். எழவெடுத்த பீடா, பான்பராக், கணேஷ் புகையிலை இந்த விஷயம் எல்லாம் இந்த வடநாட்டுக்காரர்கள் பழகிவிட்டு இங்கே புற்றுநோயை நிரந்தரமாக உருவாக்கி விட்டார்கள்.

கடந்த 20 ஆண்டுகளுக்கு மேலாக மாதம் 10 பேர் 20 பேர் என கொஞ்சம் கொஞ்சமாக குடும்பம் குடும்பமாக வட மாநிலத்தில் இருந்து பிழைப்பு நடத்துவதற்கு இங்கே வந்து கொண்டிருக்கிறார்கள். வடக்கத்திக் காரங்களுக்கு என்று சில கோயில்களில் உணவகங்கள்; அவர்களுக்கென்று சிற்றுண்டி சாலைகள் என்று மதுரையில் ஒரு பகுதியில் வட மாநிலம் போலவே இயங்குகிறது.

29

சந்தைக்குப் பக்கத்திலுள்ள பெரிய கட்டடம் வேலை நடந்து கொண்டிருந்தது. அந்தக் கட்டிடத்தில் வேலை பார்ப்பவர்கள் எல்லாம் பீகார் மாநிலத்திலிருந்து வந்தவர்கள். பீகார் மாநிலத்தில் ஒரு நாள் 150 ரூபாய் சம்பளத்துக்கு கூட வழி வழியில்லாமல் 15 நாள் பயணத்தில் மதுரையிலிருந்து வாழ்ந்து கொண்டிருக்கிறார் அவர்களுக்கு எப்பொழுது விடியும் என்று நான் நினைத்துக் கொள்வேன்.

எப்படித்தான் இவர்கள் தமிழ் கற்றுக் கொண்டார்களோ ஆச்சரியம் மிகும். எல்லாம் இந்தி படித்தால் வாழ்வில் வெல்லலாம் வாழலாம் என்று சொல்லிக் கொண்டு கத்திக் கொண்டும் இருக்கிறார்கள்; ஆனால் ஹிந்திக்காரர்கள் மற்றும் வடமொழி மற்றும் பிற மொழி பேசுகிற பீகார், இராஜஸ்தானி, அசாமி மொழியைச் சேர்ந்தவர்கள் இங்கே வந்து அனாயசமாக தமிழை கற்றுக் கொண்டு தமிழர்களின் வாழ்வைப் பறித்துக் கொண்டிருக்கிறார்கள். வந்தாரை வாழவைக்கும் தமிழகம் தமிழனைக் கூலியாட்களாக வாழ வைக்கும்.

வியாபாரம் செய்ய வந்த வடக்கத்திக்காரர்கள் இங்கே கடைப்பிடித்து வாழ, கெடுத்து எண்ணற்ற தமிழர்களை வேலைக்கு வைத்து அவர்கள் முதலாளி ஆகி பெரும் பொருளை, தங்கள் மாநிலத்துக்குக் கொண்டு சென்று, தமிழ் நாட்டைச் சுரண்டியதில் வடக்கத்தியர்களுக்கு எப்பொழுதும் பெரிய பங்கு உண்டு.

நன்றியுடன் நடந்து கொள்ளமாட்டார்கள்; அதுவுமில்லாமல் உண்ட மாநிலத்துக்கு இரண்டகம் நினைப்பார்கள். நாட்டைக் கபளீகரம் செய்து, தங்களை நிலை நாட்ட வேண்டும் என்ற வெறியோடு இருக்கும் கூட்டத்தில் ராம் சேட்டும் ஒருவன் என்பது அப்போது எனக்குத் தெரியவில்லை. பள்ளிக்கூடம் சென்று வருவது, அங்கே களாக்காய், நாவப்பழம் பிடுங்கித் தின்றது, சேமியா ஐஸ் வாங்கித் தின்றது. ஆசிரியர்கள் பாடம் நடத்தும்போது சரியாக கவனிக்காமல் அடி வாங்கியது; இரண்டு பேரும் ஒன்றாய் முட்டி கால் போட்டது. அதன் பிறகே என் வீட்டு முற்றத்தில் அவனும், அவன் வீட்டுக்குள் நானும் ஒன்றாகச் சுத்தியது; புரியாத இந்தி வார்த்தைகள் அவர் வீட்டார் பேசும்போதெல்லாம் நான்

வானத்தைப் பார்த்தது. பீயோகானா என சப்பாத்தியை மடக்கி அவர் அம்மா எனக்குக் கொடுத்தது, ஊட்டி விட்டது. அப்பொழுதும் அவன் என் கூட பழகி இருந்த நேரம் போக மீதி நேரங்களில் பழைய லாரியை உடைத்துப் போட்டு வைத்து வியாபாரம் செய்யும் இரும்புக் கடையோரமே சுத்திக் கொண்டு இருப்பான்.

அதுமட்டுமல்லாது அங்கேயே மொத்த கமிஷன் மண்டியில் சேர்வதற்குக் கடையில போய் டீ பிஸ்கெட் எல்லாம் வாங்கி கொடுப்பான். அங்கு சேர்ந்து பெரிய வியாபாரி ஆகணும் நிறைய சம்பாதிக்கணும் என்ற ஆசையை அவனுக்குப் பள்ளிப் பருவத்திலேயே வந்தது. பள்ளி விடுமுறைகூட. ராம்சேட் எதாவது வேலை இருக்கா என்பதைப்போல சும்மா போய் நிற்பான். விளைவு அவனுக்கு ஏழாம் வகுப்பிற்கு மேல் படிக்க விருப்பமில்லை; வியாபாரம் நுணுக்கம் அவனை அழைத்தது. அவன் அறிவுக்குப் பள்ளியில் ஏழாம் வகுப்பு அதிகம் என்று நினைத்து முடிவுகட்டி பெரிய கட்டிட வேலைக்குச் சென்றுவிட்டான். ஸ்டெல்லா அக்கா நர்ஸ் மட்டுமல்ல சந்தையை சுற்றியுள்ள பகுதிகளில் இருக்கும் பல்வேறு பெண்களின் கல்லூரிகளில் படிக்கும் பாவப்பட்ட பெண்களுக்கு பரிதாபத்திற்குரிய பெண்களுக்குச் சட்டத்திற்கு உள்ளாகவும் சட்டத்திற்குப் புறம்பாகவும் பல்வேறு உதவிகளைச் செய்தவர். எப்பொழுதும் சிரித்த முகத்துடன் அவரை நான் பார்த்திருக்கிறேன்.

கல்லூரியில் படிக்கும் பெண்கள், கல்லூரியில் படிக்கும் காலத்தில் இங்கு தெரியாமலோ அறிந்தோ அறியாமலோ ஏமாற்றப்பட்டு வயிற்றை நிரப்பிக் கொண்டு வருகின்ற பொழுது கருவை அழிக்கின்ற வேலையைப் பார்த்து முடித்து, நல்ல விதமாக அட்வைஸ் சொல்லி சத்து டானிக் எல்லாம் கொடுத்து அனுப்பி வைப்பாள், ஸ்டெல்லா அக்கா. அருகிலுள்ள சிறைச்சாலையில் கைதிகள் ஓடிவரும்போது, கைதிகள் சண்டை போடும் போது ஏற்படும் கைகலப்பில் இருவரில் ஒருவர், காயம் படுவது உண்டு.

அவர்களெல்லாம் இந்த ஆஸ்பத்திரிக்கு தான் வருவார்கள். பல முறை சொல்லி ஸ்டெல்லா மறுத்து பார்ப்பார். பிரசவத்துக்கு மட்டும் தான். சாதாரண வைத்தியம் பார்க்க முடியாது என்று இருந்தாலும் உடம்பெல்லாம் ரத்தம் வழிய வரும் அவர்களைப் பார்த்து மனசு இறங்கி சில முதலுதவி மட்டும் செய்துவிடுவாள்.

30

சந்தை ஓரத்தில் ஒரு வேப்பமரம். அந்த வேப்ப மரத்தின் கீழ் ஒரு முதியவர் காவி வேட்டி கட்டிக் கொண்டு அமர்ந்து குறி சொன்னார். வெள்ளைத் தாடி; ஜடாமுடி; திருவோடோடு அமர்ந்திருந்தார். அவர் யாரோ ஒருவருக்கு எதைச் செய்யக் குறி சொல்ல அது பலித்துப்போக ஊர் மக்கள் எல்லாம் தொடர்ந்து வர ஆரம்பித்தார்கள்.

சந்தைக்குப் பொருள் வாங்கும் கூட்டத்தை விட செவ்வாய், வெள்ளி நாட்களில் இந்தச் சாமியாரைப் பார்க்க வரும் கூட்டம்தான் பெரிதாகிவிட்டது. கடவுள் நம்பிக்கை உள்ளவர், கடவுளை வைத்து காசாக்கக் கூடியவர்கள், இந்த உலகம் பார்த்துக் கொண்டுதான் இருக்கிறது. எதைத் தின்றால் பித்தம் தெளியும் என்று மக்களின் துன்பங்களுக்கும், துயரங்களுக்கும் யாராவது ஆறுதல் சொல்வார்களா என்று நினைக்கும் அந்த அப்பாவி மக்களுடைய செயல்பாடுகளைக் காசாக்கும் நரித்தந்திரம் பிடித்தவர்களை எப்படி சாமியார் என்று சொல்வது.

கயமையைக் கொண்டு காசாக்கும் தந்திரம் படித்தவர்களை பக்தி என்று நம்பிக் கொண்டிருக்கும் அப்பாவி மக்கள்தான் இந்த உலகத்தில் அழிந்து கொண்டிருக்கிறார்கள். சீட்டு போட்டு ஏமாத்துறான், குங்குமம், கொடுத்து ஏமாற்றுகிறான் குறி சொல்லுகிறான்.

செய்வினை வைக்கிறான், ஏவல் பில்லி சூனியம் என்று ஏதேதோ காரணங்கள் சொல்லி உழைக்காமல் உண்டு வயிறு வளர்க்கும் கூட்டம் ஒரு ஓரத்தில் உருவாகிக் கொண்டுதான் இருக்கிறது. வாழ்க்கை நாணயம் போல இரண்டு பக்கம் கொண்டது.

அதுவும் நேர் எதிரான இரண்டு பக்கங்களை... இன்பமும் துன்பமும், தோல்வியும், வெற்றியும் கலந்ததுதான். எல்லோரும் இன்பத்தை ஏற்றுக் கொள்ளும் மனநிலையை வரவேற்கிறார்கள். ஆனால் துன்பம் வந்தால் அதைச் சமாளிக்க பக்குவத்தைப் பெற முடிவதில்லை. அதற்குத்தான் இந்த மாதிரி பல இடர்பாடுகள்.

மேலும் துன்பம் ஆகக்கூடிய சிக்கல்களில் சிக்கிக் கொள்கிறார்கள். சாதாரணமாகச் சாகப்போற பைத்தியம் போல கிடந்த இந்த சாமியார், குறி சொல்லத் தொடங்கினார். தங்கள் பணத்தை எல்லாம் உடனே வாங்கிக் கொண்டு வந்து அவரிடம் கொடுத்தார்கள்.

கல்லாக் கட்டியது. அவரின் நடை உடை பாவனை எல்லாம் மாறியது. சந்தைக்குப் பின்னாலுள்ள பகுதியில் ஒரு இடத்தை வாடகைக்குப் பிடித்து, அருள்வாக்கு சொல்லும் நேரம் முன்பதிவு எல்லாம் தொடங்கியது. இரண்டு உதவியாளர்கள் சேர்ந்து கொண்டார்கள்.

கடவுளை மட்டும் நம்பும் கூட்டம் ஒன்று, இந்த மாதிரி சிக்கல்களில் சிக்கிக் கொள்வதில்லை. மாரியம்மன் கோவிலுக்குக் காப்புக் கட்டி விரதமிருந்து வழிபட்டு நேர்மையாக வாழ்ந்து இன்ப துன்பங்களைப் பகிர்ந்து கொண்டு சமமாக அனுபவித்துக் கொண்டு வாழும் எத்தனையோ எளிய மக்களைக் கடவுள் காப்பாற்றிக் கொண்டு தான் இருக்கிறார். இந்தக் கயவர்களைச் சாமியார் என்ற போர்வையில் வாழும் இவர்களைக் கடவுள் ஏன் இன்னும் ஒன்றும் செய்யவில்லை என்று யோசித்தான். பேச்சியம்மாளுக்கு பிறந்த பையனுக்கு “இரவி” என்று பெயரிட்டார்கள்.

ஒரு சீசனில், ஒரு சாமியார் மாட்டிக் கொள்கிறார்; இன்னும் கொஞ்ச நாள் கழித்து வேறு ஒரு சாமியார் வந்துவிடுகிறார். ஒரு சாமியாரின் சுயரூபத்தை தோலுரிக்க வேண்டிய கடப்பாடு மக்களுக்கு இருக்கிறது.

பணத்தின் பிடியில், புகழின் பிடியில் சிக்கித் தவிக்கும் இவர்களை ஒவ்வொரு முறை சிக்கும் போதும் அடுத்தவர் புதிதாக வந்து கொண்டே இருக்கிறார்மக்கள் சிந்தனையில்தான் மாற்றம் இல்லை என்று அவன் நினைத்துக் கொண்டான்.

மஞ்சுநாதன் போன்ற ஆட்கள் வட்டிக்கு விட்டு வீண் வயிறு வளர்ப்பவர்கள். ஒவ்வொரு நாளுக்கும் வட்டி, மாத வட்டி, வார வட்டி, ஒரு மணி நேரம், இரண்டு மணி நேரம் கழித்து கேட்கும் பணத்தைக் கூட, வட்டி வசூலிக்கும் தவணைக்காரன் மஞ்சுநாதனிடம் மாட்டிக்கொண்டு மக்கள் பட்ட பாடுதான் சொல்லி மாளாதது.

வட்டிக்குப் பணம் விட்டு அந்த வட்டியை வசூலிக்க இரண்டு பேரை வேலைக்கு அமர்த்தி, ஒரு தனி ராஜாங்கம் போல செயல்பட்டுக் கொண்டிருந்தவன் மஞ்சுநாதன், அதுமட்டுமல்லாமல் சில்லறை பிஸினஸ்ஸில் கொடி கட்டி பறந்தவர், கோயில் உண்டியல்கள் பிச்சைக்காரர்கள் வைத்திருக்கும் சில்லறைகளை நூறு ரூபாய்க்கு இரண்டு ரூபாய் கொடுத்து வாங்கிட்டு வந்து 100 ரூபாய்க்குப் பத்து ரூபாய்க்கு விற்பனை செய்யும் ஒரு வணிகம் முதன்முதலில் மஞ்சுநாதன்தான் சந்தையில் ஏற்பாடு செய்தான். டீக்கடைகள், மளிகை கடைகள், பெரிய வடை கடைகள், காய்கறி விற்போர் இவர்களுக்குச் சில்லரைத் தட்டுப்பாடு ஏற்படும். சில்லரை தட்டுப்பாடு விற்பனையைப் பாதிக்கும். அதனால் 100 ரூபாய்க்கு ஏழு ரூபாய் கொடுத்து சில்லரை வாங்கித் தங்கள் வியாபாரத்திற்கு பயன்படுத்துகிற நிலையில் மக்கள் தள்ளப்பட்டனர்.

மாட்டுச்சந்தை, ஆட்டுச் சந்தை, துணிச் சந்தை, மஞ்சள் சந்தை பாத்திரக்கடை சந்தை என்று எல்லாச் சந்தைகளும் மஞ்சுநாதனின் ஆட்கள் கையில் ஒரு பையை வைத்துக் கொண்டு செல்ல வணிகத்தையும், கந்துவட்டி வாணிபம் செய்து கொண்டிருக்கிறார்கள்.

பத்து ரூபாய் லாபத்திற்காக கூவிக்கூவி விற்கிறான்; கூறுபோட்டு விற்கிறான். இவன் வாங்கிய பொருட்கள் எல்லாம் அழுகிப் போகும் முன்பு லாபம் பார்த்தாக வேண்டும். அசல் கிடைத்தாக வேண்டும். மறுநாள் பொருள் வாங்குவதற்குப் பணம் தனியாக எடுத்து வைக்கவேண்டும். லாபத்தைத் தனியாக ஒதுக்க வேண்டும். இப்படி எல்லாம் இருக்கின்ற பொழுது இவர்கள் நோகாமல் வட்டிக்கு விடுவது, அதை வைத்து, காசு சம்பாதிப்பது என்ற இந்த புது வழிகளை எங்குதான் கண்டுபிடித்தார்கள் ரவி யோசித்து வெளியில் வந்தான்.

வடநாட்டில் இருந்து பழங்களை மொத்தமாக ரயில்வே ஸ்டேஷனிலிருந்து இறக்கி வந்து சந்தையில் போடுவார்கள். சரியா கிராபைட் கல் வைத்துப் பழுக்க வைத்திருப்பார்கள். நிறைய முன் பகுதி பின் பகுதி எல்லாம் அழுகிப் போய் இருக்கும். நிறைய வேஸ்ட் இருக்கும், அதையும் தாண்டிதான் அவர்கள் விற்பனை செய்யவேண்டும். டெல்லியில் இருந்து வரும் பழங்கள் சில நேரம் அதிக லாபம் தந்து பலரை வாழ்க்கையில் உயர்த்திவிட்டு இருக்கிறது. ஆனால் சிலநேரம் அவற்றில் அதிகமான பொருள் நஷ்டம் இழப்பு ஏற்படுவது உண்டு. இந்த வியாபாரத்தைச்

சரிகட்ட சிலர் மஞ்சுநாதனிடம் கடன் வாங்கி, வட்டி போட்டு, வட்டிக்கு வட்டி கட்டி மிகவும் வேதனையோடு அலைந்த கதையெல்லாம் நிறைய உண்டு.

மஞ்சுநாதன் இடம் பார்த்து, ஆள் பார்த்து, பணம் கொடுத்து பணம் வசூல் செய்ய முடியாமல் போனால் அவர்கள் இடத்தைத் தன்வயம் ஆக்கிக் கொண்டு கார்ப்பரேஷனில் முப்பது ரூபாய் வரி கட்டி அங்கே தன்னுடைய ஆட்களை வைத்து சந்தையில் தனது வியாபாரத்தைத் தொடங்குவான். மஞ்சுநாதன் பேச்சியம்மாள் இருக்கும் கடையும் எப்படியாவது அதனை அடைய வேண்டும் என்ற எண்ணம் வேர் போடத் தொடங்கியது. நிக்கோலஸின் மீன் கடையையும் கைப்பற்ற நினைத்தார் மஞ்சுநாதன்.

இப்படி பல பேருடைய வியாபாரத்தை முடக்கச் செய்து, தனது வட்டி சாதுரியத்தால் சந்தையில் பெரிய ஆளாக உருவாகத் தொடங்கினான் மஞ்சுநாதன்.

31

தஞ்சை பார்த்திபன் நன்றாக டீக்கடையில் பணியாற்றிக் கொண்டு எல்லோரிடமும் நகைச்சுவையாகப் பேசி வயது போனது தெரியாமல் இளைஞனைப் போலவே இருந்தான். நிக்கோலஸ், ரவி, பேச்சியம்மாள் குடும்பத்தில் அவனும் ஒரு உறுப்பினராகவே தொடர்ந்தான். பேச்சியம்மாள் மகன் ரவி சிறுவனாக இருந்து பள்ளிக்கூடம் செல்லும் பொழுது தஞ்சை பார்த்திபன் டீக்கடைக்கு வரும்பொழுது, பலகாரம் வடை எல்லாம் எடுத்துக் கொடுப்பான். சந்தையில் வந்து கூடமாட அம்மாவிற்கு உதவி செய்தால், படிக்கிற புள்ளை எதுக்குப்பா வியாபாரம் என்று கடிந்து கொள்வான். நான்தான் படிக்காம போயிட்டேன் நீயாவது படிச்சுப் பெரிய ஆளா ஆக வேண்டுமப்பா... ஒருநாள் செல்வம் காபி பார், குமார் டீக்கடையில் பத்தாயிரம் ரூபாய் பணத்தைக் காணவில்லை. புதிதாக ஓர் இடம் வாங்குவதற்கு அட்வான்ஸ் போடுவதற்காக அந்தப் பணத்தை வைத்து இருந்தான்.

வெளியும் பணம் இல்லை. பணத்தை யார் எடுத்திருப்பார்கள் என்ற குழப்பத்தில் இருந்த அவனுக்குத் தஞ்சை பார்த்திபன் புதிதாக ஒரு செயின் போட்டு இருந்தான். அந்தச் செயின் ஒரு கல்யாண வீட்டில் நன்றாக சமைப்பதற்காக அந்த வீட்டு உரிமையாளர் அவனுக்குப் போட்டது. பணத்தை தேடித் தான் அவன் செயின் வாங்கி இருப்பான் என்று தவறாக நினைத்து விட்டான் குமார். எனவே வேலைக்காரன் இல்ல உறவுக்காரன் என அவனை என்று சொன்னவன் சம்பளம் கணக்கு என்றுமே பார்த்ததில்லை. கொடுத்ததை வாங்கிக் கொண்டு இருந்தவன் அவனையா சந்தேகப்படுவது என்ற ஒரு நிமிடம் யோசித்தான் இருந்தாலும் முதன் முதலில் ஒரு சொந்த இடம் வாங்க வேண்டும் வாடகை தான் எத்தனை ஆண்டுகாலம் வாழ்வது எண்ணத்தில் இருந்தவனுக்கு வேறு எதுவும் பெரிதாக தெரியவில்லை யாரைச் சந்திப்பது யோசிப்பது என்றெல்லாம் அவன் யோசிக்கவே இல்லை தஞ்சை பார்த்திபன் தான் பணத்தை எடுத்து இருப்பார் என்று முடிவு செய்து ஜாலியாகப் பேசி விட்டான். அவன் பேசிய நக்கல் பேச்சு பார்த்திபனுக்கு மிகவும் வேதனையைக் கொடுத்தது.

சமையல் கலையின் மூலம் கிடைத்த தங்க செயினைத் தன்னை ஆதரித்த, தன்னை அழைத்து, வந்த ஆசையாக ஓடிவந்த என்னைப் பார்த்து திருடன் பட்டம் கட்டி விட்டார்கள் என்று மனதில் மிகவும் நொந்து போனான் ஆறு வருடம் ஏழு வருடத்திற்கு மேல் இந்த டீக்கடை தான் வீடு இவர்கள்தான் உறவினர்கள் என்று மாங்கு மாங்கு என்று வேலை பார்த்தான். தனக்கு என எதுவும் எடுத்துக் கொள்ளவில்லை. இப்பொழுதும் சுயநலமாக யோசித்ததில்லை. வாடகை கொடுத்து நடத்திவந்த கடையைச் சொந்தமாக சொந்தக் கடையாக, மாற்ற பட்ட பாடு கொஞ்ச நஞ்சமில்லை. சீட்டுப் போட்டு பணம் சேர்த்து வைக்க சொல்வது பால் அதிகமாக மிஞ்சிப் போனால் அதை மோராக்கி தயிர் கடைந்து, வெண்ணெய் எடுத்து, விற்பனைக்கு வைத்தது. மிஞ்சிப்போன உளுந்தவடைகளை பதினோரு மணிவாக்கில் தயிர் வடைகளாக மாற்றி ஒப்பனையில் அளவு கூட வைத்து விற்பனையைக் கூட்டி வைத்தது. குறைவான செலவில் இனிப்புகள் செய்து அதிக விலையில் பெரிய கடையில் விற்பதைப் போன்ற அளவில் விற்க வைத்தது. வடை விரும்பிச் சாப்பாடு மக்களுக்காக விதவிதமாக வடை செய்து வைத்தது. வடை விரும்பாத எண்ணெய் பொருள் ஒத்துவராத மக்களுக்காக பலவகையில் சுண்டல் செய்து வைத்தது.

அக்கம் பக்கத்தில் உள்ள சந்தை மக்களிடத்தில் நல்ல பெயர் எடுத்தது; நிறைய பேருக்கு திருமணம் செய்து வைத்தது; இப்படி தஞ்சை பார்த்திபனைப் பற்றி பேசினால் பேசிக் கொண்டே இருக்கலாம். அவ்வளவு காரியம் செய்த அவனைப் போய் ஒரு சிறிய விஷயத்தில் சந்தேகப்பட்டு விட்டோமா என்று குமார் எப்பொழுதும் வருந்திக் கொண்டிருப்பான். நான் சொன்ன உடனே ஒரு பெரிய சமையல் வேலையிலிருந்து உடனே வந்தவனை அவசரப்பட்டு சந்தேகப்பட்டு விட்டோமே என பார்க்கும் எல்லோரிடமும் புலம்பிக் கொண்டு இருப்பான். எங்க போனான்னு தெரியலை. எங்க இருக்கான்னு தெரிந்த இடத்தில் தேடிப் போய் பார்க்கலாம். அதுவும் தெரியாம போச்சு. தஞ்சை பார்த்திபன் எங்கு போனார் என்றே யாருக்கும் தெரியவில்லை.

பேச்சியம்மாள் நிக்கோலஸ் இருவருக்கும் இந்தச் செய்தி தெரிய வர மிகவும் வருந்தினார்கள்; ரவி அழுதுகொண்டே இருந்தான். நல்ல மனுஷன் எங்க போனான் தெரியலையே. செல்வம் காபி பார் முன்னை மாதிரி இல்லை; கலைந்து

போயிருந்தது. அழகும் பொலிவும் சுவையும் தரமும் குறைந்துவிட்டது.

பக்கத்தில் இருக்கும் ஒரு உணவகத்தில் அப்போது இவன் பக்குவம் சொல்லி அந்த உணவகம் நன்றாக ஓடிக் கொண்டிருந்தது. அந்த உணவகத்தில் போடப்படும் பொங்கல், கிச்சடி, சாம்பார் சாதம், லெமன் சாதம் போன்றவையெல்லாம் இவன் சொன்ன பக்குவம் மக்களை அதிகமாக வரவழைத்து விற்பனையைக் கூட்டி வைத்து இருந்தது. பணம் காணாமல் போனது, கடை அட்வான்ஸ் கொடுக்க முடியாமல் போனது, தஞ்சை பார்த்திபனைச் சந்தேகப்பட்டது, வியாபாரம் குறைந்து போனது. அப்படி எல்லாம் சேர்ந்து குமாரைத் தற்கொலைக்குத் தூண்டியது ஒரு நாள் அவன் டீக்கடையில் தற்கொலை செய்து கொண்டான்.

அந்தக் கடையில் பார்த்திபன் இல்ல, அதனாலதான் குமார் சாக நேர்ந்தது என்று எல்லோரும் பேசிகொண்டார்கள். பார்த்திபன் இருந்திருந்தால் இவனைச் சாகும்படி விட்டிருக்க மாட்டான். எவ்வளவு பிரச்சனையும் அவன் சரி செய்து இருப்பான். அவனைப் போய் இவர்கள் சந்தேகப்பட்டு விட்டார்களே துரை அழுது புலம்பினான்.

32

சாராயம் விற்பனை செய்யும் சாவித்திரி தனது விற்பனையை தடைபட்ட காரணத்தினால், பேச்சியம்மாள் மீது கோபம் கொண்டு அரசியல் அடியாட்களை வைத்து அவள் கடையைக் காலி பண்ண முடிவு செய்தாள். இப்படி ஆட்களை ஏவி அவளைப் போட்டுத்தள்ள நினைத்தாள்.

இதற்காக ஒரு நாள் குறித்து சந்தைக்குள் இறங்கி பெரிய கலவரத்தை நடத்தினார்கள். அடிதடி ஏகப்பட்ட பொருள் சேதம் சந்தை கலவர பூமியானது; பார்த்திபன் தான் ஓடி வந்தான். ஓடிப்போய் காவல்துறையை அழைத்து வந்தான். காவல்துறை நிலைமைக் கட்டுக்குள் அடக்கி பிரச்சினைக்குக் காரணமான சாராய வியாபாரி சாவித்திரியைக் கைது செய்து சிறையில் அடைத்தார்கள்.

இங்கே சிறை அதிகாரி ஒருவர் சாராய சாவித்திரியைப் பார்த்து யாரு மேல கை வச்சிட்டு வந்த தெரியுமா? சிறையில் உள்ள கைதிகளுக்கு அழுகிப்போன காய்கறி தான் நாங்கள் சமைத்துக் கொடுப்போம். சந்தை நேரம் முடிந்து மீதமுள்ள காய்களைப் பிறகு எடுத்து வந்து சிறையில் கொண்டு சமைப்பார்கள். இப்படி இருந்த காலத்தில் அண்ணா அப்படி எல்லாம் செய்யாதீர்கள் என்று என்னிடம் சொல்லி எல்லோரும் கொஞ்சம் காய்கறிகளை இலவசமாகக் கொடுங்கள் என்று சொல்லி இந்த சிறைக் கைதிகளுக்காக காய்கள் எல்லாம் சேர்த்து கொடுத்தவள் பேச்சியம்மாள். ஆதரவில்லாமல் இருந்த விதவைகளுக்கு மகளிர் குழுவில் கடன் பெற்றுத் தந்து நிறைய தொழிலை ஏற்பாடு செய்தவள் பேச்சியம்மாள்.

இதெல்லாம் கூட இல்ல... பெரியார் பேருந்து நிலையத்தில் மாலை நேரத்திலும் இரவு நேரத்திலும், விபச்சாரத்தில், ஈடுபட்டு தவறான தொழில் செய்து கொண்டிருந்த நிறைய பெண்களை அழைத்து காப்பாற்றி அவர்களுக்கு நல்வழி காண்பித்திருக்கிறாள் பேச்சியம்மாள். இந்த விஷயத்தை எல்லாம் எடுத்துச் சொல்லி இந்தச் சிறைச்சாலையில் இருந்து வெளியில் போய் மன்னிக்குமாறு கேட்டுக் கொள், உனக்கு ஏதாவது வழி கொடுப்பாள் என்று சொன்னார்.

அவர் பேசியது, பார்த்து முதலில் சாவித்திரிக்கு கோபமாய்தான் வந்தது. பட்லர் பொன்னையாவின் நினைவு நாளை ஒட்டி

சிறைச்சாலையில் உள்ள கைதிகளுக்கு, பழம் பிஸ்கட், சாப்பாடு போன்றவைக் கொடுப்பது பேச்சியம்மாள் வழக்கம், நிக்கோலஸ் பழக்கம். ரவி பிறந்த பிறகு நான்கு ஆண்டுகளில் லட்சுமி என்ற பெண் குழந்தையும் பேச்சியம்மாளுக்குப் பிறந்தது. பேச்சியம்மாள் நிக்கோலஸ், ரவி, லட்சுமி நாலு பேரும் சேர்ந்து இந்தச் சிறைச்சாலைக் கைதிகளுக்கு பழம், பிஸ்கட், சாப்பாடு அனைத்தையும் கொடுக்க சென்றிருந்தார்கள். அங்கே எல்லோருக்கும் கொடுத்தனர். சாவித்திரியும் பார்த்தாள். முகத்தைத் திருப்பிக் கொண்டு இன்னும் கோபமாகத் தான் இருந்தாள்.

பழி வாங்க வேண்டும் என்ற உணர்ச்சி; தனது வாழ்க்கையைச் சீரழித்து விட்டாள் என்ற வெறி இன்னும் அடங்கவில்லை. கிராமத்தில் இருந்து தான் ஏமாற்றப்பட்டு நகரத்திற்கு வந்து எத்தனையோ ஆண்களால் குத்திக் கிழிக்கப்பட்டு, அவமானத்தின் உச்சத்துக்கே சென்று மாய்த்துக் கொள்ளப்போகும் நிலையில் அப்பொழுதுதான் சத்யாவைச் சந்திக்கிறாள். சத்யா சாராய வியாபாரம் தெரிந்தவன். சாராய வியாபாரத்தில் நிறைய பொருள் சேர்த்து அதன் பிறகு அரசியலில் நிலையான இடத்தைப் பெற துடிப்பவன்; கஞ்சா வாங்கி விற்கவும், சாராயம் காய்ச்சி விற்கவும் கற்றவன்.

எப்படியாவது பணம் சம்பாதிக்க வேண்டும் என்று நினைப்பவர்கள் எதைப் பற்றியும் சிந்திக்க மாட்டார்கள். பணமே வாழ்க்கையின் முக்கியம் என்று நினைப்பவர்கள். பாவம், புண்ணியம், தீமை இவற்றைப் பற்றியெல்லாம் யோசிப்பதே இல்லை. மானம் கெட்டு உடலை விற்று பிழைப்பதைவிட சாராயம் விற்பது ஒன்றும் தப்பில்லை என்று அவளை நன்றாக மூளைச்சலவை செய்தான் சத்யா.

மேலும் கொஞ்ச நாள் தான் இந்த விற்பனை; அதுவும் பகலில் தான் இந்த விற்பனை. அதன் பிறகு நாம் அரசியலில் குதித்து விடலாம் என்று நம்பிக்கை வார்த்தைகளை அவளிடம் சொல்லி அதிகமாக அவளை வைத்து விற்பனையைப் பெருக்கினான் சத்தியா. இந்த நகரத்திற்கு வந்த பொழுது யாரெல்லாம் தவறான கண்ணோட்டத்தில் தன் மேல் கை வைத்து தன்னை ஏமாற்றி பணம் கொடுக்காமல் தப்பித்துத் துன்பப்படுத்தி சிகரெட், புகையால் சுட்டு கேவலப்படுத்திய ஆண்கள் எல்லாம், இன்று சாராயம் இருக்கும் போது பயந்து கடன் கேட்டு மதித்து வணங்கி "சாவித்திரி அக்கா" என்ற அடைமொழியோடு அவளுக்கு மரியாதை கொடுத்தனர்.

அந்தப் போதை அவளுக்கு அதிகமாக ஏறியது. இந்தப் பாதை தான் சரி என்று அவள் உள் மனம் தீர்மானித்தது. அதன் பிறகு அவள் மிகப் பெரிய ஆள் ஆகி உருவெடுத்தாள். அவளை விற்பனை செய்ய வைத்து சத்யா அரசியலில் பெரிய ஆள் ஆகி விட்டான்.

ஆரம்பத்தில் பங்கு வாங்கிக் கொள்ள அவனே வந்தவன், பிறகு ஆட்களை அனுப்பி விட்டே பங்குகளை வாங்கிக் கொண்டான். அவன் அரசியலில் கொஞ்சம் வளர்ந்ததும் ஆட்களை அடியாட்களை வைத்துக்கொண்டு தொழில் தொடங்கினதால், நேரடியாக யாரையும் அவன் பார்ப்பதில்லை. அவன் எங்கும் செல்வதில்லை. சாவித்திரி வீட்டுக்கு மட்டும் அடிக்கடி செல்வான்.

அங்கும் அவர்களுக்குள் உடல் சார்ந்த உறவுகள் இல்லை. பணம் சம்பந்தமான பேச்சு மட்டும் இருந்தது. சில அரசியல் புள்ளிகளுக்குச் சாவித்திரியை விருந்து வைக்க பல முறை முயற்சி செய்திருக்கிறான். பெரும் நாட்களுக்கு அவள் சம்மதிப்பதில்லை; நேரத்தில் அவன் வற்புறுத்தல் தாங்காமல் சில நேரத்தில் சம்மதித்தாள்.

அவனுக்குப் பெரிய பணியிடத்தில் தொடர்புகள் ஏற்பட்டதால் இங்கு வருவதை குறைத்துக் கொண்டான். பிறகு அவளுக்கு வரும் சின்னச் சின்ன பிரச்சனையில் அவன் தலை இடுவதே இல்லை. அவன் உயரத்துக்குச் சென்று கொண்டே இருப்பதனால் இவளைக் கண்டு கொள்வதே இல்லை. இரண்டு மூன்று முறை போலீஸ் பிரச்சனை வந்தபோது ஒருமுறை வந்து நேரில் தலையிட்டான். பிறகு அடுத்தடுத்து வந்த நடவடிக்கைகளில் ஆளை அனுப்பி வைத்தான். பேச்சி அம்மாளுக்கும், அவளுக்கும் ஏற்பட்ட சச்சரவு பற்றி சத்யாவிடம் பலமுறை சாவித்திரி புலம்பிய போதும் கூட அதைப்பற்றி பெரிதாகச் சத்யா எடுத்துக் கொள்ளவில்லை.

முதல்முறை காவல்துறைக்குப் போன பொழுது சாவித்திரிக்கு கவலையாயிருந்தது; அழுகை வந்தது; சோகமாக இருந்தது வேதனையாகவும் இருந்தது. சத்யா இனி வரமாட்டான் என்று தெரிந்ததும் அவளாகத் தனது வழக்குகளைச் சந்திக்கத் தயாராகி விட்டாள். சிறைச்சாலைக்குச் சென்ற வேதனையில் சாவித்திரி பேச்சியம்மாள் மீது கடுமையான கோபத்தில் இருந்தாள். அவளின் கோபம் தான் சந்தையில் கலவரம் ஏற்படுவதற்குக் காரணமாக இருந்தது.

33

சந்தைக்குள் பூச்செடிகள் விற்கும் ஞானதாஸ் அற்புதமான கலைஞன். உடல் முழுவதும் காதலியின் பெயரைப் பச்சை குத்தி இருக்கும் ரசனை மிகு காதலன். எண்ணற்ற குழந்தைகள் குடும்பப் பெண்கள், அவன் செடிகளின் மீதுகாட்டும் பாசத்தைப் பரிவை போலவே அவன் மீது அன்பைப் பொழிவார்கள். ரசிகைகள் கூட்டம் அதிகம் அவனுக்கு பல விதமான மலர்கள் செடிகளைப் பதியம் போட்டு குழந்தைகளைப் பராமரிப்பது போல பராமரித்து வைத்திருப்பான். ஞானதாசின் அழகினால் செடிகள் வளர்ந்திருக்கிறதா? செடிகளின் அழகான ரசனைப்படி இருக்கிறானா என்று சொல்ல முடியாத அளவிற்கு சந்தையில் அழகை மேலும் அதிகப்படுத்தியது ஞானதாஸ் வைத்திருக்கும் மலர்கள் தான்.

செடிகளை வாங்க வருபவர்கள் அதன் அழகில் மயங்கிக் கொண்டு, மற்ற செடிகளையும் பார்த்துக் கொண்டிருப்பார்கள். எதை எடுப்பது எதை விடுவது எதை கொண்டு செல்வது என்று எல்லோருக்கும் ஐயம் ஏற்படும். ஞானதாஸ் பூக்கடை வைத்திருப்பதற்கு எதிர்ப்பக்கம் தான் குமரேசன் தூத்துக்குடி கருவாடு கடை. மொத்தமாகப் பலவிதமான கருவாடுகளை அடுக்கி வைத்திருப்பான். இடத்தை மாற்றச் சொல்லி ஞானதாஸ் பலமுறை குமரேசனிடம் சொல்லிப் பார்த்திருக்கிறான்.

ஞானம் உனக்கு பூ பெருசு! எனக்கு கருவாடு பெருசு! ஆனா ரெண்டும் ஒண்ணுதான். டேய், குமரேசா அதுக்காண்டி இரண்டும் ஒண்ணுன்னு சொல்லாதடா. பாலித்தீன் பைகளைப் போட்டு செடிகளை வாடவிடாமல் பக்குவமாக மூடி வைத்திருப்பார் ஞானதாஸ். பூக்கடை வைத்திருக்கும் ஞானதாசன் கருவாடு வைத்திருக்கும் குமரேசன் இருவரும் நண்பர்கள்தான்.

மாறிமாறி கேலி செய்து கொள்வார்கள். குமரேசனுக்குச் சற்று பொறாமை ஏற்படும். ஏனென்றால் கருவாட்டுக் கடையில் ஆண்கள் கூட்டமே அதிகமாகவந்து போகும். பெரும்பாலும் ஞானதாஸ் பூச்செடி கடையில் பெண்கள் கூட்டம்தான் அதிகமாக இருக்கும். அதிலும் ஞானதாஸ் ஹீரோ போல இருக்கிறானா...

அதனால் இவனுக்குப் பொறாமையில் எரிச்சலாய் வரும். ஞானதாஸ் பூச்செடியில் உள்ள பூக்கள் எல்லாம் சீக்கிரமா வாடிவிடும். ஆனா, கருவாடு எப்பொழுதுமே வாடாது. ரசனையும் மாறாது. தம்பி குமரேசா! உனக்கு ஆயிரம் ரூபாய் தருகிறேன், தயவு செய்து இரண்டையும் சரிசமம்ன்னு பேசாதடா! நான் எப்படா சரிசமம் என சொன்னேன்? நான் வைக்கும் கருவாடு தரத்தில் கொஞ்சம் உயர்ந்தது. அப்படித்தாண்டா சொல்கிறேன். சரிப்பா ஆள விடு. நரசு ஸ்டெல்லா தனது டூட்டி டைம் முடிந்து சந்தைக்குள் வந்து காய்கறிகளை வாங்கி செல்லும் பொழுது குமரேசன் அவளைப் பார்த்துக் கொண்டே இருப்பான். ஆனாலும் அவள் கருவாடுகளைப் பார்த்ததே இல்லை. ஞானதாஸ் பேச்சில் மயங்கி அவன் வைத்திருக்கும் பூச்செடிகளை வாங்கிச் செல்வாள். ஸ்டெல்லாவைப் பார்த்ததும் ஞானதாஸ் குழைந்து குழைந்து பேசுவது குமரேசனுக்கு அடிவயிற்றில் எரிச்சலை உண்டாக்கும்.

34

சிறைச்சாலையில் நிக்கோலஸ், பேச்சியம்மா எல்லோருக்கும் பிஸ்கட், பழம் கொடுத்துக் கொண்டு இருந்தார்கள். அப்பொழுது சாவித்திரி கொடுமையான மனநிலையோடு எதிர்பார்த்துக் கொண்டிருந்த பேச்சியம்மாள் மகள் லட்சுமி அந்தப் பக்கமாய் திரும்பி இருந்த சாவித்திரியின் கைகளில் இரண்டு ஆப்பிள் பழத்தைத் திணித்து கொடுத்தது. குழந்தையின் கைகளைச் சற்றும் எதிர்பாராத சாவித்திரி, அன்போடு கொடுத்த அதை வாஞ்சையோடு வாங்கி அந்த குழந்தையைத் தொட்டு முத்தமிட்டாள். பேச்சியம்மாள் அவளைக் கனிவாகப் பார்த்தாள். அப்போது எதுவும் பேசிக் கொள்ளவில்லை; உடனே அங்கிருந்து புறப்பட்டு விட்டார்கள். சந்தையில் வசூல் செய்யும் மஞ்சுநாதன் ஆட்கள், ஆட்டுச் சந்தைக்குள் நுழைந்தார்கள். ஆட்டுச் சந்தை என்பது முதல் நாள் மாலை 6 மணிக்கு தொடங்கி அடுத்த நாள் காலை 6 மணி வரை நடைபெறும். காலையில் 6 மணிக்கு எல்லோரும் வண்டி பூட்டி அவரவர் ஊருக்கு கிளம்பி விடுவார்கள். சிவா புதிதாகத்தான் வேலைக்குச் சேர்ந்திருந்தான்.

அவன் கூட கன்னியப்பன் தொழில் கற்றுக் கொடுப்பதற்காக வந்திருந்ததால் இருவரும் ஆட்டுச்சந்தை உள்ளே நுழைந்தார்கள். சிவாவுக்கு ஆட்டுச்சந்தை புதிதாகத் தெரிந்தது, கன்னியப்பன் யாரிடம் எவ்வளவு பணம் வாங்க வேண்டும், எப்படி நோட்டில் வர வைக்க வேண்டும்? எவ்வளவு துரிதமாக செயல்பட வேண்டும் என அனுபவத்தைக் காட்டும் விதமாக பேசி, இரவு நேரத்தில் கள்ளநோட்டு அதிகமாக புழங்கும் சரியான நேரத்தில் சரியான பணத்தை எவ்வாறு வாங்குவது, அதேபோல் எப்படி வைப்பது நோட்டில் எப்படி கணக்கிடுவது என எல்லாம் ஒன்றொன்றாய் சொல்லிக் கொடுத்துக் கொண்டிருந்தார். சிவாவிற்கு அதெல்லாம் பாதிதான் மண்டையில் ஏறியது; அவன் வினோதமாக ஆட்டுச் சந்தையில் மனிதர்கள் ஆட்டுவிக்கும் முறையைப் பார்த்து ரசித்துக் கொண்டிருந்தான்.

ஆட்டுக் குட்டிகளைக் கஷ்டப்பட்டு வளர்த்து அவற்றைக் கொண்டு வந்து சந்தையில் விற்கும் சம்சாரிகள், விவசாயிகள்

குறைவான விலைக்கு கேட்கும் வியாபாரிகள், இடையில் புகுந்து லாவகமாகப் பேசி முடித்து பணம் பார்க்கும் தரகர்கள், எப்படி எல்லாம் சாமர்த்தியமாக சாதுரியமாக வியாபாரத்தை நகர்த்துகிறார்கள் என்று சிவா பார்த்துக் கொண்டிருந்தான். இவர்கள் ஒரு விலை சொல்வார்கள் அவர்கள் விலை கேட்பார்கள். இடையில் தமக்கென்று ஒரு விலை பேசி முடித்து விடுவார் தரகர். பேசி முடிக்கப்பட்ட ஆட்டுக்கு அடையாளமாக நெற்றியில் கத்தி வைத்து லேசாகச் சுரண்டி வைத்திருப்பார்கள். கத்தி வைத்து லேசாக சுரண்டப்பட்ட ஆடு ஏற்கெனவே விலை பேசப்பட்ட ஆடு ஆகும். ஆட்டுக்குட்டி, கிடா போன்ற வகைகளுக்கு மவுசு அதிகம். செம்மறி ஆட்டை விட, வெள்ளாட்டை அதிகம் விரும்பி வாங்கிச் சென்றனர்.

பலர் சிவாவைப் பார்த்து கன்னியப்பன் உனக்கு விவரமெல்லாம் புரிஞ்சா இனி ஏதாவது சந்தேகங்கள் கேட்டு தெரிஞ்சுக்க... அடுத்த வாரம் நீதான் தனியா வந்து வசூலித்துப் போகணும். அதெல்லாம் சரிங்க என ஏன் சாயங்காலம் ஆறு மணிக்கு வியாபாரத்தைத் தொடங்கி மறுநாள் அதிகாலை 6 மணிக்கு வியாபாரத்தை முடிக்கிறார்கள், சுத்துப்பட்டு நூறு ஊரிலிருந்து வெளிமாநிலத்தில் அங்கும் கூட ஆட்ட கொண்டு வருவாங்க, பகலில் சிலர் சோழிய முடிச்சுட்டு சாயங்காலம் தான் வருவாங்க. அதேமாதிரி காலைல ஆறு மணிக்கு ஆட்ட புடிச்சிட்டு அவங்க ஊருக்குப் போன தான் மத்தியானம் சில கடைகளில் பிரியாணி வைக்கவும், கல்யாண சமையல் இருக்கும். பெரிய ஹோட்டலில் விசேஷங்களில், ஆடு கறி உரிக்கச் சரியாக இருக்கும். அத்தனையும் கேட்டுக் கொண்டே சிவா வினோதமாகப் பார்த்தான். சிலர் ஆடுகளைக் குட்டிகளை, வாங்கிக் கொண்டு வீட்டில் வளர்த்து வருவார்கள். அவற்றை அதிகமாகத் தண்ணீர் குடிக்க வைத்து எடை அதிகமாக காட்டுவதற்கு வழிவகை செய்வார்கள் ஆடுகள் வளர்ந்து வரும்போது சீக்குப் பிடித்து அதிகமான எடை இல்லாமல் குறைவான விலைக்கும் போகும். குறைவான விலைக்கு வாங்கி நன்றாக வளர்த்து அவற்றை அதிகமான விலைக்கு விற்பதற்கு ஆசைப்பட்டு வந்த சில வியாபாரிகள் சிலருடைய தவறான நடவடிக்கைகளால் ஏமாந்து போக நேரும்.

மாலை 6 மணியிலிருந்து காலை 6 மணிவரை - இந்த 12 மணி நேரத்தில் எத்தனை இலட்ச ரூபாய் அளவிற்கு இருக்கும் என்று

நினைத்துகூட பார்க்க முடியாத அளவிற்கு, அவ்வளவு பணம் புரளும் இடமாக ஆட்டுச்சந்தை இருந்தது.

விற்போர் வாங்குவோர் மத்தியில் இந்த தரகர்கள் செய்யும் அட்டூழியம் தாங்க முடியாத அளவில் இருக்கிறது.

ஆனாலும் உரத்துப் பேச முடியாத, விற்க தெரியாத வியாபாரிகளுக்கு தரகர்கள் சிலசமயம் கடவுளாகத் தாராளமாக பணம் தந்திருக்கிறார்கள் சந்தையின் அத்தனை பலனையும் அனுபவித்தவர்கள் தரகர்கள் என்று சொன்னால் மிகையில்லை. அவர்கள் ஒவ்வொரு முறை சந்தை கூடும் போதும் அவர்களுக்குத் திருவிழா போல தெரியும். கை நிறைய பணம் வரும்; முதலீடு இல்லாத தொழில் தரகு தொழில். ஆனால், வாய் சாமர்த்தியம் ஏமாற்றுவது எல்லாம் அதில் முக்கியம். பச்சைக் கலரில் துண்டு இருந்தால் அவர்கள் தரகர்கள் பொதுவாக தரகர்கள் தான் பெரும்பாலும் தோளில் துண்டு போட்டு இருப்பார்கள். மாட்டு வண்டிகளில், லாரிகளில் மாடுகளை மொத்தமாக ஏற்றி இறக்கிக் கொண்டு வரும் போது அந்த இடத்தில் வைத்து அந்த இடத்தை மிகப்பெரிய ஒரு போர்க்களமாக மாற்றுகின்ற அற்புதம். அந்த இரவு ஆறு மணிக்கு நடக்க தொடங்கும். ஒருபக்கம் சுக்குமல்லி காப்பி; சைக்கிள் வைத்திருக்கும் ஆட்கள் ஒரு பக்கம்; சூடா வடை, பஜ்ஜி போண்டா விற்க, கூட்டம் இன்னொருபுறம் சுட சுட இட்லி, தோசை, பொங்கல் புரோட்டா சப்பாத்தி என சிக்கன் மட்டன் குடல் என்று பயங்கர வியாபாரம் நடக்கக் கூடிய இடமாக அந்தச் சந்தை யோரங்கள் இருந்தன.

வார வாரம் பணம் கொடுத்து அதற்கு வார வட்டி வாங்கி, அடுத்த வாரம் திருப்பி கொடுக்கும் பொழுது அந்த வட்டியை பிடித்துக் கொண்டு கொடுக்கிற வேலையைத்தான் மஞ்சுநாதன் செய்து வந்தான். மஞ்சுநாதன் ஆந்திராவிலிருந்து பிழைக்க வந்தவன். எப்பொழுதும் பணம் தேவை வைத்து தொழில் பண்ணக்கூடியவன். பொதுவாக தனிநபர் பணத்தை வைத்து தொழில் செய்யக்கூடாது. அது சட்டப்படி குற்றம். சட்டம் எல்லாம் அவனுக்குக் கிடையாது; சில நேரத்தில் காவல் அதிகாரிகள் கூட தங்கள் அவசரத் தேவைக்கு வட்டிக்கு வாங்குவார்கள்.

35

மஞ்சுநாதன் மனைவி எப்பொழுதும் பூஜை அறையில் நம்பிக்கையுடன் இருப்பார் கட்டுக்கட்டாக மொத்தமாக பணங்கள் இருக்கும். அவற்றையெல்லாம் பூஜை செய்து மனைவி கொடுத்த பிறகுதான் அந்தப் பணத்தை பட்டுவாடா செய்கிற வேலையை மஞ்சுநாதன் செய்து வந்திருக்கிறான் பணம் ஒருவருக்குக் கடனாகக் கொடுக்கும் போது இருக்கும் மஞ்சுநாதன் வேறு.

திருப்பிப் பணத்தை வசூல் செய்யும் மஞ்சுநாதன் வேறு, மனிதத் தன்மை மிகுந்தவனாக பணம் கொடுக்கும்போது இருப்பான். ஆனால், மிருகத்தன்மை மிகுந்தவனாக பணம் வாங்கும்போது இருப்பான் காலமாற்றத்தில் அடையாளச் சின்னமாக காலமாற்றத்தின் ஞாபகத்தைப் பறைசாற்றும் ஒன்றாக சந்தை கொஞ்சம் கொஞ்சமாக மாறி வருகிறது.

சுயநல தேவைகள் பெருகி வரும் வேளையில் அறம் அழிந்து கொண்டே தான் இருக்கிறது. தொழில் மாற்றம், பழைய தொழில்கள், பழைய மனிதர்கள் மாறுகின்ற பொழுது புதிய மனிதர்கள் பணத்தை மட்டுமே பிரதானமாகக் கொண்டு உறவுகளைப் பெரிதாக மதிப்பதில்லை.

ஒரு காலத்தில் பணம் என்பது பொருட்டே இல்லை; உறவுகள் தான் பெரிய விஷயமாக இருந்தது. இல்லையென்றால் இன்பசேகரன் என்பவர் ஒரு கிலோ மாகாணிக் கிழங்கு வாங்குவதற்காக 20 கிலோ மீட்டர் பயணம் செய்து வருவார். வியாபாரபுரியில் இருந்து மதுரைக்கு அதைச் சுமந்து ஒருவர் வந்து அஞ்சு ரூபாய்க்கு விற்று போவார். அவனைப்போல மனிதர்கள் இனி கிடைப்பது அபூர்வம்தான்.

கத்தாழை, பிரண்டை போன்றவற்றை எல்லாம் பழைய பஞ்சாங்கங்கள்தான் வாங்குவார்கள். இவர்களுக்கெல்லாம் என்ன தெரியும் இவற்றைப்பற்றி அதைப் பக்குவமாக எடுத்து வந்து பக்குவமாகக் கொடுத்து அதை செய்து கொடுப்பதற்கு வழிவகைகளும் சொல்லிக் கொடுத்து உன் பாட்டிகள், தாத்தாக்கள் கொஞ்சமாக இல்லாமல் போகிற காலம் இந்தக்காலம். மாங்காய்,

இஞ்சி, நெல்லிக்காய், சுண்டைக்காய், அதலக்காய், பாவக்காய் இவற்றைப் பற்றி எல்லாம் சந்தையில் தவிர வேறு எங்கு தெரிந்துகொள்ள முடியும்? விதவிதமாக உடம்புக்குத் தேவையான பல்வேறு விஷயங்களை எல்லாம் மொத்தமாக வைத்திருக்கும் ஒரு மருத்துவச் சாலை போலத்தான் ஆரம்பத்தில் சந்தை இருந்தது.

ஒவ்வொரு பருவத்திலும், ஒவ்வொரு பொருள்கள் கிடைக்கும்; பருவம் மாறும் போது அந்தப் பொருள் கிடைக்காது. யாராவது அறியாமல் வந்து கேட்டால் இப்பொழுது அது சீசன் இல்லை, சீசன் வரும்போதுதான் அந்தப் பொருள் வரும் என்று சொல்லி அதற்காகக் காத்திருந்தது ஒரு காலம். இப்பொழுது ஹைபிரிட் வந்த பிறகு எந்த பொருளும், எப்பொழுதும் வாங்கலாம். அதன் இயற்கைத் தன்மை தான் இல்லாமல் போய்விடும். நிக்கோலஸ் மீன் வியாபாரத்தில் சிறந்த லாபத்தை ஈட்டினான். அவனுக்கென்று சில வாடிக்கையாளர்கள் எப்போதும் இருந்தார்கள்.

சாலமன் லாரியில் இருந்து மீன்களைக் கொண்டு வந்து ஒவ்வொரு நாளும் கொடுத்துக் கொண்டிருந்தான். மூன்று மாதத்துக்கு ஒரு முறை ராமேஸ்வரம் சென்று பெற்றோர்களையும் அண்ணன் தம்பிகளையும் பார்த்து வந்தார் நிக்கோலஸ்.

36

குழந்தை லட்சுமி, ரவி இருவரும் ராமேஸ்வரம் செல்வதற்கு மிகவும் விரும்பினார்கள். தாத்தா பாட்டி வீட்டிற்கு செல்வதால் அவர்களுக்கு மிகுந்த மகிழ்ச்சி ஏற்படும். அதுமட்டுமல்லாமல் கடற்கரையைப் பார்த்து ரசித்து கொண்டிருப்பார்கள். ரயில் பயணம் பாம்பன் பாலம் இதெல்லாம் அவர்களுக்கு மிகுந்த உற்சாகத்தைக் கொடுக்கும்.

கடையைப் பெரிதாக்கலாம் என முடிவு செய்தான் சாலமன். அதற்கான ஏற்பாடுகளைச் செய்வதாகச் சொன்னான். பேச்சியம்மாள் அவசரப்பட வேண்டாம், இப்பதானே வளர்ந்து வருகிறோம். அதுக்குள்ள நமக்கான கடனை வாங்கி அகலக்கால் வைக்க வேண்டாம் என்று அறிவுறுத்தினாள். அடுத்த கட்டத்துக்கு போகவேண்டாமா? இப்படி எத்தனை நாளைக்குதான் நம்ம அஞ்சு பத்து யாவாரம் பண்ணித் தொலைக்கிறது என்று கோபப்பட்டான்.

நிக்கோலாஸ் அதுக்குச் சொல்லல... மாமா, கொஞ்சம் கொஞ்சமா மேலே வந்தாதான் நல்லாயிருக்கும்; அவசரப்பட்டு எங்கேயாச்சும் தப்பா ஆயிடுச்சு முதலுக்கே மோசம் ஆயிடும். இப்படியே கொஞ்சம் கொஞ்சமாக சேர்த்தா நாம சம்பாதிக்கிறது, சாப்பிடுவதற்கு மட்டும்தான் சரியா இருக்கும்.

பிள்ளைகளைப் படிக்க வைக்கணும்; வீடு பராமரிப்பு, பண்ணிக் கட்டணும். நாமளும் கொஞ்சம் பெரிய ஆளாக வேண்டாமா என்று நிக்கோலாஸ் கோபித்துக் கொண்டான். கோபப்படாதீங்க நான் ஒரு சீட்டு போட்டு வச்சிருக்கேன்; அந்தக் காசு வந்து உடனே நீங்க சொல்ற மாதிரி கடையை விரிவுப் படுத்தலாம். அதுவரைக்கும் கொஞ்சம் பொறுமையாக இருங்கள் என பேச்சியம்மாள் சொன்னாள்.

வியாபாரபுரி மக்களெல்லாம் சந்தைக்கு என்று வாழ்பவர்கள். வியாபாரபுரி சந்தையில் ஆட்டுச் சந்தை, மாட்டு சந்தை, காய்கறி சந்தை இன்றைய பலரும் பலவிதமான சந்தைகளில் வியாபாரம் செய்த பொழுது காளிதாஸ் துணி விற்பனையில் ஆர்வத்தோடு இருந்தான்; அவனுக்குத் துணிகள் மேல் அலாதி பிரியம்.

காளிதாஸ் பேச்சியம்மாளுக்கு ஒருவகையில் தம்பி முறை; பம்பாய் சென்று துணிகளை மொத்தமாக வாங்கி வந்து நம்ம ஊர் சந்தையில் விற்கலாம் என நண்பர்கள் யோசனை சொல்லி அதற்கு பணம் கேட்டு பேச்சியம்மாள் முன்பு வந்து நின்றான். சூரத்தில் சென்று துணிகளை மொத்தமாக குறைவான விலைக்கு வாங்கலாம், அவற்றை நல்ல விலைக்கு விற்கலாம். சேலைகள், சட்டைகள், வேட்டிகள், பாவாடைகள், பனியன்கள், ஜட்டிகள் வாங்கி வந்து குறைவான விலையில் விற்பனை செய்ய என்னால் முடியும் அக்கா... நீ தான் உதவி செய்யணும்... என்று அடம் பிடித்தான்.

கொய்யாப்பழம் விக்கும் மங்கம்மா கூடவே வந்து அழுது புலம்ப சொன்னாக் கேட்கவே மாட்டேங்குறான். இரண்டு தலைமுறையாகக் கொய்யாப்பழம், மாம்பழம் விற்றுத்தான் ஆளாக்கினேன். பொட்டப் புள்ளயைக் கட்டிக் கொடுத்தேன். என்கிட்ட இருப்பது வெறும் 2 பவுன் சங்கிலி மட்டும் தான். வீடு ஓட்டு வீடு. புருஷன் செத்து முப்பது வருஷம் ஆச்சு. வேகாத வெயில்ல தலைநிறைய பழக்கூடை சுமந்துகொண்டு கூவிக்கூவி வித்து பொம்பள புள்ளையா 12 வரைக்கும் இவனப் பத்து வரைக்கும் படிக்க வைச்சேன்; இவனுக்கு படிப்பு வரல; எங்கேயாவது வேலைக்குப் போடா இல்ல, பழம் விற்க வாடா அப்படின்னு பலமுறை நானும் சொல்லிப் பார்த்துட்டேன்பா... இந்தப் பையன் கேட்க மாட்டேங்கிறான். நம்ம என்ன மன்னர் பரம்பரையா... அன்றாட வியாபாரம் செய்கிறது, கஞ்சி குடிக்கவே சரியா இருக்கு. ஒதுங்க நிழல் இல்லை... ஒத்தாசைக்கு ஆள் இல்லை... இருக்கிறத விட்டுட்டு பறக்குறத புடிக்க நினைப்பது எந்த ஊரு நியாயமோ தெரியல. மங்கம்மா பேசிக்கிட்டு இருக்கும்போதே அழுதுகொண்டே மூக்கு துடைத்துக் கொண்டு புலம்பித் தள்ளினாள். இதெல்லாம் காளிதாஸ் மண்டைக்கு ஏறவே இல்லை. பாருக்கா! என்னையும் பழ வியாபாரம், பண்ணச் சொல்லுது. எத்தனை நாளைக்கு தான் இந்தப் பழம் வியாபாரம் செய்து வயிற்றை மட்டும் கழுவினால் போதுமா? வாழ்க்கையில் முன்னேற வேண்டாமா? பாதி நாள் பட்டினி கிடந்து பழைய வாழ்க்கை வாழ்வது ஒரு வாழ்க்கையா?

வேணாம் சாமி. உன்னைப் பட்டினி கிடந்துசாகச் சொல்லல. அரைகுறையாகக் கஞ்சி குடிக்க சொல்லல. என்னப் பேச வைக்காத. உங்கப்பன் குடித்து, குடித்து செத்து போனப்ப அப்படியே உங்களை விட்டுட்டு போயிருந்தா இன்னிக்கு நின்று பேசுவியா!

இருக்கிறவங்க தான் மிதக்கணும் இல்லாதவங்க உழைக்கணும் எவனோ எழுதி வைத்தது. இது வைரம் பாஞ்ச கட்ட மட்டுமில்ல வைராக்கியம் பாஞ்ச கட்ட.

உங்க அப்பன் கொடுத்த ஓட்டு வீட்டை, கடனை எல்லாங்கட்டி உருப்படியா வச்சிருக்கேன். அது தான் சேர்த்து வைத்த சொத்து அத எடுத்துக்க... எங்க வேணா, என்ன வேணா, பண்ணு. என்ன ஆள விடு. இந்தக் கட்டை சந்தையை விட்டு வராது.

நான் வெச்சிருக்கிற சங்கிலிய எடுத்துக்கோ. நல்லபடியா பொழச்சு முன்னேறி வா! ஆவேசமடைந்த மங்கம்மா காளி போல பேசினாள். பேச்சியம்மாள் மங்கம்மாவின் வேதனையைப் புரிந்து கொண்டாள். மங்கம்மாளைச் சின்ன வயசிலிருந்தே பேச்சியம்மாள் பார்த்திருக்கிறாள். மழை, புயல், கடும் வெள்ளம், வெயில் என்று பாராமல் எப்பொழுதும் பழக் கூடையைச் சுமந்து கொண்டு, சில சமயங்களில் மூட்டையில் பழங்களைக் கொண்டு வந்து வைத்து தள்ளு வண்டி வாடகை கொடுத்து, பழங்களை விற்பனை செய்து கஞ்சித் தண்ணி குடித்து பாதி நாள் பட்டினியோடு திரிந்து பிள்ளைகளை ஆளாக்கியவள். வைரம் பெருசா வைராக்கியம் பெருசா வைரத்தைவிட வைராக்கியம்தான் பெரிது என்று வாழ்ந்தவள்.

37

இன்று மகன் தலையெடுத்து ஆளாகிக் காசு வந்து கேட்கும்போது கொடுக்க முடியாத ஒரு வேதனையைத் தான் அவள் இவ்வாறு கொட்டித் தீர்க்கிறாள் என்பதைப் பேச்சியம்மாள் புரிந்து கொண்டாள். ஆற்றாமையே புலம்பல் ஆகிறது. இல்லாமையே வேதனை ஆகிறது.. வேதனையை இன்னொரு பெண் புரிந்து கொண்டாள். தம்பி காளிதாஸ் நான் சொல்றத ஒரு நிமிஷம் கேக்குறியா... துணி வியாபாரம் பண்ணு... பம்பாய் போ... சூரத்போ... பிரச்சினை இல்லை. அதை விடவும் சிறந்த துணிகள் நம் பக்கத்திலேயே சின்னாளபட்டி, சென்னிமலை, சங்கரன்கோவில் பகுதிகளில் சிறப்பாக கிடைக்கிறது. இங்கே போவதும் அங்கிருந்து வாங்கி வருவதும், எல்லா வகையிலும் உனக்கு எளிமையான வழி! அடக்கச் செலவும் முதலீடும் குறைவாகத்தான் இருக்கும். அதன் பிறகு ஈரோடு சந்தைக்குப் போ, பொருட்களை வாங்கி வந்து கொள் முதல் செய்து விற்பனை செய்தால், விற்பனை அதிகமாகும், அப்புறம் நீ நினைக்கிற வடமாநிலம் நாடு எல்லா இடத்திலும் இருந்து பொருட்களை வாங்கி இங்கு வந்து விற்பனை செய்து பெரிய ஆள் ஆகலாம்.

சிறுகக் கட்டிப் பெருக வாழ் என்று பெரியவர்கள் சொல்வார்கள். என்று அறிவுரை சொன்னதோடு மட்டுமல்லாமல் கையிலுள்ள சீட்டு, பணம் 2,000 ரூபாயை எடுத்துக் கொடுத்து இதை முன்பணமாக வைத்துக் கொண்டு முன்னேறி வா! எடுத்துக் கொடுத்த போது தாயின் மறு வடிவமாக பேச்சியம்மாளைப் பார்த்தான் காளிதாஸ். இதுவரை சொன்னவர்கள் எல்லாம் மறுப்பு சொன்னபோது, எதிர்ப்பு சொன்னபோது, முதல்முறையாக தான் செய்யப்போகும் துணி வியாபாரத்தை ஆதரித்துப் பேசினாள் என்பது ஒரு காரணம்.

தாயின் மனது குளிரும்படி பக்கத்திலேயே ஆரம்பிக்கலாம், பின்னால் வளரலாம் என்ற தனது யோசனைக்கு ஆதரவாக பேசியது இன்னொரு காரணம். அம்மாவுக்கு மென்மையாக எனது எண்ணத்தைப் புரியவைத்தது. இன்னுமொரு காரணம் இத்தனை காரணங்களால் அவள் தெய்வமாகத் தெரிந்தாள். பேச்சியம்மாளிடம்

2000 ரூபாய் பணம் பெற்றுக் கொண்டு, சின்னாளபட்டிக்கு சென்றான் காளிதாஸ் இங்கே சுங்குடிப் புடவைகளைக் குறைவான விலைக்கு வாங்கிவந்து, இங்கே சந்தையில் வைத்து அழகழகாய் மாட்டி வைத்து வியாபாரம் செய்தான். நல்ல லாபம் கிடைத்தது. பேச்சியம்மாளிடம் வாங்கிய பணத்தைத் திருப்பிக் கொடுக்கப் போனான். போகும்போது, அவளுக்கு ஒரு புடவை கொடுத்தான்.

இந்தப் புடவையை நான் வச்சுக்குறேன் நீ இன்னும் நிறைய லாபம் சம்பாதித்து அதுக்கப்புறம் என்னுடைய பணத்தைக் கொடுக்கும்போது வாங்கிக்கிறேன். அதன்பிறகு சங்கரன்கோவில் அருகே காட்டன் சேலைகள் வைத்து தயாரிக்கும் கடைக்குச் சென்றான் இங்கே இருக்கும் கோபாலன் என்பவர் துடிப்பையும் இவனுடைய ஆர்வத்தையும் புரிந்துகொண்டார். கொடுத்த பணத்திற்கு மேல இவனை நம்பி கடனாக இன்னும் பல சேலைகளை எடுத்து மொத்தமாக கடனாகக் கொடுத்தார்.

அண்ணாச்சி... நீங்க ரொம்ப துடிப்பா இருக்கியே... முழுசா நம்புவேன். சேலையெல்லாம் விற்று பணத்தை எனக்கு மணி ஆர்டர் பண்ணி விடுங்க. சேலை வேணும்னா கடுதாசி போட்டு விடுங்க. எங்க ஊர்ல இருந்து மதுரைக்குப் பஸ் வரும். நீங்க பணத்தை அந்தப் பஸ்ல கூட கொடுத்துவிடலாம், அவர் நமக்கு தெரிஞ்சவர்தான். ஒரு நம்பிக்கையாக சொன்னாள் சொன்னபடி சேலைகளைக் கடனாக அதிகமாகக் கொடுத்தார்.

மாரியம்மன் கோயில் அருகில் குடை விரித்து வைத்து சேலைகளை லாபத்துக்கு விற்றான். கல்லூரிப் பேராசிரியர்கள், பள்ளிக்கூட ஆசிரியர்கள், வேலைக்குப் போகும் பெண்கள், அதிகமாக கூடும் இடங்களில் இவன் சைக்கிளில் சென்று குடை விரித்து சேலைகளை வைத்திருப்பான்.

மிகப்பெரிய கடைகளில் கூட இல்லாத டிசைன் சேலைகள் இவன் வைத்திருப்பதாக அதிகமான ஆஃபர் இவனைத் தேடி வந்தது; எல்லோரும் நான்கைந்து என்று எடுத்துக் கொண்டார்கள்.

வாடிக்கையாளர்களை முதலில் பெருக்குவதற்கு கம்மியான லாபத்திலேயே பொருளை விற்றான். மக்கள் நிறைய ஆர்வமாக வரத் தொடங்கினர். இவனைத் தேடத் தொடங்கினார்கள். கோபாலன் சொன்னபடியே பேருந்தில் பொருளை எடுத்துக் கொண்டு பணத்தை மட்டும் கொடுத்து கொண்டு நல்ல முறையில்

தொடர்பு வைத்துக் கொண்டான். ராஜபாளையத்தில் பாவாடை குறைவான விலையில் கிடைக்கும் என்று கேள்விப்பட்டு ஒருமுறை ராஜபாளையத்துக்குச் சென்று அவற்றை எல்லாம் பார்த்து வந்து மொத்தமாக வாங்கி வந்தான்.

நல்ல முறையில் வியாபாரம் போய்க் கொண்டிருந்தது. சந்தையில் பாதி நேரம் விட்டுவிட்டு பெண்கள் சைக்கிளில் தெருத்தெருவாக விற்பனை செய்தான். இதில் கொஞ்சம் பணம் புழங்கத் தொடங்கியது. பேச்சியம்மாளிடம் வாங்கிய பணத்தைத் திருப்பிக் கொடுத்துவிட்டு, தன் அம்மாவிற்கு சேலை எடுத்துக் கொடுத்தான். அடுத்தது அவன் சென்னிமலை பயணமானான்.

38

கரூரில் பேருந்தில் இறங்கி அங்கும் சில பொருட்களை எல்லாம் பார்த்து வந்தான். விலை குறைவாக, தரமாக நல்ல பல துணிகள் அங்கு இருந்தன. கைத்தறி வகைகள் கதர் வகைகள் கைகளால் நெய்யப்பட்ட அழகான வடிவமைப்பில் உருவான தரமான புடவைகள், வேட்டிகள், சட்டை துணிகள், போர்வைகள், ஜமுக்காளங்கள், தரைவிரிப்புகள் இவையெல்லாம் மொத்தமாக அள்ளி வந்து வியாபாரத்திற்குப் போட்டான். அவன் நம்பியிருக்கும் பலரை நேரில் சென்று வீடுகளுக்குச் சென்று வியாபாரத்தை செய்வதற்காக பெரும் முயற்சி எடுத்தான். இந்த உலகத்தில் ஒரு பொருளை விற்பது சாதாரணமல்ல; வாணிபமே கோயில் வாடிக்கையாளர்களே தெய்வம் என்று மகாத்மா காந்தி சொன்னதாக ஒரு பெரியவர் சொற்பொழிவில் பேசியது அவன் மனதுக்குள் இருந்தது.

ஒரு வாடிக்கையாளரைக் கடவுளாகப் பார்த்து அவர்கள் மனம் விரும்பும்படி புடவைகளை எடுத்துக் கொடுத்து சில வருடம் தவணை முறையில் கூட விற்பனை செய்து வியாபாரத்தில் நிலையாக ஊன்ற நினைத்தான் காளிதாசன். எல்லா நேரங்களிலும் விற்பனை கொடிகட்டிப் பறப்பது இல்லை. முதலில் நன்றாக விற்பனை ஆனாலும் இடையில் ஒரு தேக்கம் வந்தது. பொருள் தேங்கியது, பணத்தட்டுப்பாடு ஏற்பட்டது.

மனசு சோர்ந்து விடவில்லை அவன் நிலை மாறும், காலம் மாறும் என்று தனக்குத்தானே சொல்லிக்கொண்டான். எல்லாவிதமான முயற்சிகளையும் செய்து பார்த்தான். நேரடியாக வீட்டுக்குச் சென்று விற்பது, தவணை முறையில் பணம் பெற்றுக் கொள்வது ஏலம் கேட்டு விற்பது இரவு நேரங்களில் விற்பது. சந்தை தாண்டி மக்கள் பொதுவாகக் கூடும் இடங்களில் விற்பனை செய்து பேருந்து நிலையத்தில் வைத்து விற்பது கல்யாண மண்டபம் கோயில் வாசல் பூங்கா திடல். பல வருடங்களுக்குத் தேர்ந்தெடுத்து அங்கெல்லாம் சென்று இந்த துணிகளையெல்லாம் விற்றுப் பொருள் சேர்த்தான்.

மஞ்சுநாதனிடம் கந்து வட்டி வசூல் செய்யும் வேலையில் இருந்த சிவாவிற்கு அந்த வேலை பிடிக்கவில்லை. ஆட்டுச் சந்தையில் மக்கள் ஆடு விற்பதைப் பார்த்துக் கொண்டிருந்தார். அவ்வாறு அதையே பார்த்துக் கொண்டு இருந்தவன், பணம் வாங்க

தவறி விட்டான். காசு வசூல் செய்யும் வேலைக்கு இவன் சரிப்பட மாட்டான் என்று சிவாவைக் கழட்டி விட்டார்கள்.

ஆடுகள், ஓட்டிச் செல்லும் பெரியசாமியைப் பார்த்துக் கொண்டிருந்தான். பெரியசாமி மிகப்பெரிய ஆட்டுத் தரகர். லாவகமாக ஆடுகளைப் பேசி வித்து காசு பார்ப்பது அவனுக்கு பிடித்து போய்விட்டது.

பெரியசாமி இடம் சென்று அண்ணே எனக்கு இந்த வேலை சொல்லித் தருவீர்களா? என்று கேட்டான். பாத்தா படிச்சவன் மாதிரி இருக்க, உனக்கு எதுக்கு இந்த வேலை? எல்லாம் பழக்கத்தில் வருவது கற்றுக்கொள்ள முடியாது. எனது தம்பி ஒரு சோப்பு தயாரிக்கும் கம்பெனி வச்சிருக்கான். அங்கே போய், நீ அந்த வேலையைப் பார்க்கிறாயா?

இந்தா முகவரி அங்கு போய் நீ விற்பனை பிரதிநிதியாக வேலை பாரு. என்ன இதெல்லாம் உனக்கு ஒத்துவராது; சொல்றேன் பாக்குறியா... இங்கே அடிதடி நடக்கும், சண்டை வரும்; படிக்காத ஆளுங்க இருப்பாங்க. உனக்கு இதெல்லாம் ஒத்துவராது தம்பி. சோப்பு தயாரிப்பது விக்கிறதுக்கு நல்ல ஆளா இருந்தா சொல்லு அப்படின்னு சொன்னான். நானும் யாராவது வந்தா சொல்றேன்னு ஒரு பேச்சுக்குச் சொல்லி வைத்திருந்தேன். அதனால நாளைக்கே போய் அவனைப் பாரு. சிவா ஆடுகளைப் பார்த்துக் கொண்டிருந்தான். ஆடுகளை விற்கலாம் என்று வந்தவனை இவர் சோப்பு விக்க சொல்றாரு என யோசித்தான். சரி என்று சொல்லி வந்த வாய்ப்பை விட வேண்டாம் என்று அவர் கொடுத்த முகவரியில் அந்தச் சோப்பு தயாரிக்கும் நிறுவனத்துக்குச் சென்றான்.

அந்த நிறுவனத்திற்குச் சென்று போய் பார்த்தால், அவர்கள் புதிதாக சோப்பு தயாரிக்கும் தொழிலைக் கற்றுக்கொண்டு தயாரித்தார்கள். சோப்புத்தூள், சோப்பு பவுடர், சோப் ஆயில், விமலா சோப் என்று அதற்கு பெயர் வைத்து ஒரு ரிக்ஷா வண்டியில் மைக் வைத்து விளம்பரம் செய்வது என முடிவு செய்து அவர்கள் விற்பனை செய்தார்கள்.

இது மிகப் பெரிய குழப்பம். எப்படி விளம்பரம் அதிகம் இல்லாமல் இந்தத் தொழிலில் நாம் முன்னேறுவது... புதிதான ஒரு பொருளைச் சம்மதிப்பார்களா? ஏற்கெனவே பயன்படுத்தும் பொருளை நாம் அவ்வளவு எளிமையாக மாற்றிவிட முடியுமா என்றெல்லாம் அவன் சிந்தித்தான்.

விமலா சோப்பின் வண்ணமும், வாசமும் அவனுக்கு பிடித்திருந்தது. சிவா வழக்கம் போல வண்டி ஓட்டிக் கொண்டு வந்தான். அவர்கள் பல தெருக்கள் சுத்தி வந்தார்கள். பலர் ஆர்வமாக வந்து பார்த்து வாங்கினார்கள். கடையில் ஒரு சோப்பின் விலையில் 5 சோப் கிடைத்தது.

புதிய பொருட்களை 100 பேரில், 34 பேர் வாங்க ஆர்வமாக இருப்பார்கள் என்று எங்கோ படித்தது நினைவுக்கு வந்தது. அதுமட்டுமல்லாமல், நாம் கடையில் வாங்குற சோப்பின் விலையில் 5 சோப்பு வாங்க முடியும் என்ற தரம் இருக்கின்ற பொழுது அதை வாங்கக்கூடிய மக்களுக்கு மிகப்பெரிய அளவில் உதவியாக இருக்கிறது; செலவு குறைகிறது ஒருபக்கம். இன்னொரு பக்கம் ஒரு புதுமை எப்படி இருக்குதுன்னு பார்க்க வேண்டும் என்ற ஆவல். இதுதான் வியாபாரத்தில் புது உத்திகளாக இருந்தது என்பதை அவன் தெரிந்து கொண்டான். மஞ்சுநாத்திடம் அடிமையாக இருந்த காலத்தில் நினைத்துப் பார்த்தான்.

தன் உழைப்பை நிறுவுவதன் மூலம் புதிதாக ஒன்றை உருவாக்கி அதன் மூலம் பாடுபட்டு உழைக்கும் இந்த மக்கள் எங்கே... அப்பன், தாத்தன் சேர்த்த காசை இன்னும் பல மடங்கு பெருக்குவதற்காக வட்டிக்கு விட்டு பணத்தைக் குட்டி போட வைக்கும் இந்த பெருச்சாளிகள் எங்கே... உழைப்பு மூலம் பொருள் தேடும் இவர்களைப் போலத்தான் வாழவேண்டும்; ஒருபொழுதும் பணத்தை வைத்து நாம் வட்டி தொழில் செய்யக்கூடாது என்று சிவா மனதில் அழுத்தமாக எழுதிக் கொண்டான்.

அந்தச் சோப்பு விற்பனை, சோப் ஆயில் விற்பனை இவனுக்கு மிகவும் பிடித்துவிட்டது. அவருக்கென்றுத் தனியாக ஒரு சந்தை இருக்கிறவங்கதான் மூலப்பொருள் எல்லாம் மொத்தமாக வாங்கி மாதம் ஒரு முறை அவற்றைத் தயாரித்து அதுக்கப்புறம் மாதம் முழுதும் விற்பனை செய்து ஒரு குறைந்த லாபத்தை அதிகரிக்க கூடிய வாய்ப்பும் கிடைத்தது; தானே உற்பத்தி செய்து தாமே அந்தப் பொருளை எல்லாம் கொண்டுபோய் மக்களிடம் சேர்க்கின்றது எவ்வளவு அலாதியான விஷயம்.

அப்போதுதான் அந்த பொருளுடைய தன்மைகளை எல்லாம் அந்தப் பொருளின் சிறப்பை எல்லாம் எடுத்துச் சொல்ல முடியும். மக்களிடம் ஒரு நம்பிக்கையை ஏற்படுத்தி, அந்தப் பொருள் சிறந்த பொருள் ஆகிவிட்டால் அதன் பிறகு நாம் அவர்களுக்குப் பொருள் கொடுக்க முடியாத அளவிற்கு அவருடைய அன்பும், அழகும்

பெருகிவிடும் என்பது கண்முன் பார்த்தான். சிவா. ஆனால், மனிதர்கள்தான் இப்படியெல்லாம் சிந்திப்பார்கள்; மிருகங்கள் அவற்றை சிந்திப்பதில்ல, மஞ்சுநாத்க்கு காசுதான் முக்கியம். அவன் காசுக்காக எதுவானாலும் செய்வான். எதற்காகவும் காசைவிட்டுகொடுக்க மாட்டான். அவனிடம் பத்துப் பேருக்கு மேல் பணம் வசூலிக்க கூடிய ஆட்கள் இருக்கிறார்கள். அவர்கள் ஒவ்வொரு சந்தையிலும் போய் பணத்தைக் கொடுத்து தவணை முறையில் வசூலிக்கும் தவணைக்காரர்கள். இரக்கம், பச்சாதாபம் பொறுமை இவற்றை எல்லாம் கொஞ்சமும் எதிர் பார்க்க முடியாது; யாரிடமும் மிகவும் கடுமையாக நடந்து கொள்வார்கள். சந்தையில் பலர் மஞ்சுநாத்திடம் தவணைக்குப் பணம் வாங்கி வைத்திருந்தார்கள்.

அவர்கள் வியாபாரம் செய்யும் பொழுது சாப்பிடும்போது வசூலிக்கும் நேரம் காலமே தெரியாமல் அவன் கறாராக பணம் வசூலித்து விடுவான்.

தவணைப் பணம் கட்ட முடியாதவர்கள், சந்தையில் பொருளில் ஒரு பங்கு அவனுக்குக் கொடுக்கும் சூழ்நிலை ஏற்பட்டுவிட்டது. மெல்ல மெல்ல சிலர் அவனிடம் அடிமையாகி வேலை செய்து சம்பளத்திற்கு வேலை செய்யும் சூழல் உருவாக்கி விட்டான். மஞ்சுநாத்.

மரவேலை நன்றாக தெரிந்தவன் தங்கராசு. நிறைய தச்சு வேலைகள் செய்தான். மரக் கதவுகள், ஜன்னல்கள், மரக்கட்டைகள், மரப் பீரோக்கள் அத்தனையும் ஓராயிரம் ஓவியங்களை வரைந்து அவற்றை செதுக்கி கண்டவர்கள் வியக்கும்படி அற்புதமான மரத்தில் பலவிதமான வேலைகளைச் செய்பவன் தங்கராசு.

அப்படி வியாபாரபுரியில் தச்சு வேலைக்கு என்றால் தங்கராசு என்று சொல்லுமளவிற்கு கைதேர்ந்த வேலைக்காரன். அவன் தனது கடையைப் பெருக்க வேண்டும் என மஞ்சுநாத்திடம் கடன் வாங்கினான் தங்கராசு. முதன்முதலில் கூலி வாங்கித்தான் வேலை செய்து கொண்டிருந்தான். அதன்பிறகு காண்ட்ராக்ட் எடுத்து ஆர்டர் வாங்கி சில வேலைகளைச் செய்தான். புது வீடு புது வீட்டுக் கதவு எப்போதும் வீட்டு ஜன்னல் போன்றவற்றை அவன் செய்வதைப் பார்த்து நிறைய ஆர்டர்கள் குவிந்தன. நிறைய வாங்கி நல்ல முறையில் தொழில் செய்துகொண்டிருந்த தங்கராசு தொழிலைப் பெருக்க வேண்டும் என்று மஞ்சுநாத்திடம் கடன் வாங்கினான்.

39

செங்கோட்டை அருகில் பில் இல்லாமல் மரக்கட்டைகள் கிடைப்பதாகவும், இந்த மரக்கட்டைகளை வைத்து புதிதாக நாம் கட்டில் பீரோ போன்றவற்றை எல்லாம் செய்தால் பெரிய ஆளாக மாறிவிடலாம் என்று நண்பன் ஒருவன் சொன்ன யோசனையை கேட்டுச் செங்கோட்டையில் சென்று மொத்தமாக மரங்களை ஏற்றிக் கொண்டு லாரியில் வந்து கொண்டிருந்தார்கள். அவர்கள் வந்த லாரி காவல்துறையால் பிடிக்கப்பட்டது.

பில் இல்லாமல் மரக்கட்டைகளைக் கொண்டு செல்வது குற்றம் என்பதே தங்கராசு சொல்லாமலே வந்த காரணத்தினால் மாட்டிக் கொண்டார்கள். கிட்டத்தட்ட பல ஆயிரம் ரூபாய் நஷ்டம் ஏற்பட்டது. அழுது புலம்பிய தங்கராசு ஏதேதோ சொல்லிப் பார்த்தான், எதுவும் காவல்துறையிடம் எடுபடவில்லை. உள்ளே செல்லாமல் இருக்க பொருள்களையெல்லாம் விட்டுக் கொடுத்தால்தான் சரியாக வரும் என்று சொன்ன காரணத்தினால் அத்தனையும் விட்டு விட்டு வந்து விட்டார்கள்.

மஞ்சுநாத்திடம் வாங்கிய பணம் அனைத்தும் இப்படி சென்று விட்டது. அவன் வாங்கிய கடனை எல்லாம் அடைப்பதற்கு என்ன செய்வதென்று தெரியாமல் தொழிலை விட்டுவிட்டு மஞ்சுநாத் சொல்லும் வேலைக்கு சென்றான். சந்தையில் ஒரு பகுதி பழைய மரச் சாமான்களை மொத்தமாக எடுத்து வந்து, அவற்றை ரிப்பேர் செய்து, புது மாடல் ஆக்கி, விற்பனை செய்யும் கடையை மஞ்சுநாத் ஆரம்பித்தான். அந்தக் கடையில் முதன்மையான ஆளாக தங்கராசு வேலை செய்தான். ஸ்டெல்லா, டூட்டி முடிந்தவுடன், சந்தைக்கு வந்து மலர்களைப் பார்ப்பது வழக்கம். ஒவ்வொரு முறையும் பல விதமான ரோஜா செடிகளை வாங்கி செல்வாள்.

இப்படி தங்கராசு போல எத்தனையோ திறமையான வேலைக்காரர்களை தலைகீழாக அடிமையாக வைத்திருக்கக் கூடிய மஞ்சுநாத் பஜன்லால் சேட்டுடன் கூட்டணி வைத்து பல வியாபாரங்களை வடமாநிலங்களில் இருந்து செய்யத்

தொடங்கினான்; பண பலம், என்பது எல்லா வகையிலும் கை கொடுத்து அவனை மேலும் உயர்த்துவதற்கு வகை செய்து வருகிறது.

பணம், பாதாளம் வரை பாயும், என்று சும்மாவா சொல்லி வைத்தார்கள். உழைக்க வழி இருந்தும் தனியான திறமையிருந்தும் பல்வேறு நுணுக்கங்களை வைத்திருந்தும் கூட பணம் இல்லாத காரணத்தினால் தங்கராசு அடிமை வேலைச் செய்து கொண்டிருக்கும்போது கண்ணீர் சிந்திக் கொண்டே மரத்தை எடுத்து அணைத்துக் கொண்டான். கூட வேலை செய்யும் மாப்பிள்ளை சன்னாசி, கவலைப்படாத மாப்பிள்ளை நம் கஷ்டம் கண்டிப்பா ஒரு நாள் சரியாகும். நீயும் ஒரு கடை போட்டு முதலாளியா சீக்கிரமா வருவ. நீ நினைக்கிற மாதிரி சொந்தமாகத் தொழில் செய்து பெரிய ஆளாக வருவாய். இது நிச்சயம் மாப்பிள்ளை என்று ஆறுதலாய்ச் சொன்னான்.

வியாபாரபுரியில் மக்களுக்காகச் சந்தையில் படும் பிரச்சினைகளைத் தீர்ப்பதற்காக அங்கு ஒருவன் வழக்கறிஞராக உருவாகவேண்டும் என்று எல்லோரும் ஆசைப்பட்டார்கள். பனங்கிழங்கு, விற்கும் ராமையாவின் மகன் கணேஷ் பாண்டி முதல் வழக்கறிஞராக வியாபாரபுரியில் உருவானான். கணேஷ். பாண்டி சந்தைக்கு வழக்கறிஞர் அலுவலகம் அருகில் போட்டான். சன்னாசியும், தங்கராசு அவனைப் போய் பார்த்தார்கள்.

சன்னாசி மாப்பிள, தங்கராசு நீ ஒன்னும் கவலைப்படாதே! ராமையாவின் மகன் கணேஷ் பாண்டியன் வழக்கறிஞராகப் போய்ட்டான். அவனிடம் போய் உன் பிரச்சனைச் சொல்லி அந்த செங்கோட்டையில் இருந்து அந்த லாரியை மீட்க முடியுமான்னு பார்ப்போம். கணேஷ் பாண்டி, சந்தைக்கு வழக்கறிஞர் அலுவலகம் அருகில் போட்டான் சன்னாசியும், தங்கராசும் அவனைப் போய்ப் பார்த்தார்கள்.

தங்கராசுதான், மஞ்சுநாதன் இடம் பணம் வாங்கியது செங்கோட்டையில் லாரி ஆபீஸில் கட்டியது. அவர்கள் தந்த போலியான ரசீது மரம் பிடிபட்டது காவல்துறையில் கொடுத்த சம்மன் எல்லாவற்றையும் கணேஷ் பாண்டியிடம் ஒப்படைத்தான்.

எல்லாவற்றையும் பொறுமையாக வாங்கி படித்துப் பார்த்துவிட்டு எல்லாரும் ஒருமுறை செங்கோட்டை போயிட்டு வரணும் எனக்கு

ஒரு பத்து நாள் டைம் கொடுங்க நல்லவிதமா என்னால முடிஞ்ச வரைக்கும் செய்துவிடுகிறேன். அப்படிச் சொல்லாத கணேஷ் தங்கராசு ரொம்ப கலங்கிப் போய் இருக்காப்ல மாப்பிள்ளைக்கு நம்மள விட்டா வேற யார் இருக்கா ரொம்ப பெரிய பணம்பா கஷ்டப்பட்டு வட்டிக்குக் கடன் வாங்கி தொழிலை இழந்து ஒரு தொழில்காரன், இன்னைக்கு வேலைக்காரன் ஆகிட்டான் அப்பா பார்த்து ஏதாவது நல்லதா செய்யணும். என்ன மாமா, எனக்கு இது முதல் வழக்கு. கண்டிப்பா இத நல்லபடியா முடிச்சிடுவேன் நினைக்கிறேன். கண்டிப்பா என்னால முடிஞ்ச வரைக்கும் போராடுவேன்.

40

ஆஸ்பத்திரியில் எப்பொழுதும் நோயாளிகளுக்கு மத்தியில் ரத்தம், சதை, அழுகை, மருந்து, மாத்திரை, ஊசி, பஞ்சு, டிஞ்சர் பெண்கள் பிரச்சினைகளைத் தீர்த்து வைப்பது என்று எப்பொழுதும் பரபரப்பாகவும், டென்ஷனோடும் இருக்கும் ஸ்டெல்லாவிற்கு நிறைய பெண்கள் தான் நண்பர்கள். ஆண் இனத்தையே வெறுக்க கூடியவள். ஆண்களின் தொந்தரவினால் இந்தப் பெண்கள் இவ்வளவு பிரச்சனைகளைச் சமாளித்துக் கொண்டு இருக்கிறார்கள்.

அவர்களுடைய சிலநேரம் இன்பத்திற்காக இவர்கள் பல நாள் துன்பப்பட வேண்டி இருக்கிறது. பெண்கள் படும் வேதனையை ஆண்கள் ஒரு பொருட்டாக நினைப்பதில்லை; அவர்களுக்குத் தங்கள் சுய லாபம் தான் முக்கியமாக படுகிறது. என்றெல்லாம் அவள் மனதிற்குள் ஒரு பெரிய சுவற்றை ஆண்களுக்கு எதிராக எழுப்பி வைத்திருந்தாள். நர்சிங் பணியைத் தேர்ந்தெடுத்து நர்சிங் காலேஜில் படித்துக் கொண்டிருக்கும்போதே பலர் டாக்டரோட அவள் சென்று நோயாளிகளைப் பார்க்கும் போது அவர்களின் நடத்தை அவளுக்கு ஆண்கள் மேல் இருந்த கொஞ்சநஞ்ச வெறுப்பும் வெறியாய் கோபமாய் மாறியது.

ஆனாலும் தனது கவலைகளை மறக்க செடிகொடிகள் மீது தீராதக் காதல் கொண்டவளாய் விதவிதமான ரோஜா மலர்களைத் தனது வீட்டின் முற்றத்திலும் வீட்டின் பின்புறத்தில் வைத்து வளர்க்கும் அவள்; தாவரங்களோடு பேசுகின்ற மனப்பக்குவம் உடையவள். யாரையும் அவள் பாதித்தது இல்லை; பார்த்ததுகூட இல்லை.

அவளையும் யாரும் பாதித்தது இல்லை. சந்தையில் இருக்கும் எல்லா பெண்களும் அவளுக்கு சினேகிதிகள் ஸ்டெல்லா சந்தைக்குள் வந்தாலே ஒரு மகிழ்ச்சிதான். எல்லாப் பெண்களுக்கும் 6 வயது குழந்தை முதல் 60 வயது பெரியவள் வரை எல்லோரும் அவளுக்குத் தோழிகள். எந்தப் பொருளும் இலவசமாகக் கிடைக்கும்; இருந்த போதும் அவள் பணம் கொடுக்காமல் எந்தப் பொருளையும் வாங்கியதில்லை. எல்லோரும் பிரியத்தில் அள்ளி

அள்ளி போடுவார்கள். போதும் போதும் என்ற வார்த்தைதான் ஸ்டெல்லாவிடம் அதிகமாகச் சந்தையில் கேட்கும்.

பேச்சியம்மாள் அவளுக்கு உற்ற சினேகிதி பேர் சொல்லி அழைக்கும் அளவிற்கு இருவரும் பேசிக் கொள்வார்கள். பேச்சியம்மாளுக்கு இரண்டு குழந்தைகள் பிறப்பதற்கும் ஸ்டெல்லா செய்த உதவிகள் கொஞ்ச நஞ்சமல்ல. பேச்சியம்மாளும் ஸ்டெல்லாவும் சிரிக்கச் சிரிக்க பேசிக் கொள்வார்கள். ஆனாலும் பேச்சியம்மாவுக்குப் பெரிய மனக்குறை இருந்தது. ஏன் நீ இன்னும் கல்யாணம் பண்ணிக்க மாட்டேங்குற வயசு 30 தொட போகுது. எதுக்குமா உன்னைய மாதிரி நானும் வயித்த தள்ளிட்டு 2 குழந்தை பெற்று அதை வளர்த்து கஷ்டப்படாம, சந்தோசமா சுதந்திரமாக இருப்பது உனக்கு பிடிக்கலையா உன்னை மாதிரியே எல்லாரும் நினைச்சா இந்த உலகம் எப்படி வளரும். நான் கும்புடுற சந்தை மாரியம்மா உனக்கு ஒரு நல்ல வழி காட்டாமலா போய்ட போறா. சீக்கிரமே உனக்கு கல்யாணம் ஆகி நீ இந்த சந்தையில உன் புருஷனோட சுத்திவரத்தான் போற அத நாங்க பார்க்க தான் போறோம்..

பேச்சியம்மாளின் உரிமையான பேச்சுக்கு ஸ்டெல்லாவிடமிருந்து சிரிப்புமட்டுமே பதிலாக வந்தது. ஸ்டெல்லா டூட்டி முடிந்தவுடன் சந்தைக்கு வந்து மலர்களைப் பார்ப்பது வழக்கம் ஒவ்வொரு முறையும் பல விதமான ரோஜா செடிகளை வாங்கி செல்வாள். ஞானதாஸ் ஸ்டெல்லாவைப் பார்த்தவுடன் மன மகிழ்ச்சியோடு அந்த மலர்களை எல்லாம் எடுத்துக் கொடுப்பான். ஸ்டெல்லாவிற்காக பெங்களூர் சென்று புதிய புதிய மலர்ச் செடிகளை எல்லாம் அவன் பதியம் போட்டுக் கொடுப்பான்.

அவர்கள் பேச்சில் பெரும்பாலும், செடிகொடிகள், பூந்தொட்டிகள் அவற்றை வளர்க்கிற விதம் அவற்றுக்குப் போடப்படுகின்ற உரம் இவற்றைப் பற்றிதான் இருக்கும். ஞானதாஸ் கையில் பச்சை குத்தப்பட்டு இருந்தது. அவன் பழைய காதலியின் பெயர் லீமா ரோஸ். இந்தப் பெயரை பல வடிவங்களில் பல வகைகளில் கையில் எழுதி வைத்திருந்தான்.

எப்போதும் இதனைப் பார்த்து கண்டும், காணாதது போல் இருந்து விடுவாள் ஸ்டெல்லா. சந்தை ஆஸ்பத்திரியில் பணி செய்த ஸ்டெல்லாவைப் பெரிய ஆஸ்பத்திரிக்கு ஒரு மாதத்திற்கு மாற்றிவிட்டார்கள். ஆதலால் சந்தைக்கு அவள் அடிக்கடி, வருவது

இல்லை, அப்படியே வந்தாலும் இந்தப் பொருள்களையெல்லாம் கொண்டு செல்வது கடினமாக இருந்தது. அன்று அவள் வந்த பொழுது இந்த உரங்கள் அவனுக்குக் கிடைக்கவில்லை- அவை மூன்று நாள் கழித்து தான் வரும் என்று சொன்னான் ஞானதாஸ். அப்படியா எனக்கு வேலை இருக்கு கொஞ்சம் வீட்டு வரைக்கும் யாராவது வந்து போட்டுக் கொடுக்க முடியுமா? என்று கேட்டாள் ஸ்டெல்லா. ஞானதாஸ் நானே வருகிறேன் என்று சொன்னான். தன் முகவரியை எழுதிக் கொடுத்தாள்.

தனது புல்லட்டில் ஸ்டைலாக ஞானதாஸ் ஸ்டெல்லாவின் வீட்டுக்குப் போனான் அதை வீடு என்று சொல்வதா அல்லது ஒரு தோட்டம் என்று சொல்வதா தெரியவில்லை. எத்தனை அழகான பூச்செடிகளை அவள் பராமரிப்பது அவனுக்கு மிகுந்த சந்தோசத்தைக் கொடுத்தது. வீட்டுக்கு உள்ளே வரவழைத்து, அவனோடு பேசிக் கொண்டிருந்தாள். அவனுக்குக் காபி போட்டுக் கொடுத்தாள். தனது அம்மாவிற்கும், அப்பாவிற்கும் அவனை அறிமுகம் செய்து வைத்தாள். அப்போது கேட்கலாமா, வேண்டாமா என நினைத்து ஞானதாஸ் கேட்டுவிட்டான். சார் எங்க மேடம், ஆளையே காணோம்? என்ன சார் எந்த சார்! உங்க வீட்டுக்காரர்? அப்படி யாரும் எனக்கு இதுவரை இருந்ததில்லை, இனி வரப்போவதும் இல்லை. என்ன மேடம் சொல்றீங்க? உங்களுக்கு இன்னும் கல்யாணம் ஆகலையா? சாரி மேடம். ஞானதாஸ் மனதில் விகல்பம் இல்லாமல் பேசுகிறார் என்று நினைத்தாள். உங்க கைல என்ன தாஸ் என்ற அவள் பதிலுக்காக காத்திராமல் தோழியா, காதலியா, மனைவியா என்று சிரித்தாள்.

சிரிக்கும்போது கன்னத்தில் குழி விழுந்தது ஞானதாஸ் அதுவரை செடிகள் பூத்தொட்டியில் பூத்து இருப்பதைப் பார்த்தான் இப்பொழுதுதான் முதன் முதலில் அவள் முகத்தில் பார்க்கிறான். அதில் புதையுண்டு அது போதை ஏற்றும் என அப்போதுதான் அவனுக்குத் தெரிந்தது. அதை அவன் பார்த்துக் கொண்டே இருந்தான். அவனுக்கு அடுத்து பேச்சு வரவே இல்லை. மறுபடியும் தாஸ் நான் கேட்ட கேள்விக்கு நீ பதில் சொல்லவே இல்லை என்றால் ஸ்டெல்லா இல்லை மேடம். லீமாரோஸ் என்னுடைய காதலி. இருவரும் உயிருக்கு உயிராக காதலித்தோம். பெற்றோரின் சம்மதத்துடன் தான் திருமணத்திற்கு ஒத்துக் கொள்வேன் என்று உறுதியாக சொல்லிவிட்டாள். அவள்

பெற்றோரிடம் நான் பேசினேன். செடிகள், வியாபாரம் அவர் தந்தைக்குப் பிடிக்கவில்லை பூந்தொட்டிகள், பூச்செடிகள் இதைத் தவிர எனக்கு வேற எதுவும் தெரியாது. வேற எதையும் நான் விரும்பவில்லை, இதைத்தான் என் உயிராக நான் கருதிக் கொண்டிருக்கிறேன். அதையே விட்டுவிடும்படி அவர் சொன்னார் எனக்கு கோபம் வந்தது.

மேலும் அவர் வைத்திருக்கிற ரைஸ் மில்லில் புண்ணாக்கு வியாபாரம் செய்யச் சொல்லி வற்புறுத்துகிறார். போருக்குப் பிறகு அந்தத் தொழிலைப் பார்ப்பதற்கு ஆள் வேண்டுமாம். அப்படி ஒரு மாப்பிள்ளையைத் தான் அவர்கள் தேடிக் கொண்டிருக்கிறார்களாம். என்றெல்லாம் சொல்லி என் இதயத்தில் அமிலத்தை வீசுவது போன்று பேசினார்கள். ஆனாலும் தன் பெற்றோர் தான் முக்கியம் என்று என்னை விட்டுவிட்டு லீமாரோஸ் வேறு ஒருவரை திருமணம் செய்து கொண்டாள். ஆனால் காதலிக்கும் போது நான் தான் உயிர், நான்தான் தேவன் என்றெல்லாம் பேசியவள்; நான் ஒருநாள் அவளைப் பார்க்கவில்லை என்று சொன்னாலும்கூட சாப்பிட மாட்டேன் என்று அடம் பிடிப்பாள்.

எத்தனைக் காதல் கவிதைகள்! எத்தனை ரத்தத்தில் எழுதிய கடிதங்கள் பச்சை குத்திக் கொண்டோம். நான் உடம்பில் தெரியும் இடத்திலும் அவள் உடம்பில் தெரியாத இடத்திலும். காதல் என்பது உடலால் மட்டுமல்ல. மனசாலும் வருவது! என்ன பிடிக்கும் என்பதைவிட எனக்குப் பிடித்ததெல்லாம் பிடிக்கும். என்பதுதான் கூடுதல் மகிழ்ச்சி. அது ஏன் அவளுக்கு வரவில்லை என இன்னும் என் மனசு கேட்டுக் கொண்டே இருக்கிறது.

எனக்கு லீமாரோஸ் தெரிவதற்கு முன்பே செடிகளையும், பூக்களையும் தெரியும். நிறைய திருமணங்களுக்குப் பூக்களை அலங்காரம் செய்யும் வேலையை நான் பணத்துக்காக இல்லாமல் மகிழ்ச்சிக்காக செய்திருக்கிறேன். எத்தனையோ திருமண வீடுகளில் அந்தக் காரை அலங்காரம் செய்யும் மலர்கள் எல்லாம், என்னுடைய மலர்களாக தான் இருந்திருக்கிறது. எத்தனையோ காதலர்கள் பரிமாறிக் கொள்ளும் காதலிகள் வைத்திருக்கும் ரோஸ் என் தோட்டத்தில் பதியமானவையாகத்தான் இருந்திருக்கிறது. என் உயிரைவிட நான் காதலை நேசித்தேன்; என் காதலை விட இந்தப் பூக்களையும் செடி கொடிகளையும் நேசித்துக் கொண்டிருக்கிறேன்.

என் அன்னை மடி போல நான் வணங்கும் தெய்வம் போல இந்தச் செடிகளும், பூக்களும் தான் எனக்கு இருக்கிறது; இதைப் புரிந்து கொண்டால் காதல்.

பூக்களால் உருவான காதல் உண்டு! பூக்களால் அழிந்தும் போன காதல் என் காதல்! என்னைப் புரிந்துகொள்ளவில்லை. நான் புண்ணாக்கு யாவாரம் செய்தால்தான் காதல் கைகூடுமாம். என்னால் மனசால அதைச் செய்யமுடியுமா?

அவன் பேசப்பேச இப்படியெல்லாம் கூட ஆண்கள் இருப்பார்களா... அவளுக்கு ஆச்சரியம் அதிகரித்தது. ஒரு இறுக்கத்தில் இருந்தவளுக்கு ஆண்களின் மேல் வெறுப்பில் இருந்தவர்களுக்கு, ஞானதாஸ் போன்ற மென்மையான மனிதர்களும் இந்த உலகத்தில் இருக்கத்தான் செய்கிறார்கள் என்பதை அவள் முதன்முதலாக தெரிந்து கொண்டாள். காதலியை விட பூக்களைச் செடி கொடிகளை நேசிக்கும் அவனை மதிக்கத் தொடங்கினாள். இருந்தாலும் அவள் அவசரப்பட்டு எதுவும் பேசி விடக்கூடாது.

ஆண்கள் இப்படித்தான் இருப்பார்கள். ஆனால், தங்கள் வேலையைக் காட்டி விடுவார்கள் என அடி மனது சொல்லியது. அவன் அவளை மேடம் என்று சொல்வது அவளுக்கு மிகவும் பிடித்து இருந்தது, அதை ரசித்தாள். அவள் சட்டென்று தாஸ் என்றே அழைக்கத் தொடங்கினாள். அதுவரை அவனை நாலைந்து முறை சந்தித்திருப்பாள். சந்தையில்தான் பெரும்பாலும் பார்த்திருக்கிறாள்; முதன்முறையாக வீட்டுக்கு வந்திருக்கிறான். வந்ததும் செடிகொடிகளை வாங்கி வைத்து ஒரு காபி கொடுத்து அனுப்பி வைக்க வேண்டும் என்று தான் நினைத்தாள். ஆனால், இரண்டு மணி நேரம் பேச்சு நீண்டு கொண்டே போனது.

எதுவும் நம் வசம் இல்லை என்பது எப்போதும் பிறர் சொல்லும் போது அதை எப்படி நம் வசம் இல்லாமல் எதுவும் செல்லும் என்று எல்லோருக்கும் வியாக்கியானம் சொல்லும் அவள் இப்போது அது உண்மைதான் என்பதை புரிந்துகொண்டாள். எதுவும் நம் வசம் இல்லை அது விதிவசம் என்பது பெரியோர்களின் வாக்கு. அது சரிதான் என்பது காதலுக்கு மிகவும் பொருத்தமானது. முதன் முதலாக தன் பெண்மையை அசைத்துப் பார்த்தவன். அவனோடு சேர்ந்து பேசுவதைவிட அவனைப் பற்றி சிந்தித்து மனதுக்குள் பேசுவது மிகவும் அழகாக இருந்தது.

சொல்ல நினைத்தது எதுவும் சொல்லி வராமல் சொல்லுக்குள் சொக்கிப் போகும் அழகு அனுபவிக்கத்தான் வேண்டும். அவன் ஓட்டி வரும் புல்லட்டு; அவன் அணியும் கூலிங்கிளாஸ்; நடை உடை ட்ரெஸ்ஸிங் சென்ஸ் எல்லாவற்றையும் ரசிக்கலானாள் ஸ்டெல்லா. அவர்களின் சந்திப்புவாடிக்கையாகிவிட்டது.

எப்போதும் அவள் கண்டிப்புடனும் கவனத்துடனும் உரையாடிக் கொண்டிருக்கிறாள். தாஸ் மேலதிகாரியிடம் பழகுவதைப் போலத்தான் அவளிடம் பேசினான். ஆனாலும் அவனுக்கு அது பிடித்திருந்தது. ஸ்டெல்லா டூட்டி நேரம் தவிர்த்து மற்ற நேரங்களில் ஞானதாஸின் சிந்தனையோடு இருந்தாள். ஒருமுறை ஞானதாசிடம் நாம் ஊட்டிக்குச் சென்று மலர் கண்காட்சி கண்டு வருவோமா? என்று கேட்டாள். ஞானதாஸ் பூக்களின் மேல் உள்ள பிரியத்தினால் போகலாம் என்றான்.

41

ரயிலில் முன்பதிவு செய்யப்பட்டது இருவரும் ஒன்றாகக் கிளம்பி ரயில் நிலையத்தில் வந்து தமது இருக்கையில் அமர்ந்து கொண்டனர். அவளுக்கு லோயர் பர்த், இவனுக்கு அப்பர் பர்த். புத்தகம் படிக்கும் பழக்கம் இருக்கிறதா தாஸ் என்று அவள் கேட்டாள். அது இல்லாமையா? நாவல்கள், சிறுகதைகள் ,படிப்பதில்லை. இயற்கை சார்ந்து, மண் சார்ந்து செடிகொடிகள் சார்ந்து வரக்கூடிய கட்டுரைகள் தான் படிப்பேன். சங்க இலக்கியம் அவனுக்கு மிகவும் பிடிக்கும். காதலை இயற்கையோடு சொன்ன விஷயங்கள் எல்லாம் சங்க இலக்கியத்தில் உண்டு. குறிஞ்சிப் பாட்டில் வரக்கூடிய 99 மலர்கள் அதைப் பற்றியெல்லாம் அவன் தெரிந்து வைத்திருந்தான். அவள் பொதுவாக ரமணிச்சந்திரன், லட்சுமி, பாலகுமாரன், தேவிபாரதி இவர்களுடைய கதைகளை, நாவல்களைத்தான் படிப்பான்.

ரயில் பயணத்தின்போது அவள் விதவிதமாக சமைத்துக் கொண்டு வந்திருந்தாள். அசைவம் அவனுக்கு மிகவும் பிடிக்கும் என்பது ஒரு பேச்சின் மூலம் தெரிந்து கொண்டவள், சிக்கன் பிரியாணி, மட்டன் கோலா, மட்டன் சுக்கா போன்ற பல அயிட்டங்களை அவள் கொண்டு வந்து வரிசையாக இதமாகப் பரிமாறினாள். அவளுக்கு ஆச்சரியமாக இருந்தது.

அவள் இப்படி எல்லாம் ஒரு பொழுதும் இருந்தது இல்லை. எப்பொழுதும் கண்டிப்பும், டெரர் தன்மையுடன் ஆண்களிடம் பேசிப் பேசி பழகி வந்தவள், இவ்வளவு மென்மை இவளிடம் இருக்குமா என்று அவளுக்கே தெரியவில்லை. ரயில், ஊட்டியை வந்து அடைந்ததும் கொண்டுவந்த ஸ்வெட்டரை அணிந்து கொண்டாள்.

இருந்தாலும் குளிர் அதிகமாக இருந்தது. அவன் கேமரா எடுத்து மலர்களை எல்லாம் புகைப்படம் எடுத்துக் கொண்டே வந்தான். பேசிக் கொண்டிருக்கும்போது அவன் தோளில் சாய்ந்தாள்; அந்தச் சூடு இதமாகத்தான் இருந்தது. குளிர் தாங்க முடியாத அவளுடைய கைகளைப் பிடித்துக் கொண்டான் தாஸ். இந்த சினேகம் தொடர வேண்டும் என தாஸ் மனதில் நினைத்துக் கொண்டான். காதல் தான் பாதியில் நின்றது. ஆனால், இந்தக் காதல் தொடர

வேண்டும். அவள் என்னை விட வசதி வாய்ந்தவள்; அவள் படித்தவள் நர்ஸ் வேலை பார்ப்பவள் என்னை ஏற்றுக் கொள்வாளா? என் மலர்களைத் தான் ஏற்றுக் கொண்டு விட்டான். ஆனால் என்னை ஏற்றுக் கொள்வாளா என்ற ஒரு ஐயம் மனதை அரித்துக் கொண்டே இருந்தது.

இரண்டு நாட்கள் ஊட்டியில் மலர் கண்காட்சியைக் காண வேண்டும் என்று அவர்கள் திட்டம் போட்டு வந்திருந்தார்கள். ஸ்டெல்லா தனது மருத்துவ அதிகாரிகளுக்குத் தெரிந்த பெரிய லாட்ஜில் இருவருக்கும் அறை ஒதுக்கப்பட்டது. இருவரும் தனித் தனியே பைகளை வைத்து விட்டு குளித்து முடித்து கிளம்பி வெளியே வந்தனர். காலை உணவை அங்கே முடித்துவிட்டு சுற்றிப் பார்க்கக் கிளம்பினர்.

ஊட்டிக்கு வருவதாக ஏற்பாடு செய்து ரயிலில் ஏறி உட்காரும் முன்பு இரண்டு ரூம் போட்டது சரிதான் என்று யோசித்த மனம், ஊட்டியில் இறங்கும்போது ஒரே அறை போட்டு இருக்கலாமே என்று யோசிக்க வைத்தது. குளிர் மட்டுமல்ல, ஒவ்வொரு இடமாக அவள் சுட்டிக்காட்டி கொண்டே வந்தாள். கேமராவில் புகைப்படம் எடுத்துக் கொண்டே வந்தான். எவ்வளவு அழகான அற்புதமான வண்ண, வண்ண மலர்கள் மலர்களை நேசிக்கும் செடிகளை நேசிக்கும் இரண்டு உயிர்கள் இந்த வாழ்க்கை போதும் இங்கேயே தங்கி விடலாம் என தாஸ் குதித்தான். குழந்தையைப்போல குதூகலித்தான். இந்த வாழ்க்கை இது எனக்குப் போதும்! இந்த மலர்களை நேசிப்பேன்! இந்த மலர்களை நேசித்தேன்! நான் உயிர் விடுவேன் என்றான். மலர்களை மட்டும் தானா இந்த ஸ்டெல்லாவை... என்று படக்கென்று கேட்டுவிட்டாள்.

நெருப்பு அதிகமாகும்போது கொப்புளங்கள் வருவதைப்போல உணர்ச்சி பொங்கி வழிந்தது. அவள் அவனை பின்புறமாக தழுவிக் கொண்டாள். அவன் திரும்பி மேடம் மேடம் எனச் சொல்லி, பின்னர் ஸ்டெல்லா என்று சொல்லி தழுவினான். அவள் கையில் ஒரு ரோஜாப்பூச்செண்டைக் கொடுத்து என் வாழ்வின் இறுதிவரை கூட வருவியா என தாஸிடம் மன்றாடிக் கேட்பது போல் கேட்டாள்.

ஸ்டெல்லா அதை நீங்கள்தான் சொல்ல வேண்டும். ஏற்கெனவே ஒருமுறை புண்பட்டு, காயப்பட்டு சாவின் எல்லைவரை சென்று வந்தவன் நான். ஆனாலும் என் பூக்கள் நேசத்தை ஒருபொழுதும் மாறாதவன். இப்பொழுதும் அதைத்தான் சொல்கிறேன். உங்களை

நேசிக்கிறேன். ஆனால் உங்களை விட அதிகமாக இங்கிருக்கிற பூக்களை நேசிக்கிறேன். அதற்கு தடையில்லாமல் இருந்தால் ஆயுள் வரை கூட வருவேன் மகிழ்ச்சியோடு வருவேன்.

உன்னை எனக்கு பிடித்ததே உன் காதலியை விட நீ பூவை நேசிப்பது தான் காரணம். செடிகளில் இருக்கும் பூக்களாய் எப்போதும் சிரித்துக் கொண்டே இருப்போம். செடியாக நீ, பூவாக நான், எப்போதும் மலரட்டும் நம் காதல். நல்லா இலக்கியம் படிப்பது தெரிகிறது. எனக்கு உங்கள் மேல் மரியாதை இன்னும் குறையவே இல்லை. ஒருமுறை ஸ்டெல்லா என்ற பெயரைச் சொல்லி விட்டேனேத் தவிர எப்பொழுதும் மேடம் என்று சொல்லவே விரும்புகிறேன். எனக்கும் அதான் புடிச்சிருக்கு பாஸ். ஆனால், நான் தாஸ் என தான் சொல்வேன்.

எனக்கு இன்னொரு விஷயம். வீட்டில் இதை ஏற்றுக் கொள்வார்களா? நான் செய்யும் வேலைத் தொழில் எல்லாம் நீங்கள் செய்யும் வேலை தொழிலை விட சற்று குறைவானது. அப்பா அம்மாவிற்கு பெரிய கனவு இருக்கும்; நிறைவேற்ற அவர்கள் துடித்துக் கொண்டிருப்பார்கள். அதைச் செய்ய சொல்வார்கள் அப்படி ஏதாவது இருக்கிறதா, என்று கேட்டான்? புண்ணாக்கு வியாபாரம் செய்பவரை விரும்புவார்கள் என்று சொல்லி பயங்கரமாகச் சிரித்தாள்.

நீங்களும் அதே வியாபாரம் செய்யவேண்டும்? என்ன சொல்றீங்க. மறுபடியும் கேலியாகச் சிரித்தாள். அழாத குறையாக அதிகமாக என்னைய நக்கல் பண்றீங்க.

எங்க அப்பா அம்மாவுக்கு நான் ஒரு ஆணைத் திருமணம் செய்து கொண்டால் போதும்; விருப்பத்திற்கு மாறாக ஒரு பொழுதும் அவர்கள் குறுக்கே நிற்பது இல்லை. சும்மா உங்களைச் சீண்டி பார்ப்பதற்காக விளையாண்டது தாஸ். என் பக்கம் எந்த விதமான தடையும் இல்லை, குறையுமில்லை. எனக்கும் எந்தவிதமான தடையும் இல்லை, குறையும் இல்லை. சிறு வயதிலேயே பெற்றோரை இழந்தவன். அதனால் ஒரு அனாதை பள்ளியில் ஒரு பாதர் மூலம் படித்து வந்தவன். அவரிடம் மட்டும் தான் நான் ஆசி வாங்க வேண்டும். இன்று பூங்காவில் அமர்ந்து பேசிக் கொண்டு இருவரும் கைகோர்த்து ஊட்டி முழுவதும் சுற்றி வந்தார்கள். கை கோர்த்து நடக்கும் போது நடையும் சுமையாகத் தெரிவதில்லை. வாழ்வின் நேரம் இனிமையாகும் போது பாதையின் சுகம் அதிகமாகத்தான் தோன்றும்.

42

இரவு வந்தது; இரண்டு அறை ஒன்றாக மாறியது. இருந்தபோதும் ஸ்டெல்லா கட்டுப்பாடோடு இருப்போம்; இப்போது எதுவும் தேவையில்லை என்று கட்டிப்பிடித்து முத்தம் கொடுத்துவிட்டு தனித்தனியா படுத்துக் கொண்டார்கள். பாசம், காதல் தான் பெரிது. மற்றவையெல்லாம் இரண்டாம்பட்சம் தான் என்று அவனும் புரிந்து கொண்டு கீழே பாய் விரித்து படுத்துக் கொண்டான்.

இப்படி கூட ஆண்கள் இருக்கத்தான் செய்வார்கள் என்று அவள் காதலிப்பதற்காகப் பிறந்தவன் போல தன் சிந்தனைகளும் அவன் சிந்தனைகளும் ஒன்று போலிருக்கிறது என்று நினைத்து நினைத்து ஸ்டெல்லா மகிழ்ந்தாள்.

ஆணும், பெண்ணும் தனியாக இருக்கும் இடத்தில் காமம் மட்டுமல்ல காதலும் இருக்கும். காதல் மட்டுமே பிரதானமாக இருக்கும் என்று உலகத்தார் எழுதி வைத்துக் கொள்ளுங்கள். இது வரலாற்றுக் காதல் என்று தனக்குத்தானே சத்தமாக மனசுக்குள் சொல்லிக் கொண்டாள். ஊட்டி தேவலோகமாகத் தெரிந்தது. எத்தனை முறை வந்தாலும் காதலோடு வருகின்ற பொழுதுதான்.

ஊட்டிக்கு ஒரு மரியாதை கூடுகிறது. நிறைய பரிசுப் பொருட்கள் வாங்கி ஒருவருக்கொருவர் கொடுத்துக் கொண்டு ,வீட்டுக்குத் தேவையான பொருட்கள் எல்லாம் வாங்கிக் கொண்டு அவர்கள் ரயில் ஏறினார்கள். அடிக்கடி தாஸ் தாஸ் என்று கூப்பிட்டுக் கொண்டே இருந்தாள். ஒவ்வொரு முறை கூப்பிடும்போதும், சொல்லுங்க மேடம்... சொல்லுங்க மேடம்... என்று மாறாமல் அதையே சொல்லி வந்தான்.

தாஸ், ஒன்றுமே இருக்காது சும்மா நாளும் தாஸ் என்று கூறிக் கொண்டே இருப்பாள் ரொம்ப கோபமான பெண்மணி என உங்கள நெனச்சேன் ரொம்ப பயமா இருந்தது. இப்ப பக்கத்துல நெருக்கம வந்துட்டீங்க. இறுக்கமாய் இருந்த என்ன உருக்கமா மாற்றினது உங்க சுருக்கமான பார்வைதான். ரயில் மதுரையை வந்து அடைந்தது. வந்ததும் முதல் வேலையாக தன் காதலைப் பேச்சியம்மாளிடம் தான் சொன்னாள். நீதான் முன்னே இருந்து

திருமணத்தை நடத்தி வைக்க வேண்டும் என்று சொன்னாள். ஆமா எங்க கல்யாணத்துக்கு தான் நீ வரல எங்கேயோ படிக்க போயிட்டே.... ஆனா உன் கல்யாணத்தை நான்தான் நடத்தி வைப்பேன். சர்ச்சில் திருமணம் சிறப்பாக நடந்து முடிந்தது. செவிலியர்கள், மருத்துவர்கள், ஸ்டெல்லாவின் உறவினர்கள் பெற்றோர்கள் எல்லோருக்கும் மகிழ்ச்சி. ஆனால் தாசுக்கு அவர்கள் உறவினர் இல்லை. நண்பர்கள் தான் வந்திருந்தார்கள். அவனை ஆதரித்து வளர்த்த பாதிரியார் வந்திருந்தார்.

திருமணத்தில் பேச்சியம்மாள் மணப்பெண் தோழியாக இருந்து நிக்கோலஸ் தாசுக்கு மாப்பிள்ளைத் தோழனாக உதவியாக இருந்து சிறப்பாக திருமணத்தை நடத்தி முடித்தனர். திருமணத்திற்குப் பிறகு ஞானதாசன் வீட்டு மாப்பிள்ளையாக வந்துவிட்டான். பொதுவாக எல்லோரும் திருமணத்திற்குப் பின்பு தான் ஹனிமூன் செல்வார்கள். ஆனால் இவர்களோ ஹனிமூன் முடித்துவிட்டு திருமணத்திற்குச் செல்கிறீர்கள். எவ்வளவு பொருத்தமான கிடைத்த வாய்ப்பு, பெரிய வாய்ப்பு ஊருக்கே பூச்செடிகளைப் பூக்களாக கொடுத்தவன். திருமணத்தில் அவனே பூக்களை எல்லாம் வரிசையாக அந்த வண்டியில் அடுக்கினான் மகிழ்ச்சி பொங்க அவன் திருமண வண்டி புறப்பட்டுச் சென்றது.

கணேஷ் பாண்டி, செங்கோட்டை சென்று, தங்கராசுவின் வழக்கைப் பார்த்தான். அங்கே பிடிக்கப்பட்ட லாரி, சரக்கு, மற்றவர்கள் அங்குள்ள காவல்துறை அதிகாரியிடம் பேசி நிறைய ஆதாரங்களைத் திரட்டி யார் தங்கராசு ஏமாற்றினார்களோ...

எப்படி அந்த மரம் எல்லாம் வந்தது, அந்த மரத்தை யார் விற்பனை செய்தார்கள்? யார் இவனை ஏமாற்றினார்கள் என்பது எல்லாம் துல்லியமாக எல்லா விவரங்களையும் சேகரித்து, அவனை ஏமாற்றிய அந்த முதலாளிகள் மேல் மானநஷ்ட வழக்கு, தொடர்ந்தான். பதறியடித்துக் கொண்டு முதலாளிகள் கணேஷ் பாண்டியைத் தேடி வந்தார்கள்.

சுமுகமாகப் பேசி முடித்துக் கொள்ளலாம். அவர்கள் அந்தத் தொகையை விட கூடுதலாக ஒரு தொகை தருகிறேன் வழக்கெல்லாம் வேண்டாம் என்று அந்த முதலாளி பேசினார்

காவல்துறை அதிகாரியும், அவருக்குத் துணையாக வந்து இந்த வழக்கை சுமுகமாக முடிக்கலாம் கோர்ட், கேஸ் என்றால் நீண்ட காலமாகும்.

இதனை எல்லோரும் கூடி நின்று தங்கராசுவுக்கு இழந்த தொகையைவிட ஒரு தொகையைக் கூட கொடுத்து வழக்கை முடித்து விட்டார்கள். வழக்கறிஞர் கணேஷ் பாண்டி, எடுத்த முதல் வழக்கில் வெற்றி! அவன் நல்ல விதமாக தங்க ராசுவுக்கு நியாயமான முறையில் அதிகமான, தொகையை மீட்டுக் கொடுத்தான். தங்கராசு வாங்கிய பணத்தை எடுத்துக்கொண்டு மஞ்சுநாத்திடம் கொடுத்தான்.

மஞ்சுநாத் இதை சற்றும் எதிர்பார்க்கவில்லை. வட்டி அது இது என்று இழுக்கப் பார்த்தான். கணேஷ் பாண்டி வக்கீல் கூட இருந்ததினால் அவனால் அதிகம் முரண்டு செய்யவில்லை முதல் முறையாக மஞ்சுநாத்க்கு தோல்வி ஏற்பட்டது. இதுவரை மஞ்சுநாத் கடன் கொடுத்து யாரும் அந்தக் கடனைத் திருப்பிக் கொடுத்தது இல்லை.

நல்ல முறையில் யாரும் இல்லை; அவனுக்கு அடிமையாக இருந்த நிலையில் முதல் முறையாக தங்கராசு தனது கடையை மீண்டும் பெற்றான். பழையபடி சந்தையில் ஒரு பகுதியை பழைய மரச்சாமான்கள் கட்டில்களாகவும் பீரோக்கள் புதுப்புது டிசைன்களில் சாமான்கள் உருவாகின.

மாப்பிள்ளை சன்னாசி, "பாத்தியா, நான் சொன்னது நடந்ததா... என்று தனது மாப்பிள்ளை தங்கராஜைக் கட்டித் தழுவிக் கொண்டான். இருவரும் வக்கீல் கணேஷ் பாண்டிக்கு ஒரு பெரும் தொகையைக் கொடுக்க வேண்டும் என்று பேசிக் கொண்டார்கள். கணேஷ் பாண்டிய வரச்சொல்லி கொஞ்சம் பணம் தாம்பாளத்தில் வைத்து கொடுத்தார்கள். பழங்கள் வெத்தலை பாக்கு எல்லாம் இருந்தது.

சன்னாசி தான் ப்ளீஸ் பாண்டி ஏதோ எங்களால் முடிந்தது; மாப்பிள்ளையை திருப்பி மனுசன் ஆக்கி இருக்க; உனக்கு உலகத்தை எழுதி வைக்கணும்.

என்று கண்ணீர் பொங்க கணேஷ் பாண்டி முன் இருவரும் நீட்டினார்கள். அவன் அன்போடு அதனைப் பெற்றுக் கொண்டு இது என் முதல் வழக்கு. கொடுத்ததே எனக்கு போதும்.

சன்னாசி சொன்னான்: கணேசா இல்ல, வக்கீல் கணேஷ் பாண்டி சார், இந்த சந்தையில் இருக்கும் மக்களுக்கு எந்த ஒரு பிரச்சனை ஆனாலும் நீதான் தலையிட்டு நல்லபடியா நீதியை

நிலைநாட்டி வெளிக்கொண்டு வந்த காப்பாத்தனும்பா. சொல்லி அவர் வாழ்த்தினார்.

கணேஷ் பாண்டி வியாபாரபுரி மக்களுக்காகச் சந்தைக்கு அருகிலேயே ஒரு அலுவலகம் திறந்தான்.

வாரச்சந்தையில் பலாச்சுளை விற்குமிடம் தனியாக ஓரிடத்தில் இருக்கிறது. மொக்க ராசு பெரிய பெரிய உருளை உருளைகளாக பெரிய சைஸ் தலகாணி போல அங்கு இருக்கும் பலாப்பழங்களில் ஒன்றை எடுத்து எண்ணெய் தடவி, அழகாகப் பதமாக ஒழுங்காக இதமாக சுளைகளை எடுத்து வாழை இலை விரித்து அதன் மேல் தண்ணீர் தெளித்து அடுக்கி வைத்திருப்பார் மொக்கராசு அண்ணன். நாவல் பழம், கொய்யா பழம், மாம்பழம், மாதுளை, ஆரஞ்சு என ஒவ்வொரு சீசனில் கிடைக்கும் பழங்களை வாங்கி வைத்து விற்பார்.

எப்பொழுதும் நன்கு மழிக்கப்படாத முகம்; பஞ்சு மூட்டை போல தலை; சிவந்த கண்கள் எப்பொழுதும் சோகத்தோடு இருப்பார் அவர். விரக்தியின் எல்லைக்குச் சென்றவர், யாரிடமும் அதிகம் பேசாமல் தான் உண்டு, தன் வியாபாரம் உண்டு என்று இருக்கக் கூடியவர்.

கார்த்திகை மாதம், மார்கழி மாதம் ஆகிய மாதங்களில் விரதம் இருக்கும் ஆட்கள் அதிகம். அப்போது காய்கறி சந்தை மிகவும் பரபரப்பாக இருக்கும். விலை அதிகமாக இருந்தாலும், மக்கள் அதிகமாக வாங்கி அந்த மாதங்களில் காய்கறிகளை மட்டுமே பெரும்பாலும் பயன்படுத்துவார்கள்.

கூட்ட நெரிசல் அதிகமாக இருக்கும். சத்தம் கேட்டுக் கொண்டே இருக்கும். மக்கள் ஒருவரை ஒருவர் இடித்துக் கொண்டு போகும் வழி வரும் வழியில் சரியான பாதை இல்லாமல் அங்குமிங்கும் அல்லாடும் அவலம் ஏற்படும்.

இந்தக் கூட்ட நெரிசலைப் பயன்படுத்தி பிக்பாக்கெட் அடிப்பவர்கள், ஜெயின் திருடுபவர்கள், கிடைக்கும் பொருள்களை எல்லாம் ஆட்டைய போடுபவர்கள் நிறைய பேர் உள்ளே வருவது வழக்கம். சிலர்கள் மாட்டிக் கொள்ளாமல் தப்பித்து விடுவார்கள்; நிறைய பணமும், பொருளும் சந்தையில் களவாடுவது வாடிக்கையாக இருந்தது.

பலமுறை பொருள்கள் காணோம் என்று காவல்துறையிடம் முறையிட்ட போதும், காவல்துறை அவ்வப்போது வந்து பாதுகாப்பு தந்த பொழுதும் சந்தையில் இது தொடர்ந்து நடந்து கொண்டே இருக்கிறது. அப்படி ஒரு மழை ஓய்ந்த புதன்கிழமை வாரச்சந்தையில் காய்கறிகள் பரபரப்பாக விற்பனை செய்து கொண்டிருந்த நேரத்தில், ஏற்கெனவே மழை வந்து நாசம் செய்து விட்டது. வாங்குன அசல் நஷ்டப்படாமல் காப்பாற்ற வேண்டுமென்ற அவசரகதியில் மக்கள் கூவிக் கூவி விற்றுக் கொண்டிருந்தார்கள்.

பத்து ரூபாய், 5 ரூபாய் 3 ரூபாய் 2 ரூபாய் என விலை குறைந்து கொண்டே வந்து கொண்டிருந்தது. "ஐயோ! என் சங்கிலியை தங்க சங்கிலியை யாரோ திருடிட்டு போய்ட்டாங்க..." என்று ஒரு பெண் கத்திக் கூப்பாடு போட்டாள். அவள் போட்ட சத்தம் சந்தையில் அனைவரையும் திரும்பிப் பார்க்க வைத்தது.

பச்சைத் துண்டைக் கழுத்தில் போட்டிருந்த மொக்கராசு துண்டை எடுத்து தலையில் கட்டிக் கொண்டு ஒரு ஓட்டம் எடுத்தார். நான்கு புறமும், அங்கும், இங்கும் ஓடி ஒருவனை ஓங்கி பின் கழுத்து பக்கமாக அவன் அடித்த அடியில் அவன் தலை குப்புற கீழே விழுந்தான் சங்கிலி வெளியே விழுந்தது.

அங்குமிங்கும் அவங்க கூட வந்த 4 பேர் திரும்பிப் பார்த்த போது அவர்களைக் கம்பு வைத்து அடி அடி என்று அடித்து காலால் எத்தி விட்டு கீழே சாய்த்து படுக்க வைத்தார்.

அங்கு காளிதாஸ், ஞானதாஸ், தங்கராசு, சன்னாசி குமரேசன் எல்லோரும் கூடிவிட்டார்கள். பிறகு அங்குள்ள களவாணிகள் 5 பேரையும் பிடித்து அவர் வைத்திருந்த பல்வேறு பொருட்களை எடுத்து காவல்துறை வசம் ஒப்படைத்து என்ன என்ன பொருள் என்று பார்த்து அத்தனை பொருள்களும், உரியவர்களிடம் ஒப்படைக்கப்பட்டது.

எல்லோரும் மொக்கராசைப் பாராட்டினார்கள். அந்தப் பெண் நன்றியோடு கையெடுத்து கும்பிட்டு அவன் காலில் விழப் போனாள். அவன் தடுத்து "அதெல்லாம் ஒன்னும் இல்லம்மா பத்திரமாப் பார்த்து போயிட்டு வா தாயி..." என்று வழியனுப்பி வைத்தான்.

பேச்சியம்மாள், "அண்ணே உங்கள ரொம்ப அமைதியானவர்னு நினைச்சேன். திடீர்னு இப்படி ஒரே அதிரடியா இறங்கிவிட்டீர்கள். பொதுமக்களுக்கும், சந்தையில் வியாபாரம் செய்யும் ஆட்களுக்கும் மிகப்பெரிய பாதுகாப்பு. நீங்க, மொக்க ராசு அண்ணன் அடித்து சண்டை போட்டதில் அவர் கையில் காயம் இருந்தது பேச்சியம்மாள் தான் அருகில் அமர வைத்து அவருக்குக் காப்பி வாங்கி வரச் சொல்லி காப்பியைச் சொம்பில் இருந்த ஒரு டம்ளரில் ஊற்றிக் கொடுத்தாள். அவர் ஒரு நிமிடம் கண் கலங்கினார். நான் பட்டாளத்தில் இருந்தவன் அதான் இந்த வயசுலயும் உடம்பு எவ்வளவு கிண்ணுன்னு இருக்கு என்றான் ஞானதாஸ்.

ராணுவத்தில் பணியாற்றி முடிஞ்சி ஓய்வு பெற்ற பிறகு ஏதாவது வியாபாரம் செய்ய யோசித்த நேரத்தில் ஒரு விபத்துல என் மனைவி இறந்து விட்டார். அவர் ஆசைப்பட்டபடி என் வாழ்நாள் பூராவும் அவள் விருப்பப்பட்ட இந்தச் சந்தையில் வியாபாரம் செய்தபடியே நான் சாகணும். மத்தபடி இந்த உலகத்துல எனக்கு எதுவுமே இல்லை. நான் இருக்கிற வரைக்கும் இந்தச் சந்தைக்கு உள்ள எந்த ஒரு திருட்டும் நடக்காமல் பார்த்துக் கொள்வேன். எனக்கு தெரியும், ராணுவத்தில் இருந்தனா எவன் திருட்டுப் பையன் களவாணி பயன் என் கண்ணு காட்டிக் கொடுக்கும். நான் இருக்கிற வரைக்கும் இந்தச் சந்தையில ஒரு திருடும் நடக்காமல் பார்த்துக் கொள்வது என் பொறுப்பு என்று சொல்லி விட்டு மெல்ல நடந்துதான் பலாப்பழம் விற்கும் இடத்தில் சென்று வியாபாரத்தைப் பார்க்கத் தொடங்கினார்.

பலாப்பழம் போல அவர் மனசு வெளியில் பார்க்கக் கரடுமுரடாக தெரிந்தாலும் உள்ளே இனிக்கிற சுளையாக இருந்த மொக்கராசை எல்லோரும் பார்த்து மகிழ்ந்தனர்.

காளிதாஸ் துணிக் கடையில் நல்ல வியாபாரம் பார்த்து ஈரோடு சந்தை எப்படி இருக்க வேண்டும் பார்க்க வேண்டும் ஆவல் அதிகமாக ஈரோட்டுக்கு பயணமானான்.

43

ஈரோட்டில் இறங்கியவுடன் ஈ.வே.ரா.வை நினைத்துக் கொண்டான். இத்தனை அடித்தட்டு மக்களுக்கு வாழ்க்கை தரம் உயர்வதற்கு பாடுபட்ட மகான் புரியாத மக்கள் தான் அவரை கடவுள் மறுப்பாளர் என்று மட்டும் சொல்வார்கள்.

கடவுள் மறுப்பாளர், மட்டுமல்ல ஈ.வே.ரா பெரியார்; குழந்தைத் திருமண எதிர்ப்பும், விதவை திருமணம், பெண்கள் கல்வி, பெண்கள், சொத்துரிமை என்று பலவற்றை ஆதரித்துக் குரல் கொடுத்தவர். பெரியாரை அதிகம் நேசிக்க வேண்டியது இன்று உள்ள பெண்கள் தான் என்பதை எல்லாம் காளிதாசன் நினைத்துக் கொண்டான். பெரியார் இருந்த நினைவிடம் நோக்கி ஒரு பெரிய கும்பிடு போட்டு விட்டு, காலை உணவை முடித்து விட்டு ஈ.வே.ரா சந்தையில் உள் நுழைந்தான்.

கிலோ கணக்கில், துணி விக்கும்முறை அவனுக்குப் புதிதாக இருந்தது பனியன்கள், மொத்தமாக கைலிகள் மொத்தமாக சட்டைகள், பாவாடைகள் மொத்தமாக எல்லாவற்றையும் எடை போட்டு விற்பனை செய்கின்ற முறை அவனுக்குப் புதிதாக இருந்தது. எப்படி காய்கறி சந்தையில் காய்கறிகளை வரிசையாக அடுக்கி வைத்திருப்பார்கள் போல துணிச் சந்தையில் ரகமாக வகைவகையாக துணிகளை அடுக்கி வைத்து கிலோ கணக்கில் விற்பனை செய்ய வைத்திருந்தார்.

ஒரு கிலோவிற்கு எத்தனை துணிகள் நிற்கும் என்பதை வாங்கி எடை பார்த்தான். பனியன் ஜட்டிகள் இவற்றையெல்லாம் கிலோ கணக்கில் வாங்கி தனியாகப் பீஸ் கணக்கில் விற்றால் நல்ல லாபம் கிடைக்கும் என்பதை முடிவு செய்தான்.

பெரிய கடைகளில் இருப்பதைப் போல அழகாக கண்ணாடி பேப்பரில் அவற்றையெல்லாம் வைத்துச் சுத்தமாக சந்தை வாசலில் வைத்தால் நல்ல விலைக்கு விற்பனையாகும் என்று ஒரு கணக்கு போட்டுநிறைய வாங்கி, லாரி ஆபிஸில் புக் செய்து மதுரைக்குத் திரும்பினான் காளிதாஸ். ஞானதாசன், ஸ்டெல்லாவும் காதல்

தம்பதிகளாகவே தங்கள் வாழ்க்கை பயணத்தைத் தொடர்ந்து நடத்தினர். ஸ்டெல்லா டூட்டி முடித்துவரும்போது அவளை மருத்துவமனையில் இருந்து புல்லட்டில் பிக்கப் பண்ணி வீட்டில் இறக்கி விடுவது, உடைமாற்றிக் கொண்டு தயாராக வரும் முன்பு டீ தயாரித்து தருவது என்று ஞானதாஸ் இல்லத்து மனைவி செய்வதைப் போல செய்தான் தாஸ். எவ்வளவு நல்லவன்டா நீ உன்னை நான் மிஸ் பண்ணி இருப்பேன். உன்னைப் பார்த்த பிறகு ஆண்கள் இப்படி கூட இருப்பார்கள் என்று தெரிந்து கொண்டேன்.

காதலிக்கும்போது இருந்த மனநிலை திருமணத்துக்கு பின்பும் அப்படியே தொடங்குகிறது என்று ஸ்டெல்லா மகிழ்ந்து போனாள். நர்சு வேலை என்பது கடவுளுக்கு சமமான வேலை; தவிரவும் பெண்கள் மேல் நான் எப்போதும் மதிப்பும் மரியாதையும் வைத்திருப்பவன்; பூச்செடிகளைப் பூக்களைப் போல பெண்களை ஸ்பரிசிக்க வேண்டும்.

மனதளவில் எப்பொழுதும் மரியாதை தரவேண்டும் என்று எங்கள் பாதர் சொல்லித் தந்திருக்கிறார். நான் பார்த்த பெண்கள் எல்லோரும் எப்போதும் மரியாதைக்குரியவர்கள்தான். வீட்டு வேலைகளில் ஆண்கள் வேலை, பெண்கள் வேலை என்று எதுவும் கிடையாது. எல்லோரும் எல்லா வேலைகளையும் செய்ய வேண்டும். பெண் சுதந்திரம் பற்றி படித்தவன் நான். ஸ்டெல்லா அவன் பேசிக் கொண்டிருக்கும் போது அவனைத் தழுவிக் கொண்டு முத்தமிட்டாள். கூச்சத்தில் நெளிந்தான். நாணத்தில் அவன் முகம் சிவந்தது.

'ஸ்டார் ஸ்கிரீன் எக்ஸ்போர்ட்' என்று ஒரு பெரிய கமிஷன் கடைமண்டி கிராமங்களிலிருந்து தரகர்கள் மொத்தமாக லாரியில் பலவிதமான காய்களை அந்த மண்டியில்தான் கொண்டு வந்து சேர்ப்பார்கள். ஸ்டார் கிரீன் எக்ஸ்போர்டில் பாலமுருகன் ஒரு பங்குதாரர். பாலமுருகன் அதனை ஏற்றுமதி நிறுவனம் என சொல்லுவான்.

மூட்டை மூட்டையாக லாரியில் வந்து இறங்கும் பல்வேறு விதமான காய்கனிகளைச் சுத்தமாக தரம் பார்த்து பிடித்து வைத்து விலை நிர்ணயம் செய்து அது வருகின்ற சந்தை ஆட்களுக்கு கொடுத்து பணம் வாங்கி செல்வது இறக்குமதி மற்றும் ஏற்றுமதி செய்வது அவன் வேலை.

காய்கறி விளைச்சல் ஆகும் தோட்டங்களுக்கு நேரடியாகச் சென்று அங்குள்ள விவசாய மக்களிடம் பேரம் பேசி, ஒரு தொகையைக் கொடுத்து அவற்றை மொத்தமாக ஏற்றி வந்து இந்தக் கமிஷன் மண்டி கடையில் வைத்து ஒட்டன் சத்திரம் பெரிய காய்கறி மார்க்கெட்டில் என்ன விலை நிர்ணயம் செய்கிறார்களோ அதை விலை நிர்ணயம் செய்து சந்தைக்கு வரும் வியாபாரிகளுக்குக் கொடுப்பது அவனுக்கு நாள்தோறும் வாடிக்கை.

அதே போல ஊட்டி, கொடைக்கானல் போன்ற நகரங்களுக்கு கேரட், பட்டர் பீன்ஸ், காலிஃப்ளவர் ப்ரோக்கோலி போன்ற காய்கறிகள் அங்கு இருந்து இங்கு வரும் அவர்களின் தரம் பிரித்து விலை நிர்ணயம் செய்வான் பாலமுருகன். அடிப்படையில் கிராமத்திலிருந்து வந்தவன். குலமங்கலம் மதுரைக்குப் பக்கத்தில் உள்ள கிராமம் ஆகும். அங்கு இருந்து முன்னேறி மதுரையில் தொழில் செய்கிறான்.

விவசாயிகளின் வேதனையும், வலியும் அவனுக்குத் தெரியும். மற்ற கமிஷன் கடை தலைவரைப் போல அவன் தயாராக இருப்பதில்லை. அந்தந்தக் காலச் சூழலுக்கு ஏற்ப வாங்கும்போது கொஞ்சம் அதிக விலை கொடுத்தும் வியாபாரியிடம் கொஞ்சம் குறைவான லாபத்தில் பொருளைக் கொடுத்தும் அவன் தொழில் செய்து வந்தான்

மற்ற இரண்டு கூட்டாளிகளான பாபு, கண்ணன் இரண்டு பேரும் பணத்தாசை அதிகம் கொண்டவர்கள். கிராமங்களுக்குச் சென்று விவசாயிகளிடம் குறைவான விலையில் காய்கறிகளை வாங்கிச் சந்தையில் வாங்க வரும் வியாபாரிகளிடம் அதிகமான விலைக்கு விற்கக் கூடியவர்கள். சென்னை, திருச்சி போன்ற பெரிய ஊர்களுக்கு அதிகமான அளவில் பொருளை ஏற்றிவிட்டு நல்ல லாபம் பார்க்க நினைப்பவர்கள்.

எந்தப் பொருளுக்கு அதிகமான டிமாண்ட் இருக்கிறதோ அந்தப் பொருளையெல்லாம் வெளியூருக்கு, வெளி மாநிலத்திற்கு வெளிநாட்டுக்கு ஏற்றுமதி செய்து விடுவார்கள். முதல் தரமான பொருள் எல்லாம் வெளியே ஏற்றுமதி செய்யப்படும். சந்தையில் கடை வைத்து ஒருவர் என்ன வியாபாரம் செய்யலாம் என்பதைப் பெரும்பாலும் இவர்கள் தான் தீர்மானிக்கிறார்கள். இப்படி ஒரு காலத்தை உருவாக்கி வைத்து விட்டார்கள்.

வேர்க்கடலை அதிகமாக வந்து இருக்கிறது, கடலையை எடுத்துட்டு போங்க. குடமிளகாய், பட்டர் பீன்ஸ், பச்சைப் பட்டாணி இதெல்லாம் விலை அதிகம். கொஞ்சம் கொஞ்சமா வாங்கிக்கங்க. இன்று யார் எதை விற்கவேண்டும் என்று இவர்கள்தான் அதிகார தோரணையில் அதிகாரம் விடுகிறார்கள்.

மொத்த வியாபாரம் செய்யும் மார்க்கெட் ஒரு விலை. சில்லறை வியாபாரம் செய்யும் மார்க்கெட் ஒரு விலை, நல்ல உயர்வான பொருள் எல்லாம் தரம் பிரித்து மொத்த யாவாரம் செய்யும் மார்க்கெட்டில் அதிக லாபத்திற்கு விற்று விடுவார்கள் சில்லரை வியாபாரிகள்தான். இது மிகவும் பாவம் அவர்கள் மொத்த வியாபாரக் கடையில் இருந்து பொருட்களை வாங்கி சில்லறை வணிகம் செய்ய வேண்டும். அதிக லாபம் வரக்கூடிய பொருளையெல்லாம் முன்னாடி வருபவர்கள் வாங்கிக் கொள்வார்கள்.

இது வேண்டுமென்று வந்து மொத்த வியாபாரக் கடையில் வந்த பிறகுதான் சந்தை வியாபாரிகள் முடிவு செய்யும் நிலை இன்று ஏற்பட்டுவிட்டது. ஆனால், கம்மா கத்திரிக்காய், கீரை என்று சிலர் இன்னும் சுயமாகத் தான் விளைவித்த பொருட்களைத்தான் சந்தையில் விற்போம் என்ற மனநிலையோடு வந்து விற்று கொண்டிருக்கிறார்கள்.

சரஸம்மா பாட்டி தனது தோட்டத்தில் விளைந்த பூசணிக்காய், வெண்டைக்காய், கத்திரிக்காய் இவற்றைத்தான் கொண்டு வந்து சந்தையில் விற்பனை செய்வாள். அவளுக்கென்று ஒரு வாடிக்கையாளர் கூட்டம் உண்டு. அவர்கள் வந்து அந்தப் பொருளை எல்லாம் மொத்தமாக வாங்கிக் கொள்வார்கள்.

ஒரு சுருக்குப் பையில் வெத்தலை, சீவல், புகையிலை சுண்ணாம்பு அத்தனையும் வைத்திருப்பாள் பாட்டி.

ஆனால், மிக குறைவான ஆட்கள் தான் இந்த மாதிரி சொந்தப் பொருளை எல்லாம் விற்கக்கூடியவர்கள் பொன்னம்மாள். தனது புளியந்தோப்பில் உள்ள புளியம்பழம் எடுத்துத் தட்டி பக்குவம் செய்து தோசைக்கல் மாதிரி ஒத்திவைத்து வியாபாரம் செய்வாள். அவளுக்கென்று ஒரு ரசிகர் கூட்டம் உண்டு.

புளியம்பழம் விற்கும் பொன்னம்மாள் பாட்டி, நெல்லிக்காய் கொண்டு வந்து அழகாக கொட்டி வைத்து இருப்பாள். சிரிக்கச்

சிரிக்கப் பேசுவது பொன்னம்மாள் பாட்டியினுடைய சுபாவம். கிழவியின் கூட பாக்க மாட்டாங்க, பஸ்ல இந்த இடி இடிக்கிறாங்க. யாராவது இளம் பெண்கள் வந்தால் பார்த்து போமா இந்த வயசிலும் என்ன இந்த உலகம் எப்படி இடிக்குது தெரியுமா.

யாராவது பொருள் வாங்காமல் போனால் என்ன அப்படி பார்த்துட்டு பார்க்காம போறீங்க. அத வாங்கிட்டு போங்க நாளைக்கு இருக்குமோ, இல்லையோ... இந்தப் பொருளெல்லாம் கிடைக்குமா கிடைக்காதோ... இந்தக் கிழவி இருக்குமோ இல்லையோ. காசு கூட வேணாம். சும்மா தான் வாங்கிட்டுப் போ என நையாண்டியாகப் பேசுவாள். இந்தப் பொன்னம்மா மற்றும் சில ஆட்களுக்கு பாலமுருகன் தான் கடவுள் போல நான்கு ஐந்து மணிக்கே கமிஷன் கடைமண்டியில் போய் நிற்பார்கள்.

கமிஷன் கடை பால முருகன் சிறு வியாபாரிகளுக்குத் தேவையான பொருள்களைக் குறைவான விலையில் எடுத்துத் தருகின்ற வேலையை பாலமுருகன் சரிதான் இலாப நோக்கில் இல்லாமல் உதவி செய்யும் மனப்பான்மையை அவன் செய்கிற உதவி சந்தை ஆட்களுக்கு பெரிய உதவியாக இருந்தது.

பேச்சியம்மாள் வியாபாரபுரி மக்கள் பலரை அவனுக்கு அறிமுகப்படுத்தி இந்தப் பாட்டிக்கு இந்தப் பொருளை வாங்கிக் கொடு! இந்தப் பாட்டிக்கு இந்தக் காயை வாங்கிக் கொடு! என்பது போல பல பேரைச் சிபாரிசு செய்து அவள் பொருட்களைச் சகாய விலையில் வாங்குவதற்கு மிகப்பெரிய உதவி செய்தாள். பாலமுருகன் செய்த உதவி மற்ற இரண்டு பார்ட்னர்களுக்குப் பிடிக்காது.

அவர்கள் பவனி அப்போது எச்சரிக்கை செய்வார்கள். தம்பி வியாபாரம் வந்துட்டா உதவி செய்யுற மனப்பான்மை எல்லாம் சரியா வராது. லாபம் எங்கு அதிகமா வருது. அங்கதான் பொருள் விற்பனையைக் கூட்டனும். சும்மா இந்த மாதிரி பொதுச்சேவை. செஞ்சிகிட்டு இருந்தா முன்னேற முடியாது. பாலமுருகன் அதை பெரும்பாலும் காதில் வாங்கிக் கொள்ளவில்லை. இந்தச் சந்தையும் இந்த வியாபாரபுரி மக்களும் அவன் மனதில் நீங்காமல் இடம் பெற்றிருந்தார்கள். இவர்களுக்குச் செய்யாமல் யாருக்குச் செய்யப் போகிறோம்.

அப்படி என்ன பணம் சம்பாதித்து சாதிக்கப் போகிறோம். என்று நினைத்துக் கொண்டான். ஆனால், அவற்றை எல்லாம் வெளியில் காட்ட மாட்டான். சத்தமில்லாமல் அவன் செய்கிற செயலை, செய்து கொண்டேதான் இருப்பான். நிக்கோலஸும் பாலமுருகனும் நண்பர்களாக இருந்தனர். தொழில் முறையில் பல உதவிகளை பாலமுருகனுக்கு நிக்கோலஸ் செய்து கொடுத்தான். அவன் சிந்தனையும், செயலும் மக்களுக்கு நல்லது செய்யும் தன்மையோடு இருக்கிறது.

பாலமுருகனும், பதிலுக்கு மீன்கடைளுக்குத் தேவையான கத்திகள் சில பொருள்கள் எல்லாம் வாங்குவதற்கு அவனுக்கு உதவி செய்தான். அவர்கள் ஒருவருக்கு ஒருவர் பணம் கைமாத்து தேவைப்படும்போது வட்டியில்லாமல் மாற்றிக் கொண்டார்கள்.

அதுமட்டுமல்லாது, ஆண்டுதோறும் பெங்களூரில் நடைபெறும் புதிய தொழில்நுட்ப கண்காட்சியில் புதிய, புதிய பொருட்களை எல்லாம் அறிமுகப்படுத்துவார்கள். அதில், போய் மீன் கடைக்குத் தேவையான பல்வேறு புதிய பொருள்கள் லைட்டுகள் சந்தையில் வழியே தெரிவதற்கான நவநாகரிக விளக்குகள் எல்லாம் மொத்தமாக வாங்கி வந்தார்கள். அதேபோல பாலமுருகனும் தனியாகக் கடை வைக்கலாம் என்று முடிவு செய்து கடையை அலங்காரம் செய்வதற்குப் பல்வேறு பொருள்களை எல்லாம் பெங்களூரில் வாங்கி வந்தான். பெங்களூரில் பல கடை முதலாளிகள் பார்த்து, தொழில் நிமித்தமாகச் சந்தித்து அவர்களுக்கு மொத்த வியாபாரம் செய்வதற்கு ஏற்பாடுகளைச் செய்து வந்தார்கள்.

44

பாலமுருகன் கமிஷன் கடை போட்டிருக்கும் கடைக்கு பக்கத்தில் கோழிகள் விற்பதற்காக மானூத்து விஜயா என்பவள் நிறைய வெடக்கோழிகளைப்பிடித்து வைத்திருந்தாள்.

நாட்டுக்கோழிகள், அதிகமாக இருக்கும் விஜயா கடையில் முட்டைகளையும் விற்றாள். விமலா சோப்பு நன்றாக விற்கத் தொடங்கியது. சிவா எல்லா இடங்களிலும் சோப்பை நன்றாக விற்று அவ்வப்போது சந்தைப் பக்கம் வந்து சந்தையிலும் கடை வைத்து இந்த விமலா சோப்பை விற்றான். மானூத்து விஜயாவின் அத்தை ஒருத்தி இருக்கிறாள்.

அவள் விஜயாவுடன் நாட்டுக்கோழி விற்பதற்கு உடன் வந்து நிற்பாள். சரியான திருடி. சந்தைக்குள் போய் ஏதாவது பொருளை எடுத்து வந்து ஆட்டையப் போட்டு வைத்துக் கொள்வாள். பலமுறை காய்கறிகளை அவள் காசு கொடுத்து வாங்கியது இல்லை.

இப்படியே திருடி சாக்கு நிறைய எடுத்து சேர்த்துவிடுவாள். தைரியமாகப் பேச்சுக் கொடுத்துக் கொண்டே வேலைய பார்த்துவிடுவாள். சோப்பு விற்கும் சிவாவிடமும் தன் கைவரிசையைக் காட்ட வசமாக மாட்டிக் கொண்டாள். உன்னைப் போலீசில் ஒப்படைக்கத்தான் போகிறேன். வயசுக்கு ஏத்த வேலையா செய்கிற உன் வயசுக்கு இப்படி எல்லாம் பண்ணலாமா? கஷ்டப்பட்டு ஒரு நாள் முழுவதும் பாடுபட்டு சேர்த்த காசில் எல்லா வகையிலும் கிடைக்கும் அந்த நாலு காச நீ எடுத்துட்டுபோனா எனக்கு என்ன கிடைக்கும். அவன் அந்த கிழவியைத் திட்டிக் கொண்டிருக்கும் போது அந்த இடத்தில் மானூத்து விஜயா வந்து சேர்ந்தாள்.

அண்ணே! அவங்கள மன்னிச்சிடுங்க. எங்க பாட்டிதான் தெரியாம இப்படி ஒரு பழக்கம் இந்தக் கிழவிக்கு இருந்திருக்கு. அடுத்து இரண்டு கோழிய வேனுனா புடிச்சிக்கங்க பானுப்பிரியா போல இருக்கும் மானூத்து விஜயா வெள்ளந்தியாகப் பேசியதைப் பார்த்து சிவா டக்கென்று தன் பேச்சை மாற்றினான். கிராமத்து

மணம் கிராமத்துப் பேச்சு கிராமத்து அழகும் கொண்ட பொன்னிறமான மானூத்து விஜயாவைப் பார்த்து அவள் அழகில் மயங்கி சற்று நிதானித்து கோபத்தைக் குறைத்துக் கொண்டான் சிவா. இவ்வளவு நேரம் திருடி களவாணி என்று பாட்டியை வைது கொண்டு இருந்தவன் சம்பந்தமில்லாமல் பாட்டியைப் புகழத் தொடங்கினான்.

பாட்டி எனக்கு தூரத்துச் சொந்தம். ஒருவகையில நம்ம அத்த புள்ள, மாமா புள்ள இனிமேல் என்னை அண்ணன். கூப்பிடாதனு மாமானு வாய் நிறைய கூப்பிடு. இந்தச் சோப்பு எடுத்துக்கோ சொத்து வேணாலும் எழுதி தரேன் என்று நினைத்துக் கொண்டு வேர்வையைத் துடைத்து விட்டு, மானூத்து விஜயாவை மேலும் கீழுமாகப் பார்த்தான்.

அப்பாடா இந்தப் பிரச்சனை இப்போதைக்கு முடிந்தது என்று மட்டும் நினைத்துக் கொண்டு அந்த இடத்தை விட்டு நகர்ந்தாள்.

45

இரண்டு வாரம் கழித்து அவள் சந்தையில் எங்கு இருக்கிறாள் என்று தேடிப் போய் அவளிடம் கோழி வாங்கும் சாக்கில் பேசினான் சிவா. அப்போதும் அந்தக் கிழவி சும்மா இல்லாமல் பேச்சுவாக்கில் சோப்பு களவாண்டு பொருள்களை எடுத்துக் கொண்டாள். துணி துவைக்கிற சோப்பை விற்றுக் கொண்டிருந்த சிவா திடீரென்று வாசனை சோப்பு விற்க முடிவு செய்தான்.

வாசனைப் பொருட்கள், வாசனை சோப்புகள் எல்லாவற்றையும் அவன் விற்கத் தொடங்கினான். மானூத்து விஜயாவிடம் 2 வாசனை சோப்புகள் கொடுத்து இதை வச்சுக்கோ என்று சொன்னான். அவள் இதெல்லாம் இப்போதைக்கு எனக்கு வேணாம். கோழி வாங்கிக்கங்க. கோழி விற்பனை ஆக மாட்டிங்குது என்று சொன்னாள். கோழி வாங்கி கொள்கிறேன் என்று ஒரு கோழியை வாங்கினான். நீ என்கிட்ட ஒரு சோப்பு வாங்கிக்கோ. பிரியாவே தரேன் காசு வேண்டாம். அவன் சொல்லி முடிப்பதற்குள் கிழவி கையில் அந்தச் சோப்பை வாங்கிக் கொண்டாள். உன் வயசுக்கு இதெல்லாம் தேவையா என சொல்லிவிட்டு அந்த இடத்தை விட்டு வேகமாக நடந்தான்.

கனகா வெளிநாட்டிலிருந்து திரும்பி விட்டாள். இங்கே வியாபாரம் நினைத்த அளவிற்கு இல்லை. கனகா புருஷன் பல தவறான பொருளையெல்லாம் கடத்துவதற்கு உதவி செய்கிற ஆளாக ஆகிவிட்டான். பலமுறை காவல்துறையில் பிடித்து வைத்து சிங்கப்பூரில் அடி பின்னி எடுத்து விட்டார்கள். தப்பித்தோம், பிழைத்தோம் என்று அவர்கள் ஊருக்குத் திரும்பி விட்டார்கள்.

இப்பொழுது இங்கே சந்தையில் காய்கறி விற்கத் தொடங்கி விடலாம் என்று பேச்சியம்மாள் சொன்ன யோசனைகள் கனகாவும் பெற்றோருடன் சேர்ந்து சந்தையில் காய்கறி விற்கத் தொடங்கினாள். அப்பொழுதும் கனகா வீட்டுக்காரன் சைடில் கஞ்சா விற்க அதிக லாபம் பெறலாம் என்று நினைத்தான். பேச்சியம்மாள் இதை ஒருமுறை பார்த்துவிட்டாள். அவனை அழைத்து இப்படி ஒரு பொழப்பு பொழைக்கலாம் அதுவும் இங்கே வந்து இப்படி

விற்கணுமா? இந்தச் சந்தை எல்லோருக்கும் வாழ்வளிக்கும் சாமி போல... இங்கு நல்லவற்றை மட்டும்தான் விற்பனை செய்ய வேண்டும்.

மற்றவையெல்லாம் விற்றால் வாழ்க்கை வீணாகிவிடும் என்று அவள் அடிமனதில் இருந்து கண்ணீர் கசியச் சொன்னாள். கனகாவின் வீட்டுக்காரன். மன்னிச்சுக்க தங்கச்சி, கடன் சுமை கூடிவிட்டது. அதனால்தான் எப்படியாவது இழந்ததெல்லாம் மீட்கலாம் என நினைத்து இந்த தவறான காரியத்தில் இறங்கிவிட்டேன். யாருக்குத்தான் இல்லை பணக்கஷ்டம் பிரச்சனை வரும்போது நாம கவனமா இருக்கணும் தெளிவா இருக்கணும். உழைத்துக் குடிக்கிற கஞ்சி பழைய கஞ்சினாலும் அதுல ஒரு சந்தோசம் இருக்கும். இன்னிக்கு நாம எப்படி இருக்கோம். நாளைக்கு நாம நல்லா இருப்போம் என்ற நம்பிக்கை தான் நம்மள வாழ்க்கையை நகர்த்த வைக்குது. நம்பிக்கைதான் வாழ்க்கை. நல்லவங்கதான் சாமி அதனால நம்ம மனசு விட்டுவிடக்கூடாது.

எத வேணாலும் வித்து பெரியாளா ஆகணும் என வாழ்வது விற்பது வாழ்க்கை இல்ல. நல்ல பொருளை, நேர்மையான விலையில வித்து நல்லவன்னு பேர் வாங்கணும் வாங்கறது கஷ்டம். கனகா நல்ல பொண்ணு. அவ மனசுக்கு உங்களுக்கு ஒரு குறையும் வராது. நீங்கள் காய்கறி விற்பனை செய்யுங்கள். நான் அந்தக் கடையில் உங்களுக்குக் குறைவான விலையில் வாங்கித் தருகிறேன். எனச் சொல்லி பேச்சியம்மாள் அவனுக்கு வழிவகை செய்தாள்.

பலாப் பழம் விற்கும் மொக்கராசு, வழக்கம் போல தான் கொண்டுவந்த பலாப் பழங்களை எடுத்து வைத்து, எல்லா வேலைகளையும் செய்து முடித்தான். ஒருநாள் சோப்பு விற்கும் சிவாவை மொக்கராசு கூப்பிட்டான். தம்பி இங்க வாங்க ஒரு டீ சாப்பிட்டு வரலாம். கூப்பிட்டுப் போய் அந்தக் கடையில் வடையும் டீயும் வாங்கிக் கொடுத்தான்.

தம்பி நான் சொல்றதைக் கொஞ்சம் பொறுமையாக் கேப்பீங்களா. எனக்கு ஒரு உதவி செய்வீங்களா? இதுவரை அவன் அவரிடம் பேசியது இல்லை. பலாப்பழம் விற்குபோது மட்டும் பார்த்திருக்கிறான். அன்று ஒரு நாள் நடந்த சண்டையில் அவருடைய வேகத்தைப் பார்த்து பயந்து போய் இவரது பேச்சு

முறை ரொம்ப பயமாக இருக்கிறது எதுக்கு இவர் டீ வடை வாங்கித் தர வேண்டும் என்ன கேட்கப் போகிறார் என்று யோசித்துக் கொண்டிருந்தான்.

தம்பி நான் ராணுவத்தில் ஹவில்தார் வரை பணியாற்றி வந்தேன். ஒரே ஒரு பெண் குழந்தை பிறந்து, நான்கு வயது அந்தக் குழந்தை சாகும்போது என் மனைவியும் நானும் அதுக்குப் பிறகு குழந்தை இல்லாமல் நீண்ட காலம் தவிப்பும், துடிப்பும் கொண்டு இருந்தோம். நான் சேர்த்த சொத்துக்கள் எல்லாம் என் குழந்தையின் மருத்துவ செலவுக்கே சரியாகக் போகின்றது. எவ்வளவு பாடுபட்டாலும் என் குழந்தையை மீட்டு விடுவோம் என்று சொல்லித்தான் நான் சேர்த்த சொத்தில் பாதிக்கு மேல் அந்தக் குழந்தையைக் காப்பாற்ற முயற்சித்தேன். அந்தக் குழந்தை வினோத நோயால் இறந்து போனது.

அதன் பிறகு என் மனைவி அழுது கொண்டே இருப்பாள். சந்தையில் வியாபாரம் செய்து மீதி நாட்களை ஓட்டலாம் என்று நினைத்த பொழுது தான் அந்த விபத்தில் அவள் இறந்து போனாள். எனக்கு வாழவே பிடிக்கவில்லை. இருந்தாலும் அவள் வாழ்ந்த நினைவுகளோடு அவள் வாழ நினைத்த சந்தை வியாபாரத்தில் தான் நான் மனம் விரும்பி செய்து கொண்டிருக்கிறேன்.

என் கையில் சில லட்சங்கள் பணம் இருக்கிறது; இவற்றை நல்ல ஒரு பள்ளிக்கூடத்தில் படிக்கும் பிள்ளைகளுக்குப் படிப்பு செலவுக்காக உதவியாக என்னிடம் இருக்கும் பொருளைப் பயன்படுத்த நினைக்கிறேன். குறிப்பாக பெண் குழந்தைகளுக்கு இந்தப் பணம் போய் சேர வேண்டும். அதற்கு நீதான் எனக்கு உதவி செய்ய வேண்டும். நீண்ட காலம் வெளி மாநிலத்தில் இருந்தேன் ஆகையால் இங்கு உள்ள பள்ளிச் சூழல் எனக்குத் தெரியாது. பெண்கள் வைத்தியம் பார்க்கும் மருத்துவமனைக்குச் சில காரியங்கள் செய்ய வேண்டும். கையில் என் மனைவியின் நகைகள் இருக்கின்றன. அவற்றை வைத்து ஒரு தொகை ஆக்கி இந்த மருத்துவமனை வளர்ச்சிக்கு ஏதாவது உதவி செய்ய வேண்டும்.

சிவா இதையெல்லாம் கேட்டவுடன் புல்லரித்துப் போனான். இப்படி எல்லாம் கூட மனிதர்கள் இருப்பார்களா... பணம்தான் பிரதானம். பணத்தைச் சேர்ப்பதால்தான் உயர லட்சியம் என்று நாம் வாழ்ந்து கொண்டிருக்கும் மனிதனுக்கு இடையில் இப்படி

குழந்தைகள், மனைவி இறந்த பின்பு ஞாபகமாகவே தனக்கென்று எதுவும் வேண்டாம் எல்லாவற்றையும் இவ்வாறு செய்து விட வேண்டும் என்று துடிக்கிறது மனம் மனிதனைக் கடவுளாக பார்த்தான்.

சிவா கேட்டான்: உங்க கூடப் பிறந்தவங்க› உங்க சொந்தக்காரங்க யார்கிட்டயாவது இந்தப் பணத்தைக் கொடுக்கலாமே ஏன் இப்படி நீங்க பொதுல போடுறீங்க... அதுவரை அமைதியாக இருந்த மொக்கராசு சொந்தக்காரர்கள் அனைவரும் சுயநலவாதிகள். பணத்திற்காக, பின்னால் வந்தவர்கள். ஒரு துன்பம் வந்தபோது அவர்கள் உறங்கிப் போனார்கள்› உடன் வரவில்லை. பெயர் தெரியாத முகம் தெரியாத மனிதர்கள் எனக்கு நிறைய உதவி செய்திருக்கிறார்கள்.

என் தங்கை மகன் ஒருவன் மட்டும் என் மேல் மிகுந்த பாசம் கொண்டு, எனக்கு நிறைய உதவிகள் செய்திருக்கிறான். நல்ல சமூக சிந்தனை உடையவன், என் மரணத்திற்கு பின்பு அவருடைய முகவரி தருகிறேன். அவனிடம் மட்டும் தகவல் தந்தால் போதும். நான் தங்கியிருக்கும் மெஸ்ஸில் நான் சாகும்வரை பணம் கட்டி விட்டேன். எப்படி? மரணத்தைக் கூட திட்டமிட முடியுமா? நீண்ட காலம் வாழலாம். அதற்குள் ஏன் இந்த முடிவு எல்லாம் எடுக்க வேண்டும்.

எனக்கு சில விஷயங்கள் தோணும். அதன்படியே பல செயல்கள் நடந்திருக்கின்றன. அதற்காகத்தான் முன்னேற்பாடுகள் ஆக சில விஷயங்களைச் செய்து வைக்க நினைக்கிறேன். உன் உதவி எனக்கு தேவை.

கண்டிப்பாக என்னால் முடிந்தவற்றைச் செய்கிறேன் ஐயா! முதலில் பக்கத்தில் மூன்று பள்ளிகள் இருக்கிறது. அவற்றில் ஒன்று பெண்கள் மட்டும் படிக்கும் பள்ளி. அரசுப் பள்ளி இன்னொன்று. இருபாலரும் படிக்கும் பள்ளி அது; அரசு உதவி பெறும் பள்ளி.

அவர்கள் முதலில் அரசு பள்ளிக்குச் சென்று அங்குள்ள தலைமை ஆசிரியை சந்தித்து, இந்தமாதிரி உதவி செய்வதாக முதலில் சொன்னார்கள். அந்தத் தலைமை ஆசிரியர் மிகவும் உற்சாகமாகி விட்டு, பெரிய விஷயம் ஐயா! நிறைய பெண்கள் மேல் படிப்பு படிக்க முடியாமல் பணவசதி இல்லாமல் திருமணம் முடித்துக் கொள்கிறார்கள். நல்லா படிக்கக் கூடிய திறமை இருக்கும் பெண்களுக்குப் பணமில்லாத காரணத்தினால் மேல்

படிப்பைத் தொடர முடியவில்லை. இப்படி பலர் இங்கே புரவலராக இருந்து நிறைய உதவி செய்திருக்கிறார்கள். இந்த விவரம் எல்லாம் அந்தத் தலைமை ஆசிரியை சொன்னார். மொக்கராசு தன் மனைவியின் பெயரில் பேங்கில் அதை முதலீடு செய்து அதனால் வருகின்ற வட்டியை இங்குள்ள மாணவர்களுக்குப் பெண் குழந்தைகளுக்குக் கொடுக்கலாம் என்று முடிவானது. இங்கே அருகில் உள்ள வங்கிக்குச் சென்று அவர் சொன்னது போல கணக்கில் பணத்தை முதலீடு செய்து இரண்டு லட்ச ரூபாய் பணத்தை எடுத்து கொடுத்தான். பணம் தரும் வட்டியில் அந்தப் பணத்தில் நான்கு குழந்தைகளை மேல்படிப்பு படிக்க வைக்கலாம் என்று முடிவானது. அரசு மருத்துவமனையில் கழிவறை கட்டிடம் கட்டிக் கொடுக்க நான்கு லட்ச ரூபாய் பண உதவி கொடுத்தான். வங்கியில் சென்று காசோலை கொடுத்து பெயர் பதிவு செய்யப்பட்டது. அரசு உதவி பெறும் பள்ளியில் மேல்படிப்பு படிக்கும் மாணவிகளுக்காக இரண்டு லட்ச ரூபாய் முழுதாய் ஒப்படைக்கப்பட்டது.

ஒரு லட்ச ரூபாய் மீதம் இருக்கிறது. மீதமுள்ள தொகையை தனது தங்கை மகனிடம் கொடுத்து இறுதியாத்திரை செலவுக்கு வைத்துக் கொள்ளுமாறு கொடுக்கச் சொன்னான். சிவாவிடம் கொடுத்து வைத்தான். சிவா அவர் சொன்னபடி எல்லாம் செய்தான். ஒரு பக்கம் அவர் மேல் ஒரு மரியாதை கூடியது. இன்னொரு பக்கம் அவனுக்கு வியப்பு. இப்படியெல்லாம்கூட மனிதர்கள் இருப்பார்களா என்று அவன் சிந்தித்தான்.

46

கமிஷன் மண்டி பாலமுருகனுக்கு மானூத்து விஜயாவின் மேல் ஒரு கண் சந்தைக்குள் வண்டியில் தளதளவென்று வருகின்ற பொழுது அவன் மனசு என்னவோ செய்யும். அவனால் கணக்கு பார்க்க முடியாது. சோப்பு விற்கும் சிவா ஒரு பக்கம் மானூத்து விஜயாவின் மேல் ஆச இரவெல்லாம் கனவில் கமலஹாசன் போல பாட்டுப் பாடி சந்தையைச் சுற்றி வந்தான்.

கமிஷன் மண்டி பாலமுருகன் சோப்பு விக்கும் சிவா இருவரைப் பற்றி யோசிக்காமல் அவள் வியாபாரம் உண்டு, அவள் உண்டு நாட்டுக்கோழி விற்பனை உண்டு; பாட்டி உண்டு என்று வாழ்ந்து வரலானாள். எதற்கும் கவலை இல்லாத வெள்ளந்தியான கிராமத்து பெண்ணவள் வீட்டில் எப்பொழுதும் பன்ன அருவாள் வைத்திருந்தாள்.

இதைவிட கூர்மையாக அவள் கண்கள் இருந்தன. வேல் விழியாள் தேன் மொழியாள். பார்ப்பவர் மயங்க வைக்கும் மானூத்து விஜயா. மானூத்து விஜயா என்றால் ஊரில் எல்லோருக்கும் தெரியும். ஊரில் யாரிடம் கேட்டாலும் எல்லோரும் அவள் வீட்டைக் காட்டுவார்கள்.

நாட்டுக்கோழியை முட்டையிட வைத்து அவற்றை அடைகாத்து குஞ்சு பொரித்து குஞ்சுகளைப் பாதுகாத்து பக்குவம் செய்து சந்தையில் கொண்டுவருவதற்கு முன் லாவகமாக சாக்கில் அடைத்து வந்து பஸ்ஸில் ஏற்றி அவ்வளவு ஜோராக விற்பனை செய்யக் கூடியவள்.

மானூத்து, வியாபாரபுரியில் இருந்து கூப்பிடு தூரம் விஜயாவின் அம்மா முருகாயி மருத்துவம் தெரிந்தவள் இரண்டு ஊரிலும் எண்ணற்ற பெயருக்கு வைத்தியம் பார்க்க கூடியவள் கைதேர்ந்தவள் மூலிகைச் செடிகொடிகளை நிறைய வீட்டில் வளர்த்து நிறைய நோய் வந்தவர்களுக்கு வைத்தியம் சொல்லி தீர்த்து வைத்தவர்.

குறிப்பாகப் பெண்களுக்கு ஏற்படும் பிரச்சினைகளை எல்லாம் சரி செய்யக்கூடிய அற்புதமான தன்மை, தந்தை மாசானம்

அவர்களிடமிருந்து பங்கஜம் கற்று வைத்திருந்தாள்.. பங்கஜத்தின் மூலம் மானுத்து விஜயாவும் கற்று வைத்திருந்தாள்.

ஊருக்குள் எங்கு யார் பெரிய பிள்ளையானாலும் சடங்கு வைப்பதற்கு முன்பு இவர்களைக் கூப்பிட்டு மரியாதை செய்து பக்குவம் எல்லாம் கேட்டு அதன் பிறகுதான் வெகுவிமர்சையாக நிகழ்ச்சி நடத்துவார்கள். அதனால் இரண்டு ஊர்களிலும் மானுத்து விஜயா குடும்பத்திற்கு மிகுந்த மரியாதை என்பதை விட பாதுகாப்பு அதிகம் இருந்தது. யார் வீட்டில் தலைக்குத் தண்ணீர் ஊற்றும் சடங்கு என்று சொன்னாலும் சாதி மத பேதம் பார்க்காமல் மானுத்து விஜயாவும், அவள் அம்மாவும் வந்து சடங்கு கழித்த பிறகுதான் செயல்பாடுகள் இருக்கும்.

பகல் நேரங்களில் அவர்கள் சந்தைக்குப் போற நேரம் போக மாலை நேரங்களிலும், காலை நேரங்களிலும் வீட்டில் எப்போதும் யாராவது இரண்டு பேர் வந்து போய்க் கொண்டே இருப்பார்கள். இதனால் ஊரில் மிகுந்த பாதுகாப்போடும், அன்போடும் மரியாதையோடும் மானுத்து விஜயா குடும்பம் இருந்தது.

மானுத்து விஜயா கூட பாதுகாப்புக்கு ஒரு பாட்டி எப்பொழுதும் சந்தையில் இருப்பாள். அவள் பங்கஜத்தின் தூரத்து உறவுக்காரி. நாதி இல்லாத பாட்டி. அவளாக வந்து ஒட்டிக் கொண்டாள். அவர்களும் இருக்கட்டுமே என்று அந்தப் பாட்டியை உடன் வைத்துக் கொண்டிருக்கிறார்கள். சந்தையில் 10 கிலோ 20 கிலோ மொத்தமாக காய் வாங்குவோரும் உண்டு. பள்ளிக்கூட விடுதிகள் உணவகங்கள், கல்யாண வீடுகள், விசேஷ வீடுகள், சிறைச்சாலைப் பெண்கள் தங்கும் விடுதிகள்.

மொத்தமாக காய்கறி வாங்குவோருக்கு ஒரு தொகை கொடுத்து மொத்தமாக வியாபாரம் செய்யும் ஆட்களும் சந்தையில் உண்டு. வருமானம் குறைவாக இருக்கும். ஏழை எளியோர் வாங்குவதற்காகப் பத்து ரூபாய், ஐந்து ரூபாயில் கூறுகட்டி வைக்கக்கூடிய ஆட்களும் உண்டு.

செல்லமுத்து அண்ணன் மளிகை சாமான் சின்னச் சின்ன மூட்டையாகக் அடுக்கிவைத்து வியாபாரம் செய்வார்.

அரைத்த மசாலாப் பொடிகள் மிளகாய்ப்பொடி மல்லிப்பொடி என்று பொடி வகைகளை எல்லாம் அவர் வைத்திருக்கும் விதம் அழகாக இருக்கும். பயிறு வகைகள், பருப்பு வகைகள் வேறு

மாநிலத்தில் வரக்கூடிய புதிதான பெயர்கள் பருப்புகள் எல்லாவற்றையும் அவர் மொத்தமாகவும் சில்லறையாகவும் விற்பனை செய்வார். மசாலாப் பொடிகள் ஒரு கிலோ அரை கிலோ என்று தனித்தனியாக அவர் கொல்லிமலையில் வார வாரம் நடக்கும் மசாலாப் பொருள்கள் விற்கும் சந்தையில் மிளகு, சீரகம், அன்னாசிப்பூ, ஜாதிக்காய், பட்டை, லவங்கம், ஏலக்காய், சுக்கு, கசகசா இன்னும் பல மசாலாப் பொருள்களை எல்லாம் அங்கே சென்று வாங்கி வந்து இங்கே அவற்றை அரைத்துப் பொடியாக்கி நல்ல லாபத்திற்கு விற்பார்.

லாபம் என்பது முக்கியமல்ல. ஆனால், அவர் தயாரிக்கும் பக்குவம் எல்லோரையும் வசீகரிக்க வைக்கக்கூடியது. மசால் பொடிக்கு என்றே ஒரு பெரிய கூட்டம், வாடிக்கையாக வந்து சந்தையில் வாங்கிச் செல்லும். சந்தையின் முக்கியமாக அதிகம் விற்பனையாகும் கடைகளில் அவர் கடையும் ஒன்று.

செல்லமுத்து அண்ணன், மளிகைக்கடையில் பொருளும் தரமாக இருக்கும்; எடையும் சரியாக இருக்கும்; விலையும் குறைவாக இருக்கும்; மக்களின் நம்பிக்கையைப் பெறுவது. மக்களின் ஆதரவைப் பெறுவது அவ்வளவு ஒன்றும் எளிதான காரியமல்ல. அவற்றைத் தக்க வைப்பது, அதை விட கடினமான இலக்கு.

15 ஆண்டுகளுக்கு மேலாக மிகச்சரியாக துல்லியமாகச் செய்து வருகிறார் செல்லமுத்து; தொழிலை நேசிக்கவும் சுவாசிக்கவும் செய்யக்கூடியவர் அவர். பேச்சியம்மாள் நிக்கோலஸ் நல்ல முறையில் வியாபாரம் செய்து வந்தனர் பிள்ளைகள் நன்றாக பள்ளிக்கூடத்தில் படித்து வந்தனர். அப்படியாக குழந்தை பிறந்த குழந்தைக்கு திருச்செந்தூரில் மொட்டை போட வேண்டும் என லட்சுமி வயிற்றில் கருவாக இருக்கும்போதே பேச்சியம்மாள் முடிவு செய்திருந்தாள்.

47

நிக்கோலஸ், பேச்சியம்மாள், ரவி லட்சுமி எல்லோரும் ராமேஸ்வரம் சென்று நிக்கோலஸ் குடும்பத்தாரைப் பார்த்துவிட்டு இரண்டு நாள் தங்கிவிட்டு பின்பு எல்லோரும் திருச்செந்தூர் போவதாகத் திட்டமிட்டு புறப்பட்டுச் சென்றார்கள். பேச்சியம்மாளுக்குப் பதிலாக அவளின் கடையைக் கனகா பார்த்துக் கொண்டாள்.

நிக்கோலஸ் கடையை சாலமன் பார்த்துக் கொண்டான். இவர்கள் பயணம் ஒரு வாரம் என்பதால் பல நாள் தொடர்ந்து வியாபாரம் கெட்டுவிடக் கூடாது. பணத்தாசை காரணமில்லை. வருகிற வாடிக்கையாளர் முகம் வாடிவிடக்கூடாது. அவர்களுக்குப் பொருள் இல்லை என்ற ஏக்கம் ஏற்பட்டுவிடக் கூடாது என்பதற்காக இவ்வாறு ஏற்பாடுகளைச் செய்து சொல்லி சென்றார்கள். மஞ்சுநாத்துக்கு வருத்தமும், கோபமும் எல்லை மீறிப் போனது. ஏற்கெனவே தங்கராசு கடை கை மீறிப் போனது மீன் சந்தைக்குள் காய்கறி சந்தைக்கு இவர்கள் வாங்கும் பேரையும், புகழையும் பார்த்து அவளுக்குப் பொறுக்க முடியவில்லை மேலும் ஒரு நிலையான இடத்தைப் பெறுவதற்கு, இவர்கள்தான் தடையாக இருக்கிறார்கள் என்று மஞ்சுநாத் நினைத்துக் கொண்டான்.

வட்டி யாவாரம் சந்தைக்குள் நடந்து வந்தாலும், சந்தையில் சில பகுதிகளை ஆக்கிரமித்து, சொந்தமாக தொழில் செய்து பேர் வாங்க வேண்டும் என்று துடித்தார் மஞ்சுநாத்.

மஞ்சுநாத் நம்மால் மட்டும் இந்த காரியத்தைச் செய்ய முடியாது, நமக்கு மிகப்பெரிய அரசியல், பலமும் அடியாள் ஆள் பலமும் வேண்டும் என்று நினைத்துக் கொண்டான்.

மேலும் இன்னும் முதலீடுகள் அதிகம் பெருக்குவதற்கு வட மாநிலத்திலிருந்து சில உதவிகளும் வேண்டும் என்று நினைத்துக் கொண்டான். எண்ணி ஒரு மாதத்திற்குள் ஏதேனும் ஒரு மாற்றம் வர வேண்டும் என்று அவன் மனம் துடித்தது. பஜன்லால் சேட்டின் மகன் ராம்சேட் பள்ளிக்கூடம் செல்லாமல் வடநாட்டு சேட்டு கடைகளில் ஆபிஸ் பாயாக, டீ, காபி வாங்கி கொடுக்கும் வேலை செய்தான். லாரி பொருள்கள், பேரிங்குகள் விற்பனை செய்யும் கடைகளில் எல்லாம் அவன் தொழில் பழகினான். அவனைச் சிறுவன் என்று எல்லோரும் நினைக்கிறார்கள். ஆனால்,

ஒரு ஆழமான அடித்தளம் போடுகிற ஆளாக அவன் இருக்கிறான் என்று யாருக்கும் தெரியவில்லை.

மனதுக்குள் மிகப்பெரிய வன்மத்தோடும் மிகப்பெரிய கனவோடும் தீவிரமான தேடுதலில் இருப்பான். ஆனால், சாதாரணமாக இயல்பாக ஒன்றும் தெரியாத சின்னப் பையன் போல சந்தையைச் சுற்றிச் சுற்றி வருவான். சந்தை செல்வா, அரசியலில் தனக்கான ஒரு இடம் பிடிக்க மிகவும் போராடிக் கொண்டிருக்கிறான்.

ஆள் பலம், பணபலம் பெருகுவதற்குச் சாராயம், பெண் கடத்தல் போன்ற வேலையெல்லாம் செய்து, ஒன்றியம் வட்டம் என வளர்ந்து கொண்டிருந்தான் செல்வா.

அவனுக்குப் பணக்காரர்களின் தயவு தேவைப்பட்டது. பணக்காரர்கள் மூலம் பெரிய தலைவர்களை எளிமையாக அணுகலாம். பெரிய தலைவர்களின், பினாமியாகப் பணக்காரர்களை வைத்து இவர்கள் மூலம் தலைவனின் நெருக்கடிக்கு ஆளாகி பதவி உயர்வு பெறலாம். அதற்குச் சந்தையை, சில பகுதிகளை ஆக்கிரமித்து தான் செய்ய வேண்டும் என்று செல்வா நினைத்துக் கொண்டிருந்தான். சந்தையைக் கைப்பற்ற வேண்டுமென்று மஞ்சுநாத் ஒருபுறம். இன்னும் வளர்ந்து கொண்டிருக்கும் ராம் சேட் இன்னொருபுறம். அது அரசியல் பசிக்கு உணவாக சந்தையை ஆக்கிரமிக்கத் துடிக்கும் சந்தை செல்வா இன்னொருபுறம். இதற்கு இடையில் அப்பாவி வியாபாரப்புரி மக்கள் சந்தையை நம்பி தங்கள் வாழ்க்கையை அடகு வைத்துக் கொண்டிருக்கிறார்கள். சந்தையின் நிலை இனி என்ன ஆகப்போகிறதோ...

மழை ஓய்ந்த ஒரு நாளில், ஈரம் சூழ்ந்த காற்றில் சகதிகள் நிறைந்த அந்தச் சந்தை சாலை இன்னும் என்னென்ன மாற்றத்தைக் காணப் போகிறது. மாலை நேரத்தில் சூரிய நிழல் பூமியில் விழுந்தது. காலம் தான் எத்தனை காயங்களைத் தருகிறது. சில காயங்கள் காலத்தால் ஆறிவிடும்; சில காயங்கள் காலத்தால் ஆறவே ஆறாது. பேச்சியம்மாள் நிக்கோலஸ், ரவி, லட்சுமி குடும்பம் மிகுந்த மகிழ்ச்சியாக அந்த ரயில் பயணத்தைக் குதூகலமாக அனுபவித்தார்கள்.

அவர்கள் வாழ்க்கையில் இன்னொரு முறை இப்படி மகிழ்ச்சியான ஒரு பயணம் வருமா என்று யாருக்கும் தெரியாது ஆனாலும் இந்தப் பயணம் எல்லா வகையிலும் மகிழ்ச்சி தரக்கூடிய பயணமாக இருந்தது.

48

ரயிலில் குழந்தைகள் ஆடிக் கொண்டும், பாடிக் கொண்டும் நிறைய தின்பண்டங்கள் சாப்பிட்டுக் கொண்டும், உற்சாகமாக இருந்தனர். பாம்பன் பாலத்தைக் கடந்து ரயில் ராமேஸ்வரம் அடைந்தது. ராமேஸ்வரத்தில் நிக்கோலஸ் படித்த பள்ளி, கடல் ஓடிய இடம் எல்லாம் பார்த்தனர். அவன் ஓட்டிய பழைய படகு ஒன்று கரையோரம் ஒதுங்கி இருந்தது. அவன் சிறுவனாகச் சுத்தி வந்த தெருக்கள் எல்லாவற்றையும், குழந்தைகளுக்குச் சொல்லிக் கொண்டே வந்தான். மிகுந்த ஆரவாரத்தோடு கடல் அவர்களை வரவேற்றது. உள்ளே கடலில், ஆரவாரம் கடலின் சத்தம் கடலின் ஓசை குழந்தைகளை உற்சாகப்படுத்தியது. தாத்தா பாட்டி வீட்டில் சிலுவைத் தாத்தாவும் சலேத் அம்மா பாட்டியும் அவரின் குழந்தைகள் இன்று மிகப்பெரிய குடும்பத்தைப் பார்த்து பிரமித்துப் போனார்கள். ரவியும், லட்சுமியும் சித்தப்பா, பெரியப்பா, அத்தைகள் அவர்களின் குழந்தைகள் என்று ஒரு திருவிழா கூட்டம் போல வீடு இருந்தது. அத்தனை உறவுகளைப் பார்த்து லட்சுமியும் ரவியும் மகிழ்ந்து போனார்கள். ரவியையும், லட்சுமியையும் தூக்கி வைத்து கொஞ்சி மகிழ்ந்தார்கள்.

சிலுவை தாத்தா, பணம் கைநிறைய கொடுத்தார். பாட்டி பலகாரம் எல்லாம் செய்து கொடுத்தாள். இரண்டு நாள் போனதே தெரியவில்லை. என்னடா அவசரம் இன்னும் கொஞ்ச நாள் இருக்க வேண்டியதுதானே என்று எல்லோரும் சொன்னார்கள்.

ஊர்ல வியாபாரத்தை அப்படியே போட்டு வந்து இருக்கிறேன். நம்ம சாலமன்தான் மீன் கடையப் பத்திரமா பார்த்துட்டு இருக்கான்.

அவளும் சந்தையில் அவள் தோழி கனகாவை வைத்துவிட்டு வந்திருக்கிறாள். நாங்க திருச்செந்தூர் வரைக்கும் போயிட்டு அதுக்கு அப்புறம் ஊருக்குப் போகணும், அடுத்த திருவிழா வரும் போது கண்டிப்பா வரேன் என்று சொன்ன பொழுது அவனுக்குப் புரை ஏறியது.

நிக்கோலஸ் தண்ணி, குடிலே திருவிழா அப்ப எல்லாரும் வந்துருங்க என்று சொன்னார்கள். சிலுவை ஜெபமாலையை உருட்டிக் கொண்டே வானத்தைப் பார்த்து கடவுளே பிள்ளைகள்

நல்லா இருக்கணும் என வேண்டினார். சலேத் அம்மாவிற்கு அவனை அனுப்ப மனதே இல்லை. ஐயா ராசா நிக்கோலஸ் இரண்டு நாள் சேர்ந்தாற்போல இருந்துட்டு போயா... என் பேரன் பேத்திக பக்கத்திலே ரெண்டு நாள் வச்சுக்கிறேன். கெஞ்சாத குறையாக அழாத குறையாகச் சொன்னாள் சலேத் அம்மாள். அம்மா அதுக்கு என்னம்மா நான் இங்க தானே இருக்கேன்.

நீங்க வாங்க, மதுரைக்கு வாங்கன்னு சொன்னா வரவே மாட்டேங்கறீங்க. இந்தா அடுத்த மாசம் திருவிழா; அதுக்கு வரத்தானே போகிறோம். அதுக்கு முன்னாடி ஒரு தடவைக்கு வந்து பாத்துட்டுப் போறேன். என்று அம்மாவின் கன்னத்தைத் தடவி சொல்லிச் சென்றான் நிக்கோலஸ். எல்லோர் முகத்திலும் பிரிகிறோம் என்ற ஏக்கமும், கவலையும் கடல் வேகமாக அலையடித்துக் கொந்தளித்தது.

அங்கிருந்து புறப்பட்டு திருச்செந்தூர் சென்றார்கள். ராமேஸ்வரம் கடல் தாய் என்றால் திருச்செந்தூர் கடல் குட்டி அதன் வேகமும் பாய்ச்சலும், பல மடங்கு அதிகம்.

திருச்செந்தூரில் இறங்கிக் கடலில் குளித்து, சாமி கும்பிட்டு நல்லபடியாக எல்லா வேலையும் முடித்து உணவகத்தில் சாப்பிட செல்லும்போது அங்கே தெரிந்த ஒரு குரல் கேட்டது. சாப்பிட்டு முடித்து பார்த்தபொழுது அந்த உணவகத்திற்கு உள்ளேதான் அந்தக் குரல் கேட்டது.

ஏற்கெனவே பரிச்சயமான குரல். பலமுறை நமக்கு உதவி செய்த குரல் நக்கலும், நையாண்டியும் கலந்து சாம்பாரைக் கிண்டி கொண்டிருந்த குரல். அந்தக் குரல் கேட்டு உள்ளே நுழைந்தான் நிக்கோலஸ். அப்போது அங்கிருந்த சர்வர் இங்கு உள்ளே எல்லாம் போகக்கூடாது. சொல்லிக் கொண்டிருக்கும் போதே படக்கென்று உள்ளே நுழைந்தான். அங்கே தஞ்சை பார்த்திபன். அவனுக்கு ஒரு எடுபிடி உதவியாளர் ஓடிவந்து, “அண்ணன் இந்தத் தண்ணிய எங்க ஊத்த...? வாடா என் தலைல ஊத்து...”

அண்ணே இந்தக் கூட்டுல சொன்னீங்களே போற்றவா நானும் மூன்று தடவை போடச் சொல்லி நீயும் மூன்று தடவை போடல நானே நல்லபடியா போட்டுட்டேன். இனிமே போட்டா விளங்கிடும். கல்யாணத்துக்கு வாடாண்ணா, காதுகுத்துக்கு வந்துருவே. உன்னைய உதவிக்கு வச்சுக்கிட்டு. நிம்மதியா ஒன்னுக்குகூட போக முடியாது.

வாய்த்த முட்டாள் உதவியாளரை, நக்கலாக, நையாண்டியாக கிண்டி கலட்டிக் கொண்டிருக்கும் தஞ்சை பார்த்திபனை உன்னை பார்த்து எவ்வளவு நாளாச்சு மறுபடியும் உன்னை எப்போது பார்ப்பேன் என ஏங்க வச்சிட்டீங்களே அண்ணே என நிக்கோலஸ் தஞ்சை பார்த்திபனைத் தழுவிக் கொண்டான்.

என்னப்பா நிக்கோலஸ் ஒரு காதலியைக் கட்டி பிடிக்கிர மாதிரி கட்டிப்பிடிக்கிற மனைவி மகள் மகன் எல்லாரும் நலமா வெளி தானே நிக்கிறாங்க. கரண்டியைப் பக்கத்தில் இருக்கும் முட்டாள் உதவியாளரிடம் கொடுத்துவிட்டு... எதையும் நீ போற்றாத... இந்த, உடனே வரேன், சும்மா கிண்டிக் கொண்டே இரு.

என்ன பேச்சியம்மா எப்படிப்பா இருக்க என்று சொன்னதுதான் தாமதம், பேச்சியம்மாள் திரும்பிப் பார்த்து வியந்து பா.... பார்த்திபன் அண்ணன் எங்கள விட்டு வந்துட்டீங்க, இல்ல... இப்ப எப்படி இருக்கீங்க? ரவியையும், லட்சுமியையும் பார்த்தான். டேய் உங்க மாமா டா. இவர்தாண்டா எங்களுக்குக் கல்யாணம் பண்ணிவச்சாரு.

தஞ்சை பார்த்திபன் ரவியையும், லட்சுமியையும் தழுவிக் கொண்டான். முத்தமிட்டான். கடையில் இருந்து இனிப்பு எடுத்துக் கொடுத்தான். நீங்க போன பிறகு குமாரு, தூக்கு மாட்டி செத்துப் போய்ட்டான். துரை மனநிலை பாதிக்கப்பட்டவன் ஆயிட்டான். அந்தக் டீக் கடை வியாபாரம் இல்லாத டீக்கடையாக ஆகிப்போச்சு உங்கள சந்தேகபட்டதுக்கு ஒவ்வொரு நாளும் புலம்பி புலம்பி குமாரு வேதனையில செத்துப் போயிட்டான். துரை மனநிலை பாதிக்கப்பட்டு போய்விட்டான். கடவுளே தண்டனை கொடுத்தாரு. அந்தக் குடும்பம் ஆள் இல்லாம அனாதையா நிக்குதுண்ணா... நீங்க வந்துருங்க, மீண்டும் சந்தைக்குப் போய் டீக்கடை வைத்து வியாபாரம் பார்க்கலாம்... எங்களுக்கும் பெரிய ஒத்தாசையா இருக்கும்.

அவள் அப்படி சொன்னதும் ஏன் அப்பா இங்கே நான் நல்லா இருக்குது பிடிக்கலையா? நமக்கு எதுக்குப்பா அன்பு, பாசம் பரிவு கத்திரிக்காய் எல்லாம்... ஒரு இடத்திலிருந்து வந்துட்டால் திருப்பி அந்த இடத்துக்குப் போறது எனக்கு பழக்கம் இல்லை.

ஏதோ திருச்செந்தூர் முருகன் அருளால் நான் இங்க இருக்கேன். உங்களை எல்லாம் பார்த்ததுல ரொம்ப சந்தோசம். சரி வேற எதும் வேணுமா வரட்டுமா. நீங்க கொஞ்ச நாள் கழிச்சு வருவீங்க

எனக்குத் தெரியும். பணம் எதுவும் வேணுமா என்ன நிக்கோலஸ் டவுசர் பைக்குள் கைவிட போனான். எனக்கு எதுக்குயா பணம் நானும் தனிக்கட்டை. நான் என்ன உன்னை மாதிரி சம்சாரியா அல்லது கிராமத்துக்கு நிர்வாகியா எனச் சொன்னவுடன் எல்லோருக்கும் சிரிப்பு வந்துவிட்டது.

எங்களுக்கும் நேரம் ஆச்சு நாங்க கிளம்புறோம். ஆனா, பாருங்க நீங்க எங்க கூட வருவீங்கன்னு மனசு சொல்லிக்கொண்டே இருக்கு. பேச்சியம்மாள் நிக்கோலஸ் தம்பதியர்கள் குழந்தைகளைப் பிடித்துக் கொண்டு கிளம்ப ஆயத்தமானார்கள்.

நீங்க சொல்றது பற்றி யோசிக்கிறேன். மனசுக்குப் புரிஞ்சு படக்குனு கிளம்பி வந்து இந்த வர்றேன். அடுப்புல குழம்பு கொதிக்கிற போது அப்படியே போட்டு வர முடியுமா? எல்லா வேலையும் முடிச்சுட்டு நாளைக்குக் கிளம்பி வரேன். சொல்லிவிட்டு உள்ளே சென்று எந்தவிதமான சலனமுமில்லாமல் வழக்கமான தனது சமையல் வேலையைத் தொடங்கினார்.

முட்டாள் உதவியாளரை அழைத்து ஏதும் போடவில்லேயே அண்ணா நீங்க சொன்ன பிறகு எதுவும் போடக்கூடாது. அதனை ஞாபகம் வைத்து நான் எதுவும் போடவில்லையே என்று சொன்னான். நிக்கோலஸ் பேச்சியம்மாள், நல்லபடியாக பயணத்தை முடித்துவிட்டு ஊருக்குத் திரும்பினார்கள்.

49

பேச்சியம்மாளுடைய காய்கறி கடையைக் கனகா நல்லபடியாக பார்த்து வைத்திருந்தாள். அங்கே சாலமன் மீன் கடையில் மிகச் சிறப்பாகப் பார்த்து நல்ல ஒரு வியாபாரத்தைப் பெருக்கி வைத்திருந்தான். இடையிடையே மஞ்சுநாத் வந்து நோட்டமிட்டு போனதையும் மஞ்சுநாதன் வம்பிழுக்க, பார்த்ததையும் சாலமன் சொன்னான். செல்வாவின் ஆட்கள் கனகாவிடம், பணம் கொடுக்காமல் போனதைப் பற்றி கனகா குறையாகச் சொன்னாள். சந்தை மாரியம்மன் கோவில் திருவிழா நடத்துவதற்கான ஏற்பாடுகள் தொடங்கின. விழா கமிட்டி உருவாக்கப்பட்டது. அதில் பேச்சியம்மன் இருந்தாள். வரிவசூல் செய்வது அன்னதானம் போடுவது, முளைப்பாரி எடுத்து வைப்பது, திருவிளக்குப் பூஜை நடத்துவது, லைட் கட்டுவது என்று பல்வேறு நடைமுறைகள் சடங்குகள் அவற்றுக்கான செலவினங்கள் முதலில் கணக்கிடப்பட்டன.

செல்வாவின் ஆதரவாளர்கள் சிலர் செல்வாவை, வரவழைத்து அவனுக்கு தான் முதல் மரியாதை செலுத்த வேண்டும் என சொன்னார்கள். மஞ்சுநாதனிடம் கடன் வாங்கியவர்கள், மஞ்சுநாதனுடைய ஆட்கள் எல்லாம் மஞ்சுநாதனை முதல் மரியாதை கொடுத்து கவனிக்க வேண்டும் என்று சொன்னார்கள்.

இதற்கிடையில் இதையெல்லாம் பார்த்துக் கொண்டிருந்த ராம் சேட் மனதில் ஒரு காலத்தில் எனக்குத் தான் இந்த முறைகள் மரியாதை எல்லாம் கிடைக்கும் என்று அவன் உள் மனது சொல்லியது; இந்தப் பரிவட்டம் பற்றிப் பேச்சு வந்ததும் ஆளாளுக்குச் சலசலப்பு ஏற்பட்டது. மஞ்சுநாத் எங்கிருந்து வந்தான். அவனுக்கு எல்லாம் முதல் மரியாதையா என்கிற ஒரு குழுவினர். அரசியல் கட்சி கூட்டம் இல்ல இது... கோயில் திருவிழா. எந்தத் தலைவனும் இங்கே வந்து ஒண்ணும் பண்ண முடியாது. அதனால கடவுள கும்பிட்டு திருவிழாவை நடத்திட்டு நல்லபடியா அன்னதானம் போட்டுவிட்டு கிளம்பலாம். பேசாம அவங்கவங்க வேலையப் பார்க்கப் போவோம்.

ஆனால், கூட்டத்தில் பேச்சியம்மாள் கடவுளுக்குதான் முதல் மரியாதை; மனிதர்களுக்கு என்ன மரியாதை? நல்லபடியா ஒத்துமையா சாமி கும்பிடணும் எல்லோருக்கும் அன்னதானம் போடணும். அதுதானே முக்கியம். மத்தபடி பரிவட்டம், முதல் மரியாதை, அரசியலுக்கு எல்லாம் இங்கே வேலை இல்லை.

இந்தாண்டு வைகை ஆற்றில் வெள்ளம் கரைபுரண்டு ஓடியது. கரையோரங்களில் வசிக்கும் மக்கள் துன்பங்களுக்கு ஆளானார்கள். வியாபாரபுரி மக்களுக்கு பெரிய சங்கடம். குடியிருப்புப் பகுதிகள் எல்லாம் தண்ணீர் சூழ்ந்து கொண்டது. நிறைய பொருள் இழப்பு; நிறைய செல்வங்கள் அழிந்து போனது. இதனால் வியாபாரம் பெரிய அளவில் பாதித்தது. ஒரு பதினைந்து நாள் இயல்பு வாழ்க்கை ஸ்தம்பித்துப் போனது. திருவிழா நாள் தள்ளிப் போனது. இந்த நாள் கழித்து திருவிழாவை வைத்துக் கொள்ளலாம் என்று எல்லோரும் முடிவு செய்தார்கள்.

காளிதாஸ், ஈரோடு சந்தையில் கொண்டுவந்த பொருளையெல்லாம் மதுரை சந்தையில் விற்று நல்ல லாபம் பார்த்தான். காஞ்சிபுரம் பட்டு சொசைட்டி பக்கம் நாடியது. காஞ்சிபுரம், தர்மாபுரம், ஆரணி போன்ற பகுதியில் இருந்து நிறைய பட்டு சேலைகளை எடுத்து வந்து அதையே பெயரில் கடை வைத்து விற்றால் என்ன என்று யோசித்தான்.

50

காஞ்சிபுரத்திற்கு பயணமாக நாள் குறித்தான். காஞ்சிபுரம் பேருந்து நிலையத்தில் இறங்கி அங்கே ஒரு அறை எடுத்து குளித்து முடித்து கிளம்பி கோயிலுக்குச் சென்று வழிபட்டு வந்தான் காளிதாஸ் அங்கேயே கோயில் கடையில் தேங்காய், வெற்றிலை பாக்கு இருக்கும் இடத்தில் சாவித்திரியைப் பார்த்தான். காளிதாசனுக்கு முதலில் அவளை அடையாளம் தெரியவில்லை. பின்பு அவள்தான் ஒருகாலத்தில் சந்தையில் சாராயம் விற்றவள் என்பதை பின்னால் புரிந்துகொண்டான். அவனைப் பார்த்து அவளும் பரஸ்பரம் நலம் விசாரித்துக் கொண்டார்கள். சந்தையில் எப்பொழுதாவது அவளை பார்த்திருக்கிறேன். எவ்வளவு வாளிப்பான உடலோடு டாம்பீகமான குரலோடு எல்லோரையும் கட்டிப் போடும் வசீகரமான உயரமான பார்வையோடு இருந்தவள். அரசியல்வாதி செல்வாவின் சூழ்ச்சியால் சிதைந்து சின்னாபின்னமாகி சிறைச்சாலை வரை சென்று தன் வாழ்க்கையில் பாதி தொலைத்தவள். இறுதிக் காலத்தைக் காஞ்சிபுரம் கடவுள் முன்பு செய்த பாவங்களுக்குப் பிராயச்சித்தமாக இந்தத் தலத்திலேயே தன் காலத்தைக் கடத்த நினைத்தாள்.

தன்னை உடல் ரீதியாகவும், மன ரீதியாகவும் பொருளாதார ரீதியாகவும் வஞ்சித்தக் கூட்டத்தை எல்லாம் வெறுத்து அவர்களுடைய நிழலைத்தாண்டி தள்ளி இருக்க வேண்டும் என இங்கே இருக்கிறேன் நான் என அவரிடம் சொன்னாள் சாவித்திரி.

சிறுவயது முதல் உங்களைப் பார்த்திருக்கிறேன். உங்களுடைய வீரமும், விவேகமும் எனக்குப் பிடிக்கும். ஆனால், உங்கள் உருவத்திற்கும் நீங்கள் செய்யும் வேலை தான் எனக்கு பிடிக்காது. சிறுவயது முதலே தொழிலில் முன்னேற வேண்டும் வியாபாரத்தில் பெரிய ஆளாக வேண்டும் என்ற சிந்தனை அதிகமாக இருந்த காரணத்தினால் நான் வேறு எதைப் பற்றியும் கவலைப்படவில்லை. என் துணி வியாபாரம்தான் முதன்மை என இருந்தேன். ஆனால் என் அம்மா உங்களைப் பற்றி சொல்லியிருக்கிறார் நீங்கள் என் அம்மாவிற்குச் செய்த உதவியை நாங்கள் சிறுவனாக இருந்த பொழுது நாங்கள் பட்ட கஷ்டத்திற்கு நீங்கள் செய்த பல

உதவிகளைப் பற்றி என் தாய் சொல்லி எங்களுக்கு நன்றாக தெரியும்.

எப்படியோ வந்திருக்க வேண்டிய வரவேண்டிய இருந்திருக்க வேண்டிய வருகை. நீங்கள் இப்படி சிறைச்சாலை வரை சென்று வந்தது வேதனையின் உச்சம்; உங்களால் பயனடைந்தவர்கள், உங்களால் குணமடைந்தவர்கள்; உங்களால் சுகம் அடைந்தவர்கள், எல்லாம் உங்களைத் தவிக்க விட்டு நடுரோட்டில் நிற்க வைத்து துன்பப்படுத்திய பொழுது அதையெல்லாம் தாங்கி மீண்டும் வர முடிகிறது. உங்களுக்கு ஏதாவது உதவி செய்யவேண்டும் என்று மனசு சொல்கிறது. அக்காவைப் போல இருக்கும் உங்களுக்கு ஏதேனும் உதவி தேவைப்பட்டால் சொல்லுங்கள், நான் செய்கிறேன். நான் இப்பொழுது நல்ல நிலையில் இருக்கிறேன். துணி வியாபாரம் நன்றாக இருக்கிறது. ஒரு கடை வைத்திருக்கிறேன். நீங்கள் வேண்டுமென்றால் என் கடைகளில் பணியாற்றுவதாக உங்களுக்கு ஏதாவது உதவி செய்ய கடமைப்பட்டுள்ளேன்.

காளிதாஸ் இதுவரையில் யாரிடமும் இவ்வளவு பேசியது இல்லை அவனுக்கு ஆச்சரியமாக இருந்தது. இருந்தாலும் சாவித்திரியைப் பார்த்தவுடன் மனசு பேசத் தூண்டியது. சாவித்திரி இதுவரை அவனைப் பார்த்து பேசியதில்லை அவன் இவ்வளவு தூரம் சொல்லுகிறான் என மகிழ்ந்து போனாள்.

யாரிடம் சொல்வது, யாரிடம் கேட்பது என தயங்கி நின்ற அவள் அந்த காஞ்சிபுரம் பகவான் தான் கடிதத்தை அனுப்பி வைத்திருக்கிறான் என்று நினைத்துக் கொண்டாள்.

முதல் முறையாக அவனைத் தம்பி என்று அழைத்து எனக்கு ஒரு உதவி செய்வீங்களா? மறுபடியும் அந்தப் பகுதிக்கு வர விரும்பவில்லை. எனக்கும் அரசியல்வாதி செல்வாக்கும் பிறந்த குழந்தை ஒன்று காப்பகத்தில் இருக்கிறது. சிறைச்சாலை செல்லும் போது அந்தக் குழந்தையைக் காப்பகத்தில் விட்டு விட்டார்கள் இப்போது அது எப்படி இருக்கிறதென்று தெரியவில்லை. அதை எப்படியாவது படிக்க வைக்க வேண்டும். அதை மட்டும் செய்து விடுங்கள், எனக்கு போதும். என் வாழ்க்கை முடிந்துவிடும். என்னைப் பற்றியோ, என் வாழ்க்கை பற்றியோ, நான் இருப்பதை பற்றிய என் குழந்தைக்குத் தெரிய வேண்டாம் என சாவித்திரியும் சொன்னாள் சரி என்னால் முடிந்த உதவிகளைச் செய்கிறேன்.

நீங்கள் விரும்பினால் மதுரைக்கு வரலாம்; சந்தைக்கு வரலாம் என் தொழில் கடையைப் பார்த்துக் கொள்ளலாம். என் மகனை ஒரு ஆளாக்கி நல்ல நிலைமைக்குக் கொண்டு வருவீங்கன்னு நம்புகிறேன். அந்த உதவி மட்டும் செய்தால் போதும். காளிதாஸ் சாவித்திரியிடம் கிளம்பும்போது, அந்தக் காப்பகத்தினுடைய முகவரி, தொலைபேசி எண், பையனின் புகைப்படம், அடையாளங்கள் மற்றவற்றை எல்லாம் வாங்கிக்கொண்டு சென்றான். அவன் செல்லும்போது சாவித்திரி அவன் கையில் ஒரு பணமுடிப்பும் கொஞ்சம் நகையும் கொடுத்தாள்.

இதெல்லாம் எதற்கு நீங்கள் செலவுக்கு வைத்துக் கொள்ளுங்கள் மற்றவற்றை நான் பார்த்துக்கிறேன். இல்லை தம்பி இருக்கட்டும். பின்னாளில் என் மகன் வளர்ந்து வரும் போது அவனுக்கு என்னாலான சிறு உதவியாக இருக்கட்டும் என்று சொல்லியபடி அதைக் கொடுத்துவிட்டாள்.

வெள்ளம் வடிந்து சந்தை இயல்பு நிலைக்குத் திரும்பியது. இரண்டு வாரம் கழித்து திருவிழாவுக்கான ஏற்பாடுகளைப் பிரமாண்டமாகச் செய்தனர். சந்தை மக்கள் வியாபாரிகள் ஆரவாரத்தோடு முளைப்பாரி எடுத்தல், கரகம் எடுத்தல் பூச்சொரிதல், விளக்குபூஜை, என்ற பல்வேறு விதமான வழிபாட்டு முறைகள் சிறப்பாக அரங்கேறியது ஜமால் அண்ணன் டேனியல் நிக்கோலஸ், சாலமன், மாரியம்மா, பொன்னாத்தா, மங்கம்மா என ஜாதி மதம் பாராது எல்லோரும் அந்தத் திருவிழாவில் பங்கெடுத்து, அன்னதானத்தில் பங்கேற்கவும் செய்தார்கள்.

அன்னதானம் என்பது அங்கு உள்ள எல்லோரும் பொருள் கொடுத்து, காய்கறி கொடுத்து, மளிகை சாமான் கொடுத்து பணம் கொடுத்து ஊர் மக்களுக்கும் உணவளிக்கும் அற்புதமான விஷயம் காலை 11 மணி முதல் மாலை 4 மணி வரை அன்னதானம், நடைபெற்றது. சற்றேறக்குறைய 100 கிலோவுக்கு மேல் அரிசி சமைக்கப்பட்டதாக கணக்கு சொன்னார்கள். இரண்டு கூட்டு இரண்டு, காய அப்பளம், பாயசம் வடை என்று சிறந்த சைவ சாப்பாடு பரிமாறப்பட்டது.

51

பூ மார்க்கெட்டில் சார்ந்த கார்மேகம் செல்லாத்தா ஞானதாஸ் எல்லோரும் பூ அலங்காரங்களைச் சிறப்பாக எடுத்து செய்திருந்தார்கள். ஆடலும், பாடலும், இசைக் கச்சேரியைப் பழைய பாடல்கள், பட்டிமன்றம், கரகாட்டம் என்று திருவிழா களைகட்டியது.

திருவிழாவில் பேச்சியம்மாள் நிக்கோலஸ் ஞானதாஸ், காளிதாஸ் சிவா தங்கராசு, சன்னாசி கமிசன் கடை, பாலமுருகன் மானூத்து விஜயா பெரியவர் மொக்கராசு, கனகா, பொன்னாத்தா மங்கம்மா போன்றவர்கள் புத்தம் புதிய ஆடையில் அங்கும் இங்கும் பல்வேறு பணிகளை எடுத்து செய்து மகிழ்ந்து கழித்தார்கள் இவற்றையெல்லாம் பார்த்து மஞ்சுநாத் மனம் புழுங்கியது.

சாலமன் வழக்கம் போல ராமேஸ்வரத்திலிருந்து மீன்களை எல்லாம் எடுத்து வந்து நிக்கோலஸ் கடையில் மொத்தமாக அடுக்கி வைத்தான் அப்போது ஒரு நான்கு பேர் உள்ளே வந்து சாலமனிடம் வேண்டுமென்றே வம்புக்கு இழுத்தார்கள். சாலமனை நான்கு பேர் அடித்தார்கள். நிக்கோலஸ் புரியாமல் வேகமாக ஓடிவந்து அவர்களைக் கடுமையாகத் தாக்கினான். வேண்டும் என்றே பிரச்சனைப் பண்ணுகிறார்கள். பெஞ்சமின் சொன்னார் வேண்டாம் அப்புறம் பார்த்துக்கலாம். நீங்கள் இங்கிருந்து போங்கள் என்று அவர்களை விரட்டினான்.

அந்த நான்கு பேரும், அந்தப் பக்கம் போவது மாதிரி போய் வேகமாக திரும்பி வந்து அதில் ஒருவன் மஞ்சுநாதன் தம்பி சாலமனைக் கத்தியால் குத்தி விட்டான். ஆத்திரம் பொறுக்கமுடியாமல் நிக்கோலஸ், மஞ்சுநாதன் தம்பியை மீன் வெட்டும் கத்தி எடுத்து வெட்டினான். நிக்கோலஸ் வெட்டியதில் மஞ்சுநாத் தம்பிக்கு அதிக ரத்தப்போக்கு ஏற்பட்டு அவன் சம்பவ இடத்திலேயே சுருண்டு விழுந்து இறந்து போனான்

மீன் மார்க்கெட், மனித ரத்தம் கொட்டும் மார்க்கெட் ஆக மாறிப் போனது. சந்தையிலுள்ள ஆட்கள் எல்லாம் வேகமாக ஓடிச்சென்று காவல்துறையை வரவழைத்தார்கள். பேச்சியம்மா கனகா, ஞானதாஸ் ஆகியோர் அங்கிருந்து வேகமாக ஓடி வந்து நிக்கோலசையும், சாலமனையும் தூக்கி வந்து ஸ்டெல்லா இருக்கும்

ஆஸ்பத்திரியில் முதல் உதவி செய்யச் சொல்லி அரசு பெரிய மருத்துவமனையில் கொண்டு போய்ச் சேர்த்தார்கள். காவல்துறை அங்கே மஞ்சுநாதன் தம்பி உடலைக் கைப்பற்றி பிரேத பரிசோதனைக்கு அனுப்பி வைத்தார்கள்.

ஆஸ்பத்திரியில் முதலுதவி செய்து முடித்த பின்பு, காவல்துறை அதிகாரிகள் நிக்கோலஸ் சாலமன் இருவரையும் கைது செய்தார்கள்.

மதுரை மத்திய சிறைச்சாலையில் இருவரையும் அடைத்து விட்டார்கள். மஞ்சுநாத் தனது தம்பி இழந்த சோகம் அவனுக்குப் பெரிய விஷயமில்லை. வசமாக இருவரும் சிக்கி இருக்கிறார்கள் இவர்கள் இருவரும் வெளி வர முடியாமல் பல்வேறு வழக்குகளை அவர்கள் மேல் போட்டு ஆயுசுக்கும் அவர்கள் வெளிவராமல் பார்த்துக் கொண்டு சந்தையில்தான் கொடிகட்டி பறக்க வேண்டும் என்ற சிந்தனை அவனுக்கு மேலோங்கியது.

பேச்சியம்மாள் கனகாவை அழைத்துக் கொண்டு சிறைச்சாலையில் போய் அவனைப் பார்த்தாள். என்ன மச்சான் இப்படி பண்ணிட்டீங்க... அவசரப்பட்டு இப்போ உசுரு போச்சே எப்படி நீங்க வெளி வரப் போறீங்க. பிள்ளைகளுக்கு எப்படி சொல்லி புரிய வைக்கப் போறேன் என அவள் சொல்லி அழுதது. என்ன ஆறுதல் சொல்ல முடியும் அவளுக்கு கனகா நிலைகுலைந்து போய் நின்றாள்.

சந்தை முழுவதும் சோகம் தொற்றிக் கொண்டது. என்ன செய்வதென்று புரியாமல் யோசித்திருக்க சன்னாசி தான் யோசனை சொன்னார். நம்ம கணேஷ் பாண்டி இருக்காரு. அவரை எப்படியாவது நிகோலஸை வெளியில் கொண்டு வந்து விடுவார். வக்கீல் கணேஷ் பாண்டியிடம், ஸ்டெல்லா, கனகா, பேச்சியம்மாள் சன்னாசி ஞானதாஸ் எல்லோரும் இவ்வழக்கின் விவரத்தை எடுத்துச் சொன்னார்கள். மஞ்சுநாதன் ஆட்கள்தான். இவனைப் பற்றி அந்த காயமெல்லாம் இருக்கிறதே. தற்காப்புக்காக அவன் கொலை செய்தான் என்று வாதாட வாய்ப்பிருக்கிறது.

என தங்கராசு எடுத்துச் சொன்னார். அவர்களை அழைத்துக் கொண்டு நீதிமன்றத்தில் நிக்கோலஸ் சாலமன் ஆஜர்படுத்திய போது என்னென்ன வழக்கில் குற்றம் சாட்டப்பட்டுள்ளனர் என்பது எல்லாம் படித்துப் பார்த்து முடிவெடுப்போம் எனச் சொன்னார்.

இதற்கிடையில் மஞ்சுநாத் சந்தையில் மீன் கடையில் ஆட்களை நிக்கோலஸுக்கு எதிராகச் சாட்சி சொல்வதற்குத் தயார்படுத்தி

வைத்திருந்தான். நிக்கோலஸை வெளியே வராமல் உள்ளேயே வைப்பதற்குத் தேவையான அத்தனை பொய்யான சாட்சிகளையும் சொன்னார்கள். கஞ்சா வழக்கு, பெண் கடத்தல் முன்விரோதம் பழிவாங்குதல் இப்படி அரசு தரப்பு வக்கீல் என்னென்ன பொய்களை ஜோடனை செய்தாரோ அத்தனையையும் அவர்கள் வாந்தி எடுத்தார்கள்.

பூக்கடை, கார்மேகம் கூட எதிராகச் சாட்சி சொன்னார். பேச்சியம்மாள் அவனை ஒரு மாதிரி பார்த்தாள். என்னை மன்னிச்சுக்க தங்கச்சி. வீட்ல வந்து மிரட்டினாங்க. எனக்கு என்ன செய்றது தெரியல. இந்தப் பூச்சந்தை உருவாவதற்குக் காரணமாயிருந்தது உங்க தாத்தா பொன்னையாதான்.

தாத்தா காலத்திலிருந்து எனக்கு எவ்வளவு உதவி செய்து இன்னைக்கி பூ மார்க்கெட் வளர்த்துவிட்டவர் அவர்தான். ஆனாலும் இந்த செல்வாவை எதிர்த்து, மஞ்சுநாத்தை எதிர்த்து, என்னால் எதுவும் செய்ய முடியவில்லை. வீட்டுக்கு வந்து மிரட்டினாங்க. ஒன்றிய செயலாளர் செல்வா, மஞ்சுநாதன் கூட்டணி வைத்து தான் காரியம் நகர்த்துகிறார்கள். என்ன செய்யணும்னு தெரியல. என்னை மன்னிச்சுக்கோ. ஜென்மத்துக்கு இந்தப் பாவத்துக்கு நான் என்ன கதி ஆகப் போறேன்னு தெரியல. வழக்குமிகக் கடுமையாக இருந்தாலும் தனது வாதத் திறமையால் கணேஷ் பாண்டி பல நுனுக்கங்களைக் கண்டுபிடித்து எப்படியாவது விடுதலை வாங்கித் தர வேண்டும் என்று போராடிக் கொண்டிருந்தான். நிக்கோலஸ் சாலமன், விடுதலை பெற்று விடுவார்கள் என்ற நிலைமை வருவதற்கு முன்பு சிறைச்சாலைக்குள் ஆட்களை வைத்து அரசியல்வாதி செல்வா இருவரையும் கொல்லத் திட்டமிட்டான்.

செல்வாவின் கூட்டாளி எதுக்கு இதெல்லாம் செல்வா இந்தப் பயகளால நமக்கு என்ன ஆகப்போகிறது. நமக்கு விசுவாசமான ஆட்களைச் சந்தைக்கு உள்ள கொண்டு வரணும்; நம்ம நேரம் மக்களுக்கு ஒரு பயம் இருக்கனும். அப்பதான் நாம அரசியல் நடத்த முடியும். அடுத்த பதவிக்கு மேலும் போறதுக்கு இந்த மக்கள் செல்வாக்கு எனக்குத் தேவை. மஞ்சுநாதன் அரசியல்வாதி செல்வா ரகசியமாக சந்தித்துக் கொண்டார்கள். வியாபாரபுரி மக்களைப் பத்தீவிட்டு, அங்கே எங்க ஆட்களை இறக்க வேண்டும். அதன்படி ஜெயிலில நிக்கோலஸையும், சாலமனையும், கொலை செய்வதற்குத் திட்டம் தீட்டி வைத்திருந்தார்கள்.

52

நிக்கோலஸ் சாவதற்கு இரண்டு நாட்களுக்கு முன்பே, என்னவோ போல இருக்கு ஏதோ நடக்கப்போகிறது என்பதை அவன் மனசு சொல்லியது. பேச்சியம்மாவுக்குக் கடிதம் எழுதினான். இந்தக் கடிதம் உன் கையில் இருக்கும் போது நான் இருப்பேனோ, இல்லையோ தெரியாது. சொல்வதைக் கேட்டு பதறாதே! எனக்கு என்ன ஆனாலும் நம் குழந்தைகளை நன்றாக வளர்க்க வேண்டும். அதை விட முக்கியம் சந்தையில் நம் வியாபாரபுரி மக்களை விட வேறு யாரும் உள்ளே வந்து விடக்கூடாது. அவர்கள் நோக்கம் சந்தையைக் கைப்பற்றுவது; அதற்கு முட்டுக்கட்டையாக இருப்பது நீயும் வியாபாரபுரி மக்களும். உன்னை ஸ்தம்பிக்கச் செய்வதற்கு எதெல்லாம் செய்யணுமோ அதெல்லாம் செய்யத் துணிந்து விட்டார்கள். நீ எள் முனையளவும் உன் மன உறுதியில் பின்வாங்கக் கூடாது. எது நடந்தாலும் உன் தைரியத்தை இழந்து கலங்காதே! பிரியமுள்ள பாப்பாக்களை ரவியும், லட்சுமியும் நன்றாகப் பார்த்துக் கொள் அவர்களுக்கு என் அன்பு முத்தங்கள்.

மறுநாள் காலையில் செய்தித்தாளில் இரண்டு கைதிகள் சிறைச்சாலை இருந்து தப்பிக்க முயற்சித்த போது பாதுகாப்புக்காக காவல்துறையினரின் துப்பாக்கிச் சூட்டில் இறந்து போனார்கள். செய்தி கேள்விப்பட்டு தலைவிரி கோலமாக அந்தப் பிணவறையின் முன்பு பேச்சியம்மாள் இட்ட ஓலம் கண்ணகி மீண்டும் வந்து நியாயம் கேட்டதுபோல் இருந்தது.. ராமேஸ்வரத்திலிருந்து சாலமனின் பெற்றோரும் நிக்கோலஸ் பெற்றோரும் வந்து இறங்கினார்கள். சலேத் அம்மாள் சிலுவை மற்றும் ராமேஸ்வரத்தில் பாதிப்பேர் வந்தபின் அவர்கள் மொத்தமாக குவிந்து இருந்தார்கள் சந்தை ஆட்கள் பெரிய அளவில் அழுத கண்களோடு அங்கே இருந்தார்கள். நிக்கோலஸ் உடலை ராமேஸ்வரம் கொண்டு செல்ல வேண்டுமென்று நிக்கோலஸின் அண்ணன்கள் சொன்னார்கள்.

ஆனால் சந்தை ஆட்கள் எல்லாம் இல்லை அவர் எங்க ஊரு மாப்பிள்ளை அவருக்கு இங்க தான் இறுதி காரியங்கள் செய்ய வேண்டும் என கெஞ்சி மன்றாடி சந்தையின் பக்கத்திலேயே

இருக்கும் சுடுகாட்டில் இறுதி நல்லடக்கம் செய்யப்பட்டது. நிக்கோலஸ் இறுதி ஊர்வலம் சென்ற பொழுதுமழை வந்தது மழையோடு சேர்ந்து கிளை அழுதது; வேர் அழுதது; இலை அழுதது.

எல்லோரும் லட்சுமியையும், ரவியையும் தழுவிக்கொண்டு அழுதார்கள். என்ன ஆகப்போகிறது குழந்தைகளை நாங்கள் படித்து வைத்துக் கொள்கிறோம் எங்களோடு ஊருக்கு அழைத்துச் செல்லலாம் என நிக்கோலஸ் உறவினர்கள் சொன்னார்கள்.

சன்னாசி, ஞானதாஸ், மொக்கராசு, கனகா நாங்கள் இருக்கிறோம் பார்த்துக் கொள்வோம் என்று சொல்லி இராமேஸ்வர ஆட்களை வழி அனுப்பி வைத்தார்கள். இனி என்ன ஆகப்போகிறது வாழ்ந்து என்ன ஆகப்போகிறது என்ற சோகத்திலும், விரக்தியிலும் அழுது புரண்ட பொழுது, வீட்டுக்கு வந்த ஜெய்லர் ராமகிருஷ்ணன் நிக்கோலஸ் எழுதிய கடிதத்தைக் கொண்டு வந்து கொடுத்தார்.

பேச்சியம்மாள் அந்த கடிதத்தைப் படித்து படித்து வேதனையுற்றாள் விம்மினாள். அழுது புரண்டாள். புது உத்வேகம் பிறந்தவளாய் கரை தொட முடியாத படகு கலங்கரை விளக்கத்தைப் பார்த்ததுபோல இந்தக் கடிதம் அவள் வாழ்வதற்கான புது எழுச்சியைக் கொடுத்தது. வேறு ஏதேதோ முடிவெடுத்து விடலாமா... இவர்கள் சொல்வதுபோல் ராமேஸ்வரம் சென்று விடலாமா... இல்ல வேற ஏதாவது ஊருக்குச் செல்வோமா என்றெல்லாம் பல கணக்குப் போட்டுக் கொண்டிருந்த பேச்சியம்மாளுக்குப் புது வழி பிறந்தது.

சந்தையை எக்காரணம் கொண்டும் விட்டுவிடக்கூடாது. தன் கணவனைக் கொன்ற எதிரிகளின் எண்ணம் ஒருபொழுதும் ஈடு ஏறக்கூடாது. அவர்கள் நினைத்தபடி வெளியாட்கள் யாரும் சந்தைக்குள் வந்துவிடக் கூடாது என்பதெல்லாம் அவள் முடிவாக எடுத்துக்கொண்டு எழுந்தாள்.

காளிதாஸ், சாவித்திரி சொன்ன அந்தக் காப்பகத்திற்குச் சென்றான். அங்கே இருக்கும் பெண்மணி அகிலா அவர்கள்தான் அற்புதமான அந்த ஆதரவற்றோர் காப்பகத்தில் நிர்வாகித்து கொண்டிருக்கிறார். அங்கே சாவித்திரியின் மகனுடைய அடையாளத்தை எல்லாம் சொல்லி அவன் அம்மாவையும் சந்தித்ததையும் அவர்கள் இந்தக் குழந்தையைப் பார்த்து ஏதாவது உதவி செய்ய சொன்னார்கள். இந்தக் குழந்தைக்குத் தேவையான

பொருளுதவி மற்றும் எந்த ஒரு உதவியானாலும் என்னை நாடலாம்.

பள்ளிக்கூடத்தில் சேர்வதற்கு அவனுக்கு என்ன உதவி வேண்டுமோ அவற்றையெல்லாம் செய்யத் தயாராக இருக்கிறேன் என்று சொல்லி ஒரு தொகையைக் கொடுத்து விட்டு வந்தான். பரிவோடு அந்தக் குழந்தையை நல்லபடியாக நாங்கள் வளர்க்கிறோம். நீங்கள் அவ்வப்போது வந்து பார்த்து விட்டுச் செல்லுங்கள். ஏதாவது தேவை என்றால் உங்களை அழைக்கிறேன், என அகிலா சொன்னாள் அரவிந்தன் என்று பெயர் வைத்திருக்கிறார்கள்.

இந்தக் காப்பகத்தைச் சுற்றி பார்க்கலாமா என்று காளிதாஸ் கேட்டான். வாங்களேன் என்று சொல்லி அகிலா அழைத்துச் சென்றாள் அம்மா, அப்பா இல்லாத குழந்தைகள், அனாதைகள், கணவனால் கைவிடப்பட்டவர்கள். இளம் விதவைகள், வாழ்வில் யாருமற்ற எல்லோரும் அங்கே அடைக்கலமாகத் தஞ்சமடைந்தனர். ஒவ்வொருவருக்கும் ஒவ்வொரு கதை உண்டு.

வெளிநாட்டவர் செய்யும் உதவி இங்குள்ள பெரியவர்கள் செய்யும் உதவி அதுமட்டுமல்லாமல் தன்னலமில்லாத நிறைய புரவலர்கள், செய்கின்ற உதவியால் உறவினர்கள், குழந்தைகளைப் படிக்க வைக்கிறோம் வேலைவாய்ப்புக்கு உதவி செய்கிறோம். ஆதரவில்லாத பெண்களை யாராவது திருமணம் செய்துகொள்ள வந்தால் அவர்களுக்குத் திருமணம் செய்து வைக்கிறோம். சொன்னபோதுஅந்த அலுவலகத்தில் வெண்ணிலா அங்கு எல்லாவற்றையும் எடுத்து வைத்து அவர்களுக்குத் தேநீர் கொடுத்தாள்.

தேநீர் கொடுத்து விட்டு அந்த அறையை விட்டுச் சென்ற பின்பு எல்லாவற்றையும் பார்த்து முடித்த பெருமிதத்தில் காளிதாசனும், அகிலாவும் அந்த அறையில் அமர்ந்து இருந்தார்கள்; அங்கு வேறு யாரும் இல்லை. இப்பொழுது தேநீர் கொடுத்து சென்றாளே வெண்ணிலா, அவளும் இந்தக் காப்பகத்திற்கு வந்து சேர்ந்தாள்

நிறைய பேர் இங்க இருந்து நல்ல இடத்தில் திருமணம் முடித்து செல்கிறார்கள். இங்கு தகுந்த பாதுகாப்புடன் வழக்கறிஞர் வைத்து துரையிடம் விசாரித்து அதன் பிறகுதான் திருமணத்திற்கு ஒப்புதல் அளிக்கிறோம்; நம்மை நம்பி வந்த பெண்களுக்கு

எங்கேயும் தப்பு நடந்து விடக்கூடாது என்ற பொறுப்பும் நிதானமும் தான் காரணம் என்று அந்த காப்பகத்தின் நிர்வாகி பெண்மணி சொன்னபொழுது வெண்ணிலா அவன் மனதில் சட்டென்று வந்து போனாள். வெண்ணிலாவைக் காளிதாஸ் பார்க்கிறான் என்று தெரிந்து கொண்டார். அந்தப் பெண்மணி அம்மா, அப்பா இல்லாமல் இந்தக் காப்பகத்தில் வளர்ந்த பொண்ணு.

வெண்ணிலா நன்றாக படித்திருக்கிறாள். வேலை செய்து சேவை செய்து வாழ்க்கை வாழ்ந்து கொள்கிறேன். இங்கிருந்து போகமாட்டேன் என்று சொல்கிறார். நிறைய பேர் பொண்ணு கேட்டு வந்திருக்கிறார்கள். பெரிய பெரிய பணக்காரர்கள், படித்தவர்கள் பெரிய அதிகாரிகள் எத்தனை பேர் வந்தபோதும் நான் இந்த இடத்தை விட்டுப் போக மாட்டேன் என்று அடம் பிடிக்கிறாள் வெண்ணிலா.

வியாபாரம், தொழில், பெரிய ஆளாக வேண்டும் என்ற சிந்தனை அவனை ஒட்டிக் கொண்டு இருந்த காரணத்தினால் இதைப் பற்றியும் தன் வயதைப்பற்றியும் தன் வாலிபத்தைப் பற்றியும் தனக்கு ஒரு குடும்பமாக வேண்டும் என்பதைப் பற்றியும் அவன் கொஞ்சம் சிந்திக்கவே இல்லை. வெண்ணிலா என்ற பெண் கடந்து போன பொழுது அவன் மன குளத்தில் யாரோ கல் எறிந்தது போல இருந்தது. அவன் வானமெங்கும் மேகங்கள் வசந்தப் பாடலை இசைத்துக் கொண்டே செல்லத் தொடங்கின.

வாழ்க்கையின் தேடலில், வாழ்க்கையில் தீவிரத்தின் இளைப்பாற இடம் இல்லாமல் ஓடிக் கொண்டிருந்தவனுக்கு ஒரு நிழல் தங்கநிறத்தில் வெண்ணிலா வந்தா நன்றாக இருக்கும் என்று காளிதாஸ் நினைத்தான். முதல் சந்திப்பில் வேண்டாம், இன்னொரு சந்திப்பில் பேசிக் கொள்ளலாம் என்று நினைத்தான். ரவியும் லட்சுமியும், பள்ளியில் படிப்பதற்கு, ஸ்டெல்லாவும் ஞானதாஸ் உதவிசெய்து இங்கு படிக்கவைத்தார்கள்.

53

பேச்சியம்மாள், நிக்கோலஸ் எழுதிய கடிதத்தின்படி சந்தையில் மீண்டும் தன் வியாபாரத்தைத் தொடங்கினாள்.

சோப்பு விற்கும், சிவாவைநிக்கோலஸ் இருந்தகடையில் அமர்த்திதான் பார்த்த வேலையைப் பார்க்க வைத்தாள் இதற்கிடையில் தஞ்சை பார்த்திபன் மதுரை சந்தைக்கு வந்தான்.

எல்லா சூழ்நிலையும் கேள்விப்பட்டு மிகவும் வருந்தி வந்து பார்த்துட்டு போகலாம்னு வந்தேன். ஆனால் இங்கே தங்க வேண்டிய சூழ்நிலை உருவாகிவிட்டிய தங்கச்சி என்று பேச்சியம்மாள் கரம் பிடித்து அழுதபடியே சொல்லிவிட்டு குமார், துரை குடும்பத்தின் நிலையைப் பார்த்து மிகவும் வருந்தி அழுது இந்தச் செல்வம் காபி பாரில் மீண்டும் பார்த்திபன் வடைகளைப் போட்டு மக்களிடம் அழகாக, பேசி பணியினைத் தொடர்ந்தான்.

காலங்கள் உருண்டோடின. இரும்பு மனுஷியாக பேச்சியம்மாள் தனது வியாபார பலத்தினால் ஒரு நிலையான இடத்தைப் பெற்று எல்லோருக்கும் ஒரு வழிகாட்டியாகத் திகழ்ந்தாள். ராம் சேட் விஷவிருட்சமாய் வளர்ந்தான்.

தான் வேலை பார்த்த கடை முதலாளி சொந்த ஊருக்கு வட மாநிலத்திற்கு ஊருக்குச் சென்றிருந்த பொழுது மறைத்து வைத்திருந்த பல்வேறு ரகசிய பீரோக்களில் உள்ள பொருள்களை எல்லாம் மொத்தமாகக் கழற்றினான். எல்லாம் கணக்கில் வராத பணம். இவையெல்லாம் காணாமல் போய்விட்டது என்றும் திருடன் என்றும் அவர்கள் காவல்துறையில் போய் சொல்ல முடியாது என்பதைத் தெரிந்து கொண்டு ஒரு கணிசமான தொகையை அடித்தான் ராம் சேட்.

முதலாளி வந்து பார்த்தபொழுது மிகச்சரியாக திருடன் திருடிவிட்டதாக திரைக்கதையைச் செட் செய்து வைத்திருந்தார். அவன் ஏற்கெனவே அரசியல்வாதிகள் செல்வாவிடம் விவரத்தை எல்லாம் சொல்லி சந்தையில் கால் பதிப்பதற்குக் கொஞ்சம் பணம் தேவை நான் அந்த மாதிரி செஞ்சிட்டேன். நீங்க எனக்கு ஆபத்துனா உதவி செய்யணும் என்று அவன் சொன்னதைச் செல்வா

புரிந்துகொண்டு உதவுவதாகச் சொன்னான். அரசியல்வாதி செல்வாவும் ராம் சேட்டும் திட்டமிட்டபடி அந்தத் திருட்டு நாடகத்தை நடத்திய காரணத்தினால் பெருந்தொகை அவர்கள் கைமாறியது

இப்பொழுது எதுவும் செய்ய வேண்டாம் ஒரு ஆறு மாத காலம் செல்லட்டும் அதன்பின் எதையெல்லாம் நினைக்கிறாயோ அதை எல்லாம் செய்யலாம் என செல்வா கொடுத்த அறிவுரை ராம் சேட் கேட்டுக் கொண்டு சந்தைக்குள் தன் முதல் அடியைத் தொடங்க நினைத்தான். சிட்டுக்குருவி, செம்போத்து பறவை அரிவாள் வாத்து, ஊசிவால் வாத்து, வான்கோழி காடை, கௌதாரி, லவ்பேர்ட்ஸ், புறா என்று பறவைகளின் சரணாலயம் போல இறந்த சந்தையின் ஒரு பகுதி, இந்த பறவைகளை வாங்குவோர் அந்தப் பறவைகளுக்குக் கூண்டும் அங்கே இருக்கும்.

பறவைகளைப் பார்க்கவும், விற்கவும், வாங்கவும் எத்தனையோ பேர் வருகின்ற சந்தையில் பக்கத்து திருமண மண்டபத்தில் போடுகிறார். வெட்டினால் இந்தப் பறவைகள் துன்பப்பட்டு இறந்து போற சூழல் ஏற்பட்டது. தமது வேறுபட்ட ஒளிகளால் எல்லோரையும் இணைத்துக் கொண்டிருந்த பறவைகள் காணாமல் போனது. பாரம்பரிய சந்தையில் முதலில் காணாமல் போனது பறவைகள்தான். சோலை ராஜா சந்தைக்கு அருகிலே சலூன் கடை வைத்திருந்தான் சோலை சலூன் என்ற பெயர் வெளிநாட்டு ஸ்டைலில் எழுதப்பட்டிருக்கும்.

அவனிடத்தில் ஓசியில், அரசியல் பேசுவோரும், ஆளுங்கட்சி எதிர்க்கட்சியை விமர்சிப்பதும் இங்கு நடக்கும். எம்ஜிஆர் மறைந்து அதிமுகவில் குழப்பம் ஏற்பட்ட ஒரு காலகட்டம். அங்கே வருவோர் போவோர் எல்லாம் காரசாரமாக அரசியல் பேசிக் கொண்டு இருந்தக் காலத்தில், அவன் நெல் மண்டியில் சிந்திக்கிடந்த நெல்மணிகளைத் துரைக்கு ஒரு அட்டையில் வீடு மாதிரி செய்து வைத்திருப்பான்.

அதற்குள், குருவியும் மஞ்சள் செட்டும் வந்து சாப்பிட்டு செல்லும். இப்படி இந்த வெட்டும் சலூன் கடை, தேடியா பறவைகள் வருகிறது என சரவணன் ஆச்சரியமாய்க் கேட்டான் பறவைகள் ஒருபொழுதும் தங்கள் பழைய இடத்தை மறப்பதில்லை, பல்லாண்டு காலம் எங்கேயோ இருந்த பறவைகள் அந்த ஞாபகத்துல அடிக்கடி இங்கு வரும் அவர்களின் பசியைப்

போக்குவதற்கு இந்த நெல் மணிகளை தண்ணீரையும் வைத்திருப்பேன்.

என்னாலான சிறு விஷயம் இது. பள்ளிக்கூடமே செல்லாத சோலை ராஜாவின் காருணியம், இந்த வாயில்லா ஜீவனுக்கு வாய் நிறைய உணவு கொடுக்க வேண்டும் என்ற அவன் மனது எல்லோருக்கும் வாய்த்து விட்டால் அரசியலில் மக்கள் நலனைப் பற்றி எல்லோரும் யோசிப்பார்கள். லாரியில் உள்ள பேரிங் ரேடியேட்டர், இன்ஜின் உதிரி பாகங்கள் எல்லாம் பிரித்துப் போடும் கடையை ராம் சேட் சந்தையில் கடையை வாடகைக்குத் தொடங்கினான். ராம் சேட்டின் முதலாளி ஆச்சரியப்பட்டார். நம்மிடம் சின்னப்பையனாக டீ வாங்கித் தருபவனாக இருந்து தனியாக ஒரு கடை நடத்த முதலாளியாக மாறி விட்டான் என யோசித்தாலும் பின்னாளில் அவனை வாழ்த்தினார். கடை வைத்தது சிறு பகுதி என்றாலும் அவனுடைய லாரி சாமான்கள் சந்தையின் பெரும்பகுதியைச் சொல்லாமல் ஆக்கிரமித்தன.

54

தொழில் மாற்றம் தொண்ணூறுகளின் இறுதியில் ஏற்பட்டது வடநாட்டிலிருந்து அதிகப்படியான ஆட்கள் மதுரையில் வந்து தஞ்சம், புகுந்த காலம் அது. வடநாட்டில் இருந்து வரும் ஆசாமிகளுக்கு எல்லாம் இடம் பார்த்து கொடுத்து தொழில் தொடங்க வைத்து ஆட்களை அறிமுகப்படுத்திய வேலையை ராம் சேட் செய்துவைத்தான்.

உற்பத்தியாளர்களைக் குறைத்து, தொழில் நிறுவனங்கள் தொழிலாளர்கள் இவற்றையெல்லாம் அழித்து வாங்கும் ஆட்களாக மட்டுமே தமிழர்களை வைத்திருக்க வேண்டும் என்ற வடநாட்டு காரர்களின் ஆதிக்கச் சிந்தனை உலக அளவில் இந்தியர்களை அவ்வாறு வைத்திருக்கவேண்டும் என்று பெரும்பாலான வளரும், நாடுகளின் உடைய சிந்தனை அறிவு எத்தனையோ, தொழில்களை அறியச் செய்தது. ராம் சேட் வளர்ந்து வருவதற்கு மிகப்பெரிய உதவியாக இருந்தவர் சாமியார்.

சாமியார் குறி சொல்லி நிறைய பணம் கிடைத்து, அதை வைத்து அருள்வாக்கு சொல்லும் ஆளாக மாறிவிட்டான். அவரிடம் சேரும் பணங்களையெல்லாம் பெற்று அவருக்குப் பெரிய ஒரு இடம் வாடகைக்குப் பிடித்து பெரிய அளவில் விளம்பரம் செய்து அவரைக் கொண்டு வந்து அவர் மூலமாக பொருள் சேர்ப்பதற்கும், உதவியும் செய்து அவனும் பலன் அடைந்தான். சாமியாருக்குப் பின்பலமாக உருவாகி அவரை பெரிய ஆள் ஆக்கி விட்டான்.

ராம் சேட் உதவியுடன் வளர்ந்த சாமியார், பின்னாளில் ராம் சேட்டுக்கு பல உதவிகளைச் செய்தார். தனது கடையில் சாமியாரின் படத்தைப் பெரிதாகப் போட்டு அவரது அருளினால் வளர்ந்ததாக வெளியில் தெரிய வைத்தான். ராம் சேட் மஞ்சுநாத் அரசியல்வாதி செல்வா சாமியார் இவர்கள் எப்பொழுதாவது ரகசியமாகச் சந்திப்பது உண்டு. பகல் சந்திப்பின் பெரும்பகுதியை சந்தையை ஆக்கிரமிப்பதுபற்றி தான் பேச்சுகள் இருக்கும்.

ஸ்டெல்லா, ஹாஸ்பிடலில் இருந்து பணி முடிந்து வந்து பேச்சியம்மாள் குழந்தைகள் படிப்பதற்குப் பேருதவி செய்தார் ரவி கல்லூரியில் சேர்ந்து படித்துக் கொண்டிருந்தான். லட்சுமி மதிப்பெண் பெற்று பத்தாம் வகுப்பில் தேர்ச்சி அடைந்திருந்தாள். சிவா மீன் கடையில் கண்ணும் கருத்துமாக வியாபாரத்தைப் பெருக்கினான்.

மெல்ல மெல்ல சந்தையில் பாரம்பரியமான காய்கறி விற்பனை குறையத் தொடங்கியது. பழமையான காய்கறிகள், சத்தான காய்கறிகள் எல்லாம் இப்பொழுது வருவதில்லை. தொலைக்காட்சிகளில் மக்கள் எந்தக் காய்கறிகள் எந்த உணவுகளை சாப்பிடுகிறார்கள். அவைகள் மட்டும் தான் அதிகம் விற்பனையாகின்றன. அதை மட்டும் தான் மக்கள் கேட்டு வாங்குகிறார்கள். அதனால் மக்கள் வாங்குகிற காய்கறிகளை விற்கும் நிலையில் சந்தை மாறிவிட்டது. திட்டமிட்டு சந்தையில் இவற்றைத் தான் வியாபாரம் செய்ய வேண்டும் என்று தொலைக்காட்சி வழியே விளம்பரத்தைப் பெறுகிறார்கள் அதுமட்டுமல்லாமல் மருத்துவர்களும் இதைச் சாப்பிடுங்கள் என மருத்துவர்கள், ஆலோசனைச் சொல்லும்படி விற்பனை பிரதிநிதிகள். அங்கு ஓடியாடி நோயை உண்டாக்கும் காய்கறிகளைப் புதுமையாக வனப்பு மிகுந்த வண்ணத்தில் கவர்ச்சி மிகுந்த தன்மையில் அவற்றையெல்லாம் விற்பனை செய்யத் தொடங்கினார்கள்.

வயலட் கலர் முட்டைக்கோஸ், சிவப்பு கலர் முள்ளங்கி வடநாட்டிலிருந்து இறக்குமதி செய்யப்பட்ட வெங்காயம், விதையில்லா கத்தரிக்காய், விதையில்லா பாவக்காய், வெண்மையான பிளாஸ்டிக் காலிபிளவர் போன்றவையெல்லாம் சந்தையில் வரத் தொடங்கின.

மானூத்து விஜயாக கமிஷன் மண்டி பாலமுருகன் கண்களுக்குத் தப்பி நாட்டுக்கோழி வியாபாரத்தைச் சரியாக செய்து கொண்டிருந்தாள். அவ்வப்போது பாலமுருகன் வந்து ஜாடைமாடையாகப் பேசுவான்; இவன் பிடி கொடுக்க மாட்டாள். சிவா தனது மீன் கடை விற்பனையின் போது மொத்தமாக வரும் ஆர்டர்களை எல்லாம் சரியாகப் பிரித்து எடுத்துக் கொடுப்பான்.

யாராவது நாட்டுக்கோழி கேட்டால் மானூத்து விஜயாவிடம் அவனே நேரடியாகச் சென்று பேசி விற்பனை செய்து கொடுப்பான்

பெரிய கல்யாண ஆர்டர் வந்தது; அவர்களுக்குத் தேவையான நாட்டுக்கோழிகள் அப்புறம் வாங்கி கொடுக்கும் விதமாக விஜயாவிடம் நெருங்கிப் பழகும் வாய்ப்பு கிடைத்தது. ஊருக்குச் சென்று அவள் வீட்டுக்கே சென்று கோழிகளை மொத்தமாக வண்டியில் ஏற்றி எடுத்து அனுப்பி வைத்தான். மறைமுகமாக அவளை விரும்புவதாக சிவா சொல்லிப் பார்த்தால் அதற்கும் அவள் பிடி கொடுக்கவில்லை. ராம் சேட் மஞ்சுநாதன் உதவியுடன் கதையின் முக்கியப் பகுதியில் சின்டெக்ஸ் பேங்க் விற்கும் கடை ஒன்று தொடங்கினான்.

மக்கள் நடமாட்டம் கார் லாரி போகும் பகுதியாக மாறத் தொடங்கியது. சந்தை ஆட்கள் ஒன்று இதற்கு எதிர்ப்பு தெரிவித்து காவல்துறையில் புகார் அளிக்கலாம் என மொத்தமாகக் கூடிப்போய் சென்றார்கள். வியாபார புரியில் சாமியாடி, பெரியாள் ஒருத்தி ஆவேசம் கொண்டு சாமி வந்தவள் போல ஊருக்கு ஒரு தீமை ஏற்படுகிறது, வியாபாரபுரியில் மக்களெல்லாம் ஊரைவிட்டு போகப் போகிறார்கள் அவர்களை நீண்ட, நாள் சேமிப்பு நீண்ட நாள் யோசனை எல்லாம் அழியப் போகிறது என சொல்லிச் சென்றாள்.

ஊர் மக்களிடையே மிகுந்த கவலையும் கலக்கமும் ஏற்பட்டது. துணி சந்தை, மாட்டுச்சந்தை, ஆட்டுச் சந்தை, பூச்சந்தை, எல்லாவற்றிலும் அன்னியர்களின் தலையீடும் அந்நியர்களின் ஆதிக்கமும் இம்சையாக இருந்தபொழுது இந்த பாரம்பரிய சந்தையை நம்பிக் கொண்டிருந்த மக்களின் வாழ்க்கை என்ன ஆகும் என்று எல்லோருக்கும் கவலை இருந்தது.

செல்வா அரசியலில் பெரிய செல்வாக்குப் பெற்றவனாக வளர்ந்து வருகிறான்மிகப்பெரிய பாலம் கட்டுகிற காண்டிராக்ட்அவன் கைக்கு வருகிறது. அந்தப் பாலம் மட்டும் சந்தைக்கு குறுக்கே கட்டிவிட்டால் பெரிய அளவில் லாபம் கிடைக்கும்.

மேலும் அவர் நீண்ட நாள் கனவு நிறைவேறியதன் காரணமாக சொல்லி பாரம்பரிய சந்தையை ஊருக்குத் தள்ளி வெளியே ஆள் நடமாட்டம் இல்லாத பகுதிக்கு அனுப்பி வைத்துவிட்டு, இந்த பாரம்பரிய சந்தைப் பகுதியில் மிகப் பெரிய தொழில் நிறுவனங்கள் கட்டிவிடலாம் என்ற அவன் எண்ணம் வேரோடு உருவாகி கருவானது.

55

காளிதாஸ் அந்தக் காப்பகத்திற்கு மீண்டும் சென்றான் அங்கே உள்ள நிர்வாக மேலாளர் அனிதாவைச் சந்தித்துவெண்ணிலாவைப் பார்க்கவேண்டும் வெண்ணிலா மேடம் பேச வேண்டும் என கேட்டான்.

வெண்ணிலா அதற்கு சம்மதிப்பாளா தெரியவில்லை நான் கேட்டுப் பார்க்கிறேன், அவள் சம்மதித்தால் நீங்கள் பேசலாம் என்று சொல்லி அனிதா நிலாவை வர வைத்தாள்.

இன்னும் கொஞ்சம் அந்த அறையில் இருங்கள் நான் பேசிவிட்டு உங்களை அழைக்கிறேன் நான் சொன்னதும் காளிதாஸ் பக்கத்து அறைக்குச் சென்றான்.

நிலா வந்ததும் அகிலாவைப் பார்த்தாள். வெண்ணிலா உன்னைப் பார்ப்பதற்குக் காளிதாசன் என்பவர் வந்திருக்கிறார் நல்ல தொழிலதிபர் கஷ்டப்பட்டு வாழ்க்கையில் முன்னேறியவர் போன முறை, வந்து சென்றதும் அவருடைய தகவல்களை வைத்து நான் தனியார் டிடெக்டிவ், ஏஜென்சிமூலம் அவரைப் பற்றி விசாரிக்கச் சொன்னேன்.

அவர்கள் நல்ல விதமாகத்தான் அவரைப்பற்றிய ரிப்போர்ட் கொடுத்திருக்கிறார்கள். இருந்தாலும் பார்த்துக் கொள் என்று அந்த ரிப்போர்ட் பைலை எடுத்து அவளிடம் கொடுத்தாள்.

சரி இதெல்லாம் எதற்கு மேடம் எங்கிட்ட சொல்றீங்க. வெள்ளந்தியாய் வெண்ணிலா கேட்டாள். உன்னைத் திருமணம் செய்து கொள்ள ஆசைப்படுகிறார். நேரடியாக என்னை முன்பே கேட்டு விட்டார். நான்தான் அவர் அதில் உறுதியாக இருக்கிறாரா நல்லவரா என யோசித்துப் பார்க்க ஆறு மாதம் எடுத்துக் கொண்டேன். நல்லவராக இருக்கிறார்.

திருமணம் முடிப்பதில் உறுதியாகவும், இருக்கிறார். உனக்கு பொருத்தமானவராக இருப்பார். நீ என்ன சொல்ற? அவனை வரச்சொல்லி பேசி பாக்குறியா. எனக்கு யோசனையா இருக்கு. என்னால் தெளிவான முடிவு எடுக்க முடியல. சரியா வருமான்னு தெரியல நீங்க சொன்னதுக்காக அவர்கிட்ட பேசுகிறேன்.

தயக்கத்துடன் வெண்ணிலா சொன்னாள். அடுத்த அறையிலிருந்து காளிதாஸை வரச்சொல்லி இருவரும் அந்த வளாகத்தில் உள்ள பூங்காவில் அமர்ந்து பேசி வருமாறு அனிதா சொல்லி அனுப்பி வைத்தாள். இருவரும் அந்தப் பூங்காவில் உள்ள மர பெஞ்சில் அமர்ந்து பேசத் தொடங்கும் முன்பு அனிதாவின் உதவியாளர் தேநீர் கொண்டு வந்து கொடுத்தாள்.

இதை எடுத்து வெண்ணிலா, காளிதாசனுக்குக் கொடுத்தாள். ஐந்து நிமிட யோசனைக்கு பிறகு பெருமூச்சு விட்டு வாழ்க்கையில் பல சிரமங்களைத் தாண்டி உழைத்து முன்னேறி தகுதியான இடத்திற்கு வந்திருக்கிறேன்.

முன்னேற ஒரு பக்கம்; ஓடிக் கொண்டு இருந்தாலும் சில சேவைகளை மனிதத் தன்மையோடு செய்ய வேண்டும் என்ற எண்ணம் உங்களுக்குள் இருந்தது. சாவித்ரியக்கா இந்தக் காப்பகத்தில் உள்ள மக்களையும் அவர்கள் வாழ்க்கை முறையில் நடைபெறும் செய்திகளைச் சொன்னவுடன் உடனே காண வேண்டும் என இங்கு வந்தேன் அனிதா தங்களைப் பற்றி எல்லாம் சொன்னார்.

அப்போது நான் திருமணம் செய்தால் இந்தக் காப்பகத்தில் யாரோ ஒரு பெண்ணைத்தான் திருமணம் செய்வேன் என முடிவெடுத்து என் பெற்றோரிடம் சம்மதம் வாங்கிவிட்டேன். நான் மற்ற விஷயங்களைப் பார்த்து யோசிச்சு செய்யலாம் என்று நினைக்கும் பொழுதே அலுவலகத்தில் உன்னைப் பார்த்துவிட்டேன்.

என் மனது என்னிடம் இல்லை. இதை நான் யாரிடமும் சொல்லவும் இல்லை. காலம் கனியட்டும் எனக் காத்திருந்தேன்; காதல் பூ பூக்கட்டும் வழிமேல் விழி வைத்து ஆவலோடு காத்திருந்தேன். காலம் கனிந்தது, பழம் நழுவி பாலில் விழுந்த உணர்வு, அது நழுவி என் வாயில் விழுந்ததை போன்ற உணர்வு உன்னை சந்தித்தது என்றான்.

இதுவரை காப்பகம் தான் எனக்கு சொர்க்கம் என்று நினைத்திருந்தேன் பெற்றோரைப் பார்த்ததில்லை. என் படிப்பும் அறிவும் என் அன்பும் இந்தக் காப்பகத்தில் பிறந்தது. வேற எந்த உணர்வும் எனக்கு இல்லாமல் 25 ஆண்டுகளைக் கடந்து வந்தேன்.. நீங்கள் வந்த அன்று காற்று பலமாக வீசியது. மரத்திலிருந்து சில சரக் கொன்றை மலர்கள் என் தலையில் உதிர்ந்தன. அதை இறைவனின் ஆசீர்வாதமாக நினைத்தேன்.

எனக்கு அது பெரிதாகத் தெரியவில்லை. நான்கு மாதம் கழித்து அனிதா மேடம் அவர்கள் உங்களைப் பற்றி சொன்ன பொழுது கோயில் மணி ஒலித்தது. தூரத்தில் இருந்து ஒரு குயில் கூவுவது கேட்டுக் கொண்டிருந்தது. அதுவும் எனக்கான வாழ்த்தாக நினைத்தேன். இப்பொழுதும் நான் எடுத்த முடிவு சரிதானா என்று ஒரு நிமிடம் யோசிக்கிறேன். ஏனென்றால் சேவையே வாழ்க்கையாக பழக்கப்பட்ட இந்த இடத்தில் குடும்ப உறவுகள் எனக்கு ஒத்து வருமா என்று மனம் கேட்டுக் கொண்டே இருக்கிறது.

ஆனாலும் நீங்களும் சேவை மனப்பான்மையில் இருப்பதால் எனக்குக் கூடுதல் மகிழ்ச்சி, அந்த வாழ்க்கையில் இதயம்போல இருந்தால் எந்தவிதமான குழப்பத்திற்கு முடிவில்லை என இப்பொழுது முடிவெடுத்துவிட்டேன்.

மேற்கே காற்று பலமாக அடித்தது; சங்குபுஷ்பம் மலர்கள் அவர்கள் இருவரையும் ஆசீர்வதித்தன. இருவரும் கரம் கோர்த்து நடந்து வந்தனர். இடையில் காற்று தடையாக இருந்தது. மெல்ல ஒரு தூரல் குடையை மீறி வரும் அடைமழை, குளிர்காற்று மழை இறுக்கமாக அடித்தது.

வசந்தம் வாசல் தேடி வந்தது. அது வைகறை விடியல் பாடலுக்கு வாழ்த்துச் சொன்னது. ஆயிரமாயிரம் மழை மேகங்கள் ஒன்றுதிரண்டு பூ மழை பொழிந்தது. நல்லாத்தான் பேசுற பார்வைதான் ஆயிரம் பேசுது என்று நினைத்தால், உன் பேச்சும், ஆயிரம் கதை சொல்கிறது. என்னை உனக்குள் சிறை வைத்தாய், ஆயுள் கைதியாய் மாற்றிவிட்டாய்.

இப்படி எல்லாம் பேச வருமா என எனக்கே தெரியவில்லை. என்னைக் கவிஞன் ஆக்கினாய். காளிதாஸ் தன் வாழ்க்கைப் பயணம் குறித்தும் இதுவரை தான் எப்படி இருந்தேன் என்பது குறித்தும் இனி தான் எப்படி நமது வாழ்க்கை இருக்கப் போகிறது கருத்துகளைப் பல்வேறு சிந்தனைகளை அவன் சொல்லி வந்தான்.

நாம் சம்பாதிப்பதில் ஒருபகுதி இந்த மாதிரி காப்பகங்கள் வளர்வதற்கு நாம் உதவி செய்ய வேண்டும். அதனைப் போல நீ விரும்பினால் வேலைக்குச் செல்லலாம். அந்தத் தொகையும் காப்பகத்தில் கொடுக்கலாம் என்று நினைக்கிறேன் என்று சொல்லப்படுகிற அவளின் உள்ளம் பூரித்தது. கள்ளமில்லா வெள்ளை உள்ளம் கொண்டஇவர் தனக்குக் கணவனாக வாய்க்கப்

போகிறார் என்ற மகிழ்ச்சியில் அவள் அனிதா மேடத்திடம் ஆசி பெற்றாள்.

சீக்கிரமே ஒரு நல்ல நாளில் எல்லோரும் விரும்பும் வகையில் உங்களது திருமணத்தையும் நடத்தி வைக்கிறேன் என்று சொன்னாள். அதுவரை நீங்கள் இங்கேதான் இருக்க வேண்டும். வெண்ணிலா என்னை நீங்கள் என்று சொல்கிறீர்கள் என்று செல்லமாகக் கோபித்துக் கொண்டாள் வெண்ணிலா. திருமதி வெண்ணிலா ஆகப் போகிறீர்கள் அதனால்தான் அவ்வாறு சொன்னேன் என்று அவளும் சிரித்தாள்.

காளிதாஸ் விருப்பமின்றி விடைபெற்றுச் சென்றான். சந்தையில் விசாலம் வருகின்ற பகுதி மட்டும் காலியாக இருந்தது. இன்று விசாலம் வரவில்லை; ஏன் என விசாரித்தாள் பேச்சியம்மாள். தற்கொலை செய்து கொண்டாள் என்ற செய்தி வந்தது.

கடன் தொகை அதிகம் வந்த காரணத்தினால் கடனைக் கேட்டு வீட்டில் வந்து பேசிய பேச்சு பிரச்சனையைக் கிளப்பியது தன்மானத்தை எடுத்தது. ரோஷம் அதிகமாகி வார்த்தையும் கடுமையான காரணத்தினால் கடனைக் கட்ட முடியாதபடி அடிக்கடி வந்து தொல்லை கொள்வார்களோ... வாழ்க்கை இவ்வளவு மோசமாகப" போய் விடுமோ... என நினைத்து தூக்குப் போட்டுக் கொண்டாள்.

இதனைப் போல சந்தையில் பலர் கந்து வட்டியில் மாட்டிக் கொண்டு கடன் கட்ட முடியாமல் தங்கள் உயிரை மாய்த்துக் கொள்ளும் நிகழ்வு தொடர்கிறது என்று யோசித்துப் பேச்சியம்மாள் மகளிர் குழுவை ஏற்படுத்தி அந்தக் குழுவின் மூலமாக அரசிடமிருந்து உதவித் தொகை பெற்று கடன் வாங்கி எல்லோருக்கும் கடன் கொடுப்பதற்கான ஏற்பாடுகளைச் செய்யத் தொடங்கினாள்.

56

ராசாத்தி, பாண்டி, மீனா, கனகா, ஸ்டெல்லா, பொன்னம்மா, மங்கம்மா எல்லோரும் ஆளுக்கு கொஞ்சம் பணம் போட்டு ஒரு குழுவை ஏற்படுத்தி பணத்தைப் பகிர்ந்து கொண்டு குறைந்த வட்டியில் கடனைப் பகிர்ந்து கொண்டார்கள். மஞ்சுநாத் இந்த குழுவைப் பற்றி தெரிந்து கொண்டு கடன் வாங்குவோர் எண்ணிக்கை குறைந்து விடுமே என அதில் சூழ்ச்சி செய்ய நினைத்தான். தஞ்சை பார்த்திபனும் அவன் உதவியாளன் முருகானந்தமும் அந்த டீக்கடையில் சுவையான பலகாரங்களும் தேநீரும் கொடுத்து, மீண்டும் வியாபாரத்தைப் பெருக்கினர்.

அவனும் தஞ்சை பார்த்திபன் இருவரும் பேசிக் கொள்வது ஒரே காமெடியாக இருக்கும். அத்துடன் ஒன்றைச் சொல்ல அவன் உதவியாளன் முருகானந்தம் ஒன்றைப் புரிந்துகொள்ள பார்த்திபன் கோபப்பட்டு அவனை அடிக்க ஒருமுறை அவன் பக்கத்தில் கடைக்காரனிடம் செய்முறைக்குப் பணம் வாங்கி வா எனச் சொல்லிவிட முருகானந்தம் செய்வினைக்கு பணம் வாங்கிவா என்று கேட்டுவிட்டான். சரி இறக்கும்போது ஏலம் போட்டு இறக்கினால் என்று அவன் சொல்ல இவன் கேசரி ஒருதரம், கேசரி இரண்டு தரம், கேசரி மூன்றுதரம் என்று கத்த கடுப்பாகிப் போன தஞ்சை பார்த்திபன் அவனை நையப் புடைத்தான். கடைக்கு வழக்கமான பால் கொடுக்கும் அலமேலு பால்காரியிடம் ஆடையில்லாத பால் வேண்டும் என்று சொல்ல இவன் முருகானந்தம் பால் எடுத்துக்கிட்டு ஆடையில்லாமல் வாங்க எனச் சொல்லிவிட்டான்.

ஒவ்வொருநாளும் அவனோடு பார்த்திபன் வேலை பார்ப்பது மற்றவர்களுக்கு மகிழ்ச்சியான கேலிக்கூத்தாக இருக்கும். ஒருநாள் பார்த்திபனின் அடி தாங்காமல் முருகானந்தம் கடையை விட்டு ஓடிவிட்டான். பார்த்திபன் பேருந்து நிலையத்திற்குச் சென்று அவனை மீண்டும் அழைத்து வந்தான்.

ஏனென்றால் அவன் செய்யும் செயல்கள் சில நேரம் நகைச்சுவை ஏற்படுத்தும் சில நேரம் கோபத்தை ஏற்படுத்தும். ஆனாலும் அவனைப்போல தண்ணிக்குடம் அடிக்க முடியாது; அடி பம்பில்

அசராமல் நூறு குடம் தண்ணி அடிப்பான். உட்கார்ந்த இடத்தில் ஒரு மூட்டை வெங்காயத்தை உரித்து எழுவான்.

சம்பளம் எவ்வளவு கொடுத்தாலும் வாங்கிக்கொள்வான் அதிகம் கேட்க மாட்டான் அவனுக்கு என்று யாருமில்லை. நம்பி வந்தவன் இதனால் அவன் மேல் பாசம் இருக்கும். பார்த்திபனுக்கு ஆனாலும் என்ன புரிதல்தான் குறைவாக இருக்கிறது. அடிக்கடி சண்டை போட்டுக் கொண்டே இருப்பார்கள். உனக்குப் பொண்ணு பாத்து இருக்கேன், சீக்கிரம் கல்யாணம் வாடா என்று பொய் சொல்லி தான் பார்த்திபன் அவனைக் கூட்டிட்டு வந்தான்.

கடைக்கு, வந்ததும் அவன் அதைப் பற்றி யோசிக்காமல் வேலை பார்த்துக் கொண்டிருந்தான். ஒருவரிடம் இதைப்பற்றி சொல்லும் பொழுது அவன் தான் கேட்டான் எங்கடா பொண்ணு அப்படின்னு கேக்க வேண்டியதுதானே முருகானந்தம்.

வெட்கப்பட்டு சிரிப்பான். பொண்ணு லண்டனில் இப்பத்தான் விமானம் ஏறி இருக்கு. நாளை காலைல வந்து இறங்கியதும், கல்யாணம் தான்.

அவன் அடக்கமுடியாமல் சிரித்தான் அவனைப் பார்த்து இவன் சொன்னான். ரொம்பத்தான் பண்ணாதீங்க நீங்க பொண்ணு பார்த்து கல்யாணம் பண்ணி இருந்தா உங்களுக்கு உதவியா நாங்க இருப்போமா? நீங்க ஒரு கட்ட, நான் ஒரு கட்ட இரண்டும் தனி கட்ட. சாக்கடைக்குப் போக்கிடம் ஏது? ஆனா நீங்க பல பொய்யைச் சொன்னாலும் உங்க பின்னாடியே நாய் மாதிரி திரிகிறோம். ஓரளவு தான் பொறுமையா இருப்பேன். எல்லை மீறினால் தாங்காது ஆமா சொல்லிப்புட்டேன்.

57

அரசியலில் அடுத்த கட்ட நகர்வுக்கு பணம் தேவையாக இருந்தது அந்தப் பணத்தை கைப்பற்றுவதற்குக் காய்கறி சந்தை பூச்சந்தை, மீன் சந்தை, ஆட்டு சந்தை, மாட்டு சந்தை ஆகிய ஐந்து சந்தைக்கும் மொத்த இடத்தையும் கைப்பற்றி அங்கே ஷாப்பிங் மால் உருவாக்க வடநாட்டு சேட் காரனுக்கு விட்டுக் கொடுத்தால் ஒரு பெரும் தொகை மாறுபடும். மஞ்சுநாதன், ராம் சேட் ஆகியோர் சேர்ந்து செல்வாவைத் தொடர்பு கொண்டு, மூவரும் ஒரு தனியான இடத்தில் சந்தித்துப் பேசினர். இதில் அவ்வப்போது சாமியாரும், சேர்ந்து கொண்டார் சாமியார் குறி சொல்வது போல நாட்களுக்கு வியாபாரம் சரியாக நடக்காது. அவர்கள் இங்கிருந்து செல்ல வேண்டும் எனக்கூறினார். ஒரு பக்கம் சாமியார் சொல்லும் கதையை நம்பி பல பேர் சந்தை வருவதை குறைத்துக் கொண்டார்கள். இன்னொருபுறம் செல்வாவின் ஆட்கள் உள்ளே புகுந்து ஆங்காங்கே டீக்கடைகளில் சந்தைக்கு உள்ளே இங்க பெரிய பெரியவீடுகள் கடைகள் எல்லாம் வரப்போகிறது, அதனால் அதிக முதலீடு செய்ய வேண்டாம் என்று பரப்பி விட்டார்கள்.

இன்னொருபுறம் கமிஷன் மண்டியில் நல்லகாய்கறிகளை வரத்து குறைய வைத்து எடை உள்ள காய்களை அதிகமாக வாங்க வைத்து தொழிலில் ஆர்வமில்லாமல் நஷ்டம் ஏற்படும்படி செய்து அவர்களாகவே தொழிலை விட்டுப் போகும் சூழ்நிலையை ஏற்படுத்திக் கொண்டிருந்தார்கள். இன்னொருபுறம் மாறி மாறி சாலையைத் தோண்ட வைத்து குழி ஏற்படுத்தி மக்கள் வருவதற்குத் தடை ஏற்படுத்தும் பணிகளைச் செய்தார்கள்.

இப்படி பல வகைகளில் சந்தையைக் காலி செய்வதற்கான வேலைகள் தொடர்ந்து செயல்படுத்திக் கொண்டிருந்தார்கள் செல்வாவும் மஞ்சுநாதனும் சாமியாரும் ராம் சேட்டும். முள்ளங்கி நூல் கோல் போன்ற காய்கறிகள் எல்லாம் விளைய வைத்து அவற்றை கிராமத்திலிருந்து வாடகை வண்டி பிடித்து மொத்தமாக சாக்குகளில் ஏற்றிக் கொண்டு வந்தார் குமாரசாமி.

அடிமாட்டு விலைக்குக் கேட்டு அவர் உற்பத்தி செய்த செலவை விட, பல மடங்கு குறைவாக அவர் பொருளைக் கேட்டு அந்த கமிஷன் மண்டிக்காரர்கள் அவரைத் துன்புறுத்தினார்கள். மனசு வெறுத்துப் போன குமாரசாமி ஐயா கொஞ்சமாவது நியாயத்துடன் விலை வையுங்க நான் 45 நாட்களாக செய்து வந்து செய்த செலவுக்கும் நீங்க கேட்கிற காசு உரம் வாங்கிய கடன் ஆட்களுக்கு கொடுத்த கூலி போக்குவரத்து செலவு. எதுக்குமே கட்டுப்படியாகாது இப்படியே பண்ணினா ஒரு காலத்தில் விவசாயமே இல்லாமல் போகுமே விவசாயத்தில் அடிக்காதீங்க... என கதறினார் குமாரசாமி.

கூட வந்த குகன் வாழ்க்கையில் எதை இழந்தாலும் நிதானத்தை இழந்து விடாதே, வாழ்க்கையில் நீ சம்பாதிக்கவேண்டியதுபொறுமை மட்டும் தான். குமாரசாமி குகனைப் பார்த்து என்ன மாமா நீங்க இப்படி பேசுறீங்க. கொடுக்கிற காசை வச்சு என்ன மாமா செய்ய முடியும்? எவ்வளவுதான் கடன் கட்டுவது? எவ்வளவுதான் வட்டி தான் யார் யாருக்கு பதில் சொல்வது? ஆனாலும் பரவாயில்லை? நான் இந்த பாடுபட்டு உழைத்து என் நிலத்தில் இருந்து உருவானது நான் சொல்ற விலைக்கு வாங்கிக் கொடுத்தா கொடுப்பேன். இல்லாட்டி இப்படியே போட்டு போனாலும் போயிடுவேன் பரவாயில்லை.

டே குமாரசாமி... அப்படியெல்லாம் மனசு உடைஞ்சுராத நான் இன்னொரு பக்கத்துக்கு மண்டியில பேசுறேன். அவர்கள் எப்படியும் நான் செலவழித்த காசைவிட கொஞ்சம் கூட கொடுப்பாங்க கவலையை விடு நான் பேசுறேன். பொறுமையா இரு. குகன் பக்கத்து மண்டியில் சென்று தன்னுடைய காய்கறிகள் எல்லாம் தரமானவை வடநாட்டில் இருந்து வந்தவை என்றெல்லாம் கூட கூடுதலாக சொல்லி எப்படியோ அரும்பாடுபட்டு அவற்றை விற்று விட்டான். இந்தச் சந்தைக்கு எப்படி வருவேன்? இனி நான் எப்படி காய்கறிகளை விளைச்சல் செய்வேன்? என்ற குமாரசாமி அழுதுகொண்டே அந்த பணப்பையை வாங்கிக் கொண்டு பேருந்து நிலையம் நோக்கி சென்றான். குகன், "லே குமாரசாமி வாடா 2 இட்லி சாப்பிட்டுட்டு பஸ் ஏறுவோம். ஒண்ணுமே சாப்பிடலை, இப்படியே போனா மயக்கம் வந்துடும்."

பேச்சியம்மாள் மகன் ரவி கல்லூரி படிப்பு முடித்துவிட்டான். அவனுக்குப் பெங்களூரில் வேலை கிடைத்தது. போகலாமா வேண்டாமா என ஒரே யோசனை. பெற்று வளர்த்த அம்மாவை

விட்டுவிட்டு, தான் ஓடியாடி விளையாடும் சந்தையை விட்டுவிட்டு எங்கே செல்வது அவன் மனம் அங்கேயே இருந்தது. எல்லோரும் அவனை வெளியில் போ... நீ சம்பாதிக்கணும் என்றெல்லாம் சொன்னார்கள். பேச்சியம்மா, தங்கை லட்சுமி இவர்களையெல்லாம் விட்டுவிட்டு எப்படி செல்வது அவன் தீவிரமாக யோசித்தான்? இங்கேயே எதுனா வேலை பார்க்கலாம் என்று தஞ்சை பார்த்திபனும் சொன்னான்.

ரவியின் நண்பர்கள் மற்றும் பேச்சியம்மாளின் தோழிகள் எப்படியாவது அவன் சந்தையை விட்டு, இந்த ஊரை விட்டு வெளி மாநிலம் சென்று நன்கு சம்பாதிக்க முடியும் என்று சொல்லி அறிவுறுத்தினார்கள். அவன் கொஞ்ச நாள் சந்தையில் இருந்து விட்டுப் போகலாம் என்று சந்தையப் பார்க்க வந்தான். நீண்ட நாட்களுக்கு பிறகு சந்தைக்கு வந்து பார்த்த அவனுக்கு அதிர்ச்சி காத்திருந்தது. பழைய மாதிரி சந்தை இப்பொழுது இல்லை.

பள்ளிப்படிப்பு, கல்லூரிப் படிப்பு என்று இருந்த காரணத்தினால் சரிவர சந்தையை பெரும்பாலும் பார்த்ததில்லை. என்ன காரணம் யார் காரணம், எது காரணம் என பல கேள்விகளைக் கேட்ட பொழுது, அவர்கள் பதிலில் அவனை மிகவும் வெறுப்பேற்றியது ராம் சேட்டின் பிரச்சனைகள் தான். ரவி நேராக ராம் சேட்டின் வீட்டுக்குப் போனான். அரசியல்வாதி செல்வா படமும் சாமியாரின் படமும் எல்லா படமும் இருந்தது. ஹாலில் அமரச் சொன்னார்கள்.

நான் ரவி வந்து இருக்கேன்னு சொல்றா அவனுக்குத் தெரியும். வெளிய முதலாளியை அவன் என்று சொல்வது யார் இவன் என்று எல்லோரும் வெறித்துப் பார்த்தார்கள். ரவியை மேல் மாடிக்கு அழைத்துச் சொன்னான் ராம் சேட்.

மேல் மாடியில், பெரிய ஹால் பிரமாண்டமான அசுரத்தனமான வளர்ச்சியில் பார்த்து பிரமித்துப் போனான் ரவி. படிப்பிலே தன் பாதி காலங்கள் போனதால் இவன் இப்படி வளர்ந்து இருப்பான் என்று அவன் கொஞ்சமும் எதிர்பார்க்கவில்லை.

ரவியும், ராம் சேட்டும் சந்தித்துக் கொள்ளும் காட்சியை நீண்ட ஆண்டுகளுக்குப் பிறகு ஒன்றாய்ப் பிறந்தவர்கள் ஒன்றாக விளையாடியவர்கள் ஒன்றாக திரிந்தவர்கள் இன்று எதிர் துருவத்தில். என்னப்பா ரவி எப்படி இருக்க என்ன விஷயமா வந்த?

எதனா உதவி வேணுமா? டேய் ராம் சேட் என் பேர கூட ஞாபகம் வச்சு இருக்க. அதெல்லாம் இன்னும் உன் மனசுல ஞாபகம் இருக்கா? முக்கியமான மீட்டிங் போயிட்டு இருக்கேன். என்ன உதவி வேணுமா, எதும் டொனேஷன் வேணுமா?

டேய் ராம் சேட் உனக்கெல்லாம் மறந்து போச்சாடா உங்க அப்பா எப்படி இந்த ஊருக்கு வந்தாரு... எப்படி இடம் புடிச்சாரு. இங்கே எப்படி நீ பொறந்த, எல்லாத்தையும் மறந்த உனக்கு வாழ்க்கை ஒரு கேடா எதுக்கு ரவி பழைய கதையெல்லாம் கிளறிவிட்டு பழசெல்லாம் குப்பையில் போடணும். புதுசு புதுசா நாட்கள் வாழ்க்கை உருவாகிக் கொண்டிருக்கிறது. ரொம்ப புதுமையா இந்த உலகத்தை மாத்தணும். நமக்கு கிடைத்த எல்லாம் பெருசா மாத்தணும். அதுக்காக நான் ஓடிக் கொண்டு இருக்கிறேன்.

புல்லட் ரயில், மாதிரி இடையில யாராவது குறுக்கே வந்தா, அவங்க என்ன ஆவாங்கன்னு நீ படிச்சவன் உனக்கு புரியும். உனக்கு ஏதாவது வேணும்னா வாங்கி இதுல தலையிடாமல் நீ ஒதுங்கி நிற்க, பழைய அன்புடன் கேட்டுக் கொள்கிறேன். நீ ஒதுங்கிப் போனால் உடம்பும், உசுரும் பத்திரமா இருக்கும். இறங்கி வந்தா காணாம போயிருவே. ஆத்திரத்தில் அங்கே போட்டிருந்த நாற்காலியைத் தூக்கி அவன் முகத்தில் வீசினான் ரவி. ஒதுங்கிக் கொண்டான் ராம் சேட். டேய் எங்கிருந்தோ வந்து எங்க உரிமையைப் பறிக்க துடிக்கிற உனக்கு இவ்வளவு திமிர் இருந்துச்சுன்னா இந்த இடத்திலேயே பிறந்து இங்கேயே வாழ்ந்து எங்களுக்கு எவ்வளவு திமிர் இருக்கும் பாத்துக்கலாம்.

உன்னையும் உன் கூட சேர்ந்த ஆட்களையும் இந்த சந்தையை விட்டு கிளப்பாமல் நான் இங்கிருந்து போகமாட்டேன். அதற்குள் ராம் சேட்டின் ஆட்கள் ரவியைப் பிடித்து இழுத்து வெளியே தள்ளிவிட்டார்கள் சாக்கடையில் தள்ளிவிட முயற்சி செய்தார்கள் அந்த நேரம் பார்த்து தஞ்சை பார்த்திபன் அங்கு வந்தான். “டேய் ரவி நீ யார்கிட்ட மோதிப் பார்க்கிற தெரியுமாடா அவன் எவ்வளவு பெரிய ஆளாக வளர்ந்து நிற்கிறான் தெரியுமாடா நீ பழைய ராம் சேட்ன்னு நினச்சிட்டு இருக்கியா...”

என்ன மாமா, நீங்களும் அவனைப்போல பூச்சாண்டி காட்டி பயமுறுத்துறிங்களா... என்ன பெரிய இவனா, அவன் ஒன்னும் இல்லாம இந்த ஊருக்குள்ள வந்தவன். மாமா. உழைக்க வழி தெரியாமல் நடுரோட்டில் கிடந்தவன தத்தெடுத்து அவன்

குடும்பத்தையே ஆதரவு கொடுத்தது, அவங்க இந்தச் சந்தைக்கு உள்ள கால் வைக்கிறதுக்கு எங்க அப்பா, தாத்தாதான் காரணம்.

"ஏய் நான் சொல்றதை நீ புரிஞ்சுக்க மாட்டியா? அரசியல் செல்வாக்கு, ஆன்மீக சாமியார் செல்வாக்கு, கந்துவட்டி, மஞ்சுநாத் செல்வாக்கு மூன்று பேரும் முக்கோணமாக வளர்ந்து நிற்கிறான். இந்தப் பக்கம் போனால் முட்டிக்கும், எந்தப் பக்கம் போனாலும் மோதிக்கும்"

"பாறையிலே, மோதின சிதறு தேங்காய் மாதிரி போயிருவ எதுக்குடா வம்பு படிச்சபுள்ள நீயே நல்ல இடத்துல உத்தியோகம் பார்த்து பொழைக்கிற வழிய பாருடா. இவன் கூடலாம் போய் மோதி கிட்டு" அப்படி இல்ல மாமா இது நம்ம வாழ்க்கை, நம்ம உரிமை. கண்டவன் எல்லாம் உள்ள வந்து நம்மள பத்தி விட்டுட்டுபோனா நாம எங்க போறது மாமா? அதற்குத் தீர்வு இதில்ல. அறிவாளியின் திறமை என்ன செய்யுமோ அதை செய். அதை விட்டுட்டு அவனைப் போல நீயும் அடியாள் மாதிரி. அவன் முன்னாடி சேர தூக்கி போட்டா, அவன் உன்னையே தூக்கிபோட்டு. அழித்திடுவான் ஆம் எடுக்குற தீர்வு பிரச்சனைக்கும் ஒட்டுமொத்த முடிவாக இருக்கணும். நமக்கு பாதிப்பு வரக்கூடாது."

தஞ்சை பார்த்திபன் சொன்னதை யோசித்தான் ரவி.

காலேஜில் படித்த நண்பர்கள் எல்லாம் ஒன்றாய் சேர்ந்து மாலையில் கூட்டம் போடலாம் என்று தகவல் சொல்லிவிட்டான் எல்லோரும் தமுக்க மைதானம் அருகில் உள்ள ராஜாஜி பூங்காவிற்கு வரும்படி சொன்னான். இதற்கிடையே ஒன்றிய அரசின் தீர்மானத்தில் தேசிய பாலம் ஒன்று இதற்கான டெண்டரில் சந்தைக்கு உள்ள பகுதி வருமாறு பார்த்துக் கொள்ளச் செய்தான் அரசியல்வாதி செல்வா.

அங்கே ஒரு பெரிய பாலத்தைக் கட்டி விட்டால் அந்தப் பாலத்தில் வருகின்ற வழியெல்லாம் மாற்றிவிடலாம் மக்கள் பாலத்தைப் பயன்படுத்துவார்கள். சந்தை இருக்கும் சந்திப்பில் பகுதிக்குள் வர மாட்டார்கள். அப்படியே மெல்ல மெல்ல செயல் இழக்கும். நமது திட்டத்தை நிறைவேற்றி விடலாம். வேற ஒரு பாதையை உருவாக்கி மாலை எல்லோரும் வருகின்ற மாதிரி செய்து உள்ளான் என்று செல்வா முடிவு செய்தான். இதன் மூலம் பல கோடி ரூபாய் கைமாறும்.

58

ஞானதாஸ், ஸ்டெல்லா தம்பதியினருக்குக் குழந்தை இல்லாத காரணத்தினால் ரவியையும், லட்சுமியையும் குழந்தையாக எடுத்து வளர்த்தனர். ரவியை விட லட்சுமி மேல் மிகுந்த பாசமும் அன்பும் வைத்திருந்தார்கள்.

ஞானதாஸ் தான் வளர்க்கும் செடிகளில் பூக்கள் எல்லாம் மாலையாக்கி லட்சுமிக்குப் போட்டான். அது மட்டுமல்லாமல் லட்சுமிக்கு ஒவ்வொரு நாளும் ஒவ்வொரு விதமான மலர்களை எடுத்துக் கொடுப்பார்கள். ஸ்டெல்லா நல்ல உழைப்பாளி. அன்பான ஒரு நர்ஸ். எல்லோரிடமும் கோபமாக இருந்தாலும் அதற்குள் ஒரு பேரன்பு இருக்கும். அரசு மருத்துவமனைக்கு வரும் அப்பாவிப் பெண்கள் படும் சிரமங்கள் எல்லாம் பார்த்து அவர்களுக்கு நல்லவிதமான ஆலோசனையைக் கோபத்தோடும் சொல்வாள்.

'ஏன் இப்படி இருக்கீங்க, உடம்ப பாத்துக்கோங்க புருஷன் புருஷன்னு திருப்திபடுத்திவிட்டு நீங்க ஒன்னும் இல்லாம போகாதீங்க. சுவர் இருந்தால் தான் சித்திரம் வரைய முடியும். நாம் அறியாமலே முட்டாளாக இருந்தாலும் நம்ம உடம்பு தான் போகும்.'

அவள் நர்சிங் கவுன்சிலிங் செய்யும் அழகு; ஞானதாஸ் ஒவ்வொரு நாளும் ஸ்டெல்லாவைக் காதலித்தான். இத்தனை ஆண்டுகள் கழித்தும் தன் மீது எவ்வளவு தாகத்தோடு இருக்கிறான் கணவன் என ஸ்டெல்லா ஒவ்வொரு நாளும் மகிழ்ந்தாள்.

ஸ்டெல்லாவும், ஞானதாஸும் வீட்டில் மொட்டை மாடியில் தோட்டத்தில் அமர்ந்து சிப்ஸும், சூப்பும் சாப்பிட்டுக் கொண்டிருந்தார்கள். அவள் தங்கை மகள் ஷாலினி வீட்டுக்கு வந்திருந்தாள். சித்தியைப் பார்த்ததும், தோத்திரம் சொல்லிக் கொண்டாள் ஷாலினி. எதார்த்தம் வேறு வகையாக இருக்கிறது. அவளைப் பொருத்தவரை அவளுக்கு எள் முனை அளவும் அதனைப்பற்றி கவலை இல்லை. முட்கள் நிறைந்த செடியில்தான் ரோஜா பூக்கிறது முட்களைப்பற்றி ரோஜாவிற்குக் கவலையில்லை. ஷாலினி துடிப்பும் அழகும்மிக்க நவ நாகரிக மங்கை அடுத்த

நூற்றாண்டுக்கான ஒட்டுமொத்த அழகையும் தனது புறத்திலும் அகத்திலும் செதுக்கி வைத்திருப்பவள்.

அறிவால் உலகத்தை வெல்லலாம்; அறிவால் உலகத்தை அடிமையாக்கலாம்; அறிவால் எதையும் சாதிக்கலாம் என கற்றுக் கொண்டதை நம்பி கொண்டிருப்பவள். வாழ்க்கையின் மீது சிலருக்கு எவ்விதமான புகாரும் இல்லை அவர்களின் சுத்த சுயம்புவாக ஒரு மிதக்கும் பறவை; எங்கும் கவலையின்றி தங்கள் பாதையில் தொடர்ந்து பயணித்துக் கொண்டே இருப்பார்கள்.

எந்த ஒரு தீங்கும் எந்த ஒரு செயலும் எந்த ஒரு துன்பமும் அவர்களைக் கிஞ்சித்தும் பாதிப்பதில்லை. தங்கள் மனதை காயப்படுத்தாமல் காயம்படாமல் ஒரு கண்ணாடி போல பாதுகாத்து வைத்திருப்பார்கள்.

இப்படி எல்லாம் வாழ்க்கையை அணுகுவது பெரிய சுகம். மனதில் அலைவரிசையில் சரியாக நாம் கையகப்படுத்தினால் எல்லாமே நமக்குச் சுகம் தான்.

பன்னிரண்டாம் ஆண்டு படித்து முடித்து விட்டாள். நல்ல மதிப்பெண் எடுத்துத் தேர்ச்சி பெற்றிருக்கிறாள். ஒரு நல்ல கல்லூரியில் மருத்துவம் படிப்பதற்காக அழைப்பு கடிதம் வந்திருக்கிறது. இருந்தும் சேர்வதற்கு பணம் இல்லை என்ன செய்வோம் என்று தெரியவில்லை. அதைப் பற்றிய கவலையும் இல்லை. சித்தி ஸ்டெல்லா வீட்டிற்கு விடுமுறைக்கு வந்து அமர்ந்திருக்கிறாள். ஸ்டெல்லா அவளைப் பார்த்ததும், நீ எப்படி இருக்க? பார்த்து ரொம்ப நாளாச்சு. எங்களை எல்லாம் ஞாபகம் இருக்கிறதா, ஆளே காணோம். இந்தப்பக்கம் வருவதற்கு உனக்கு வழி தெரியவில்லையா என ஆர்வமிகுதியால் கண்களால் கட்டிக் கொண்டு கேட்டாள்.

தேர்வு முடிஞ்சிடுச்சு. ரிசல்ட் வரவிற்காக காத்திருந்தேன். நல்ல மதிப்பெண் வந்துருச்சு. கல்லூரியில் சேர்வதற்கு அழைப்பு கடிதமும் வந்திருச்சு. ஆனால் பணம் தான்... நல்லது நடக்கும் என்று நம்பி கடவுளை வணங்கிவிட்டு இருக்கிறேன் என்று சொல்லிவிட்டு சிரித்தாள் ஷாலினி. சரி கவலைப்படாதே நாங்கல்லாம் இருக்கோம் உன்னைக் கண்டிப்பா கல்லூரியில் சேர்ப்போம்.

ஸ்டெல்லாவின், பெரியம்மா வியாகுலம்மாவின் தொலைபேசி அழைப்பு அந்த நேரம் பார்த்து வந்தது. அழாத குறையாக

வியாகுலம்மாள்தன் சொந்தக் கதை சோகக் கதையை வேதனையைச் சொல்லி அழுதாள். நீங்க வீட்டுக்கு வாங்க நான் பார்க்கிறேன் என ஸ்டெல்லா ஆறுதல் கூறினாள். ஆட்டோவில் வீட்டில் வந்து இறங்கினார்.

வியாகுலம்மாள் கர்த்தருக்கு ஸ்தோத்திரம் என்று சொல்லி நினைப்பதெல்லாம் இறைவன் நடத்திவைக்க நாளாகிறது. நான் கருணையோடும், ஊழியத்துடனும் இருக்கிறேன். அவர் என்மேல் கரிசனம் இல்லாமல் இருக்கிறார். என்று புலம்பி அழுத தொடங்கிவிட்டார். அரசு உதவி பெறும் பள்ளியில் ஆசிரியராக வாழ்க்கையைத் தொடங்கிய வியாகுலம்மா ஆரம்ப காலத்தில் தனது பெற்றோரைக் கவனிப்பதற்காக திருமணம் செய்யாமல் இருந்துவிட்டார். பின்னாளில் வயதாகிவிட்டது.

அவரே நினைத்தாலும் அவருடைய திருமணத்தைப் பற்றி யாரும் பேசுவதில்லை. இவர் பேசினாலும் யாரும் கேட்பதில்லை. வேதனையின் உச்சத்தில் அவருடைய திருமணத்தைப் பற்றி யாரும் பேசுவதில்லை. வியாகுலம்மாள் தனது பணிகளைச் செய்து கொண்டிருந்தாள்.

தூரத்து உறவினரான பிரான்சிஸ் ஊரிலேயே படித்து வந்தவன். படிக்கும்போது சரியாகப் படிக்காமல் கஞ்சா போதைப்பொருள் தொடர்புகள் வேறு இருந்தன. படிப்பை முடிக்காமல் முறையாக எந்த ஒரு வேலையும் செய்யாமல் காலத்தைக் கடந்து வந்தவன். வளர்த்ததெல்லாம் வியாகுல மாதா. அவன் வீட்டில் இருந்த நேரத்தை விட இவர்கள் வீட்டில் தான் இருந்தான். பொய்யை பலமுறை சொல்லி அவரிடம் இருந்த பணத்தை ஆட்டையைப் போட்டு பல்வேறு செயல்பாடுகளுக்குப் பணத்தை பயன்படுத்தினான். ஒரு கட்டத்தில் வியாகுலம்மாவின் ஏடிஎம்மை பிரான்சிஸ் எடுத்துக் கொண்டான். மாத்திரமில்லாமல் அவன் தான் இவளுக்குச் செலவுக்கு பணம் கொடுக்கவேண்டும். இவள் அவனிடத்தில் பணம் எதிர்பார்த்து வாழும் சூழ்நிலையை உருவாக்கி விட்டான்.

தற்பொழுது வியாகுல மாதா ஓய்வுபெரும் காலம் வரப்போகிறது ஒரு பெரும் தொகை மாறப்போகிறது அந்தத் தொகையை நல்ல காரியங்களுக்கு நல்ல விஷயங்களுக்கு செய்ய வேண்டும் என அவள் நினைக்கிறாள். அவரின் உடல்நிலை மற்றும் வருங்காலத்திற்குக் கொஞ்சம் பணம் சேர்த்து வைக்க வேண்டும் என்று நினைக்கிறாள்.

அவற்றையெல்லாம் செய்ய விடாமல் இந்த பிரன்சிஸ் செய்தது அவர்களுக்குக் கோபத்தையும் உருவாக்கும் வருத்தத்தையும் உண்டாக்கியது. இதையெல்லாம் எப்படி செய்வது காவல்துறைக்கும் செல்ல முடியாது; வளர்த்த பாசம் தடுக்கிறது; என்ன செய்யலாம் என்று யோசித்த போது தான் ஸ்டெல்லாவின் ஞாபகம் அவளுக்கு வந்தது. ஸ்டெல்லாவின் வீட்டுக்கு வந்து விட்டாள்

எல்லாவற்றையும் சொல்லி புலம்பினாள். எனக்கு வேறொன்றும் வேண்டாம். என் கடைசி காலத்தில் நான் நல்லது செய்ய கொஞ்சம் பணம் நான் பல உதவிகள் செய்ய விரும்புகிறேன். அதற்கு கொஞ்சம் உதவும் நல்ல மனம் இதையெல்லாம் தர மறுக்கிறான் ஒரு விஷச் செடி போல வளர்ந்து நிற்கிறான்.

வீடு மட்டும் எனக்கு கிடைத்தால் போதும். நான் வாழ்ந்த வீடு அவன் பேரில் எழுதி வைக்கிறேன். என்னிடம் இருக்கும் நகைகள் நான் இறந்த பிறகு அவனே எடுத்துக் கொள்ளட்டும். பாசத்தின் காரணமாக தனது உயிருக்கு மேலாக அவன் செய்த அத்தனை கொடுமைகளையும் மறந்து ஏதோ பேசினாள் வியாகுலம்மாள். ஸ்டெல்லாவிற்கு அந்தம்மா பேசப் பேச மிகுந்த வருத்தமும் பிரான்சிஸ் மேல் கோபமும் பொங்கி வந்தது. உடனடியாகத் தொலைபேசியில் தொடர்பு கொண்டு பிரான்சிசை வரவழைக்க வேண்டும் எனச் சொன்னாள்.

ஞானதாஸ் இதையெல்லாம் சொன்னால் அவன் வரமாட்டான் என்று வேறுவிதமாகச் சொல்லி, அவனை வரவழைக்க வேண்டும் அவனை வீட்டில் ஒரு விசேஷம் நீங்கள் வரவேண்டும் உடனே வாங்க என்று சொல்லி வரவழைத்தான்.

வரும் பொழுது நீங்கள் எதிரே நிற்க வேண்டாம். அந்த அறைக்குள் இருங்கள் என்று வியாகுலம்மாவை அந்த அறைக்குள் ஓய்வெடுக்க வைத்துவிட்டு பிரான்சிஸ் வரும் வரை இரண்டு பேரும் காத்திருந்தார்கள். அவன் உள்ளே வந்ததும், என்னப்பா பிரான்சிஸ் எப்படி இருக்கிறாய், நல்லா இருக்கிறாயா? என்னப்பா படிப்பு முடிச்சிட்டியா? வேலை பாக்குறியா இல்ல தொழில் செய்கிறாயா? இப்ப முடிக்க போறேன். வேலை தேடிட்டு இருக்கேன்.

தொழிலும் செய்யலாம் என யோசித்துக் கொண்டிருக்கிறேன். காலமும் நேரமும் ஒத்து வந்தா கடவுள் துணை இருந்தால் விரைவில் தொழில் தொடங்குவது சாத்தியமாகும். எல்லாம் கடவுள் துணை இருப்பார். நல்லது நடக்கும். அதெல்லாம் சரி

வியாகுலம்மாவைப் பார்த்தியா அவங்க நல்லா இருக்காங்களா அவங்களப் பார்த்து எல்லா உதவியும் நான் செஞ்சேன். சந்தோசபட்டங்க. என்னப் பத்தி பெருமையா சொன்னாங்க.

அந்த அம்மா கிட்ட பணம் எதுவும் வாங்கினியா அவங்க ரிட்டயர்மென்டாக போறாங்களா, அந்த பெனிபிட் எல்லாம் பற்றி தெரியுமா உனக்கு? எனக் கேட்டாள் அவன் அதெல்லாம் எனக்கு தெரியாது. நான் பணம் எல்லாம் வாங்குவது இல்லை, அவர்கள் கொடுத்தாலும் நான் வேண்டாம் என்று சொல்லிவிடுவேன் என சொல்லிக் கொண்டிருக்கும்போது கன்னத்தில் ரெண்டு குத்து விட்டாள். அவன் என்ன செய்வது என்று தெரியாமல் நிலைகுலைந்து போனான்.. ஏண்டா சொறி நாயே! என்னைப் பார்த்தா உனக்கு எப்படி தெரியுது? செருப்பு எடுத்து பின்னி எடுத்து புடுவேன் நாயே....

கஞ்சா குடிக்கிறது, சாராயம் குடிக்கிறது, இந்த வயசான அம்மா கிட்ட போய் பணத்தைப் புடுங்குறது கேட்டால் மிரட்டுவது பொய் சொல்லுவது கேட்க ஆளில்லைன்னு நினைச்சியா... உள்ள வைத்து விட்டுவேன் வாழ்க்கை முழுவதும் சிறையில் தான் கிடக்கணும் வெளியே வர முடியாது பாத்துக்கோ. நிலைகுலைந்து போன பிரான்சிஸ், அக்கா என்னை தப்பா சொல்லிட்டாங்க... அப்படிலாம் இல்ல அக்கா... என்னடா நோக்கா..., அப்படி சொல்லிட்டாங்க. இப்படி சொல்லிட்டாங்க.

உள்ளிருந்து அவனை அடிக்காத என ஓடி வந்தாள் வியாகுலம்மா. பாத்தியாடா நீ எவ்வளவு கொடுமை பண்ணியும் கூட சொத்தை உன் பேருக்கு எழுதி வைக்க நினைக்கிற இந்த அம்மாவுக்குப் போய் துரோகம் பண்ண எப்படிடா உனக்கு மனசு வருது? நீயெல்லாம் விளங்கவே மாட்ட பாத்தியா. இப்ப கூட நீ அடி வாங்கக்கூடாது உனக்கு எதுவும் ஆகக்கூடாது என நினைக்கிற மனசுக்கு எப்படிடா உன்னால இதெல்லாம் பண்ண முடியுது.

அவன் உடைந்து அழுதான். உன்னையே நினைக்க வேண்டிய வியாகுல ம்மா பணம் காய்க்கும் மரமாக நெனச்சுட்டேனே என்ன மன்னிச்சிடுங்க. எல்லாரும் கேட்டுக்கோங்க. இப்பொழுது அவங்க பாஸ்புக் கொடுத்துடறேன். ஏடிஎம் கொடுத்துடறேன். செக்குபுக்கை கொடுத்துடறேன். எனக்குப் பணத்தாசை இல்ல, அவங்களைப் பெத்த தாயா நினைச்சு இருப்பேன்; என்னை தயவுசெய்து எல்லாரும் மன்னிச்சிடுங்க.

ஸ்டெல்லா உடம்புக்குள்ளே, மனசுக்குள்ள எவ்வளவு ஆத்திரமா இவ்வளவு நாளா இதையெல்லாம் இங்கு வைத்து இருந்தாள் என ஞானதாஸ் பார்த்து மயங்கிப் போனான். அவள் நியாயத்தை பார்த்து கிறங்கிப் போனான். அப்படியே அவள் வீரத்தையும் மன தைரியத்தையும் பார்த்து வியந்து தான் போனான். சரி இங்க பாரு பிரான்சிஸ் சொல்லி விட்டேன். உன்னை நம்பிட்டேன் மட்டும் நினைத்திராத, உன்னைச் சுத்தி எப்பவும் கண்காணிப்பார்கள் இருந்து கொண்டே இருப்பாங்க. ஏதாவது தப்பு நடந்துச்சுன்னா நீ நீயா இருக்க மாட்ட நான் சொல்வது நிஜம். ஷாலினியை அறிமுகப்படுத்தி அவளின் படிப்பை பற்றி எல்லாம் வியாகுலம்மாவிடம் எடுத்துச் சொன்னாள் ஸ்டெல்லா. உடனே அவளை ஆசிர்வாதம் செய்து கையில் உள்ள செக் கொடுத்து இந்த குழந்தைக்கு எவ்வளவு தேவையோ அத்தனையும் படிப்பு செலவுக்குச் செய்து முடித்துவிட்டு என்னிடம் புக்கைக் கொடு நான் கையெழுத்திட்டுத் தருகிறேன் என்று சொன்னாள் வியாகுலம்மா.

டாக்டர் ஷாலினி உங்கள் படிப்பு கனவு நிறைவேறி விட்டது; எல்லாம் கர்த்தரின் செயல். எல்லோரும் கர்த்தருக்கு நன்றி சொன்னார்கள். இவ்வளவு பிரச்சினைகள் எல்லாம் சுமுகமாக முடிந்தது. தேவை எல்லாம் சரியாக நடைபெற்றது. எல்லாம் இறைவன் செயல்தான் என்று அவர்கள் நம்பி இறைவனை வணங்கி தோத்திரம் சொல்லிக் கொண்டார்கள்.

ஷாலினியின் கரங்களை வியாகுலம்மா பற்றிக் கொண்டாள். நீ நல்லா வருவ. உனக்கு எந்த குறையும் இருக்காது. ஆண்டவன் உன்னை பார்த்துக் கொள்வான். எல்லோருக்கும் அருமையாக விருந்து சமைத்து போட்டாள் ஸ்டெல்லா. மனம் தடுமாறிய பிரான்சிஸிடம் தாயன்பைக் காட்டினாள். மனம் திருந்திய பிரான்சிஸ் வியாகுலம் அம்மாவை வீட்டுக்கு அழைத்துச் செல்வதாகச் சொல்லிவிட்டு அன்போடு அழைத்து சென்றான்.

மீன் கடையில், சிவா நுழைந்ததில் இருந்து கடுமையாக உழைத்தான் எதைப்பற்றியும் யோசிக்கவில்லை. மானூத்து விஜயா

அவனிடம் கனவில் கூட வரவில்லை. எப்போதாவது, சந்தைக்குள் வந்து போவான். இருந்தாலும் எதைப்பற்றியும் கவனமில்லாமல் தான்உண்டு, தன் வேலையுண்டு என்று சிவா இருந்தான்.

கமிஷன் மண்டி பாலமுருகன், பலமுறை மானூத்து விஜயாவிடம் திருமணம் செய்யச் சொல்லி வற்புறுத்திக் கொண்டு இருந்தான். நான் இந்த ஊரை விட்டுப் போகப் போறேன் எனக்கு இந்த கமிஷன் மண்டி வியாபாரம் பிடிக்கல, நீயும் வந்து விட்டால் இந்த ஊர விட்டு போயிரலாம். கெஞ்சாத குறையாக பாலமுருகன் அவளிடம் பேசினான்.

அப்பொழுது அவள் என் மனசுல மீன் கடை சிவா தான் இருக்கான். அவனை விட்டுவிட்டு என்னால் வர முடியாது. நான் அவனை உயிருக்கு உயிராக காதலிக்கிறேன் எனச் சொன்னாள். மானூத்து விஜயாவும், பாலமுருகனும் பேசுவதைத் தஞ்சை பார்த்திபன் பார்த்து விட்டான். அவன் சிவாவிடம் சொன்னான். சிவா உன்னைய மானுத்து விஜயா கட்டிக்கப்போறா ஒரே ஜாலி தான் போல. சிவாவுக்கு தலைகால் புரியவில்லை.

விரும்பிய போது கிடைக்கவில்லை, இப்பொழுது எதுவும் நினைக்காத பொழுது வந்து கிடைக்கிறது. இருந்தாலும் அந்தக் காதல் அழுத்தமானது அழகானது. நானா சொன்ன மாதிரி நடிக்காத நீயா பேசுற மாதிரி பேசிப் பாரு என்று சொன்னார். தஞ்சை பார்த்திபன். சிவா மனசுக்குள் மீண்டும் மத்தாப்பூ பூத்தது. ஆயிரம் மின்னல்கள் அவன் வானத்தில் வந்து சென்றன. வளையலும் கொலுசும் வாங்கி, மங்கம்மா கிழவியிடம் கொடுத்துவிட்டு மானூத்து விஜயாவிற்கு கொடுக்கச் சொல்லி மாலையில் வந்து சந்திப்பதாகச் சொல்லச் சொன்னான். யார் என்று என் பெயரைச் சொல்லாதே எனவும் சூசகமாகச் சொல்லி முடித்தான் சிவா. கொய்யாப்பழம் விற்கும் மங்கம்மா, அவளிடம் கொடுத்ததும் இது யார் கொடுத்தாயார், கொடுத்தாலும் வாங்கிட்டு வந்து குடுப்பியா, இதான் உன் தொழிலா? சந்தையில பழம் விற்க வந்தியா? இல்ல மாமா வேலை பார்க்க வந்தியா என்று திட்டினாள். ஏண்டி அவன் எல்லாம் உனக்கு தெரியும்ன்னு சொன்னான். என்னைப் பார்த்தா உங்களுக்கு எப்படித் தெரியுது. சாயந்தரம் வரட்டும் அவனை நான் வச்சுக்கிறேன்.

இதற்கிடையில் செல்லமுத்து தனது மளிகைக் கடையை விட்டு சொந்த ஊருக்குச் செல்ல செல்வதாக பேச்சியம்மாள் இடம்

சொன்னார். என்ன அண்ணே நீ ஏன் இப்படி? நீங்களே சந்தைய விட்டு போட்டுட்டு போனா நான் எங்க போறது? இந்தப் பாவம் இவர்களைச் சும்மா விடாது.

சந்தை கொஞ்சம், கொஞ்சமாக மாறி வருகிறது முன்னைப்போல தொழில் செய்ய முடியவில்லை. புது சுடிதார் கடைகள் வரப்போகுது இந்த மார்க்கெட்டு எங்கேயோ தள்ளிக் கொண்டு போக போறதா சொல்றாங்க. புது இடத்தில் நாம எல்லோரும் தொழில் பண்ண முடியுமா தெரியல. கந்து வட்டிக்கு வாங்கிய கடனை அடைக்க வாழ்க்கை முழுவதுமே முடிந்துவிடும் போல இருக்கு.

செல்லமுத்து ஒருகாலத்தில் சந்தையில் எப்படி மளிகை வியாபாரம் செய்தார் என்று நினைத்துப் பார்க்கவே அவருக்கு ஆச்சரியமாக இருந்தது மலைபோல எல்லா மளிகை பொருட்களையும் குவித்து வைத்துக் கொண்டு கையில் ஒரு சிலேட்டில் கணக்கு போடும் அழகு ஒவ்வொரு பொருளையும் அவர் மடித்துக் கொடுக்கும் அழகு பாசிப்பருப்பு உளுத்தம் பருப்பு மொச்சை பயிறு பாசிப்பயறு சுண்டல் என்ற ஒவ்வொரு பெயரில் மேலும் அவர் வைத்திருக்கும் வண்ணவண்ண கப்புகள் அவர் எதிர்பார்க்கும் அளவு எடுத்துப் போடும் அளவு சில நேரங்களில் கைகளாலே எடை பார்க்காமல் அள்ளிப் போடும் அழகு. மசாலாச் சாமான்களை அவர் ஒரு கிலோ 2 கிலோ அரை கிலோ என்ற வகையில் தனித்தனியாக கட்டி வைத்திருப்பது மசாலா பொடிகளாக வைத்திருப்பது.

இதெல்லாம் வருகின்ற ஏழை, எளிய மக்களுக்கு எவ்வளவு பெரிய பயனாக இருக்கும் புதிதாகச் சமையல் கற்றுக் கொள் பவருக்குஅவர் தயாரித்து தரும் பொடிகள் எல்லாம் அத்தனைஉதவிகரமானதே அந்த இடம் இனி யார் நிரப்புவார் அவரைப்போல யார் மீல்மேக்கர், பாஸ்தா, அப்பள வகைகள் என்ற புதுமையான பொருள்களையும் பாரம்பரிய மஞ்சள், கசகசா சுக்கு, திப்பிலி எனபல்வேறு பொருள்களை எல்லாம் கொல்லிமலையில் இருந்து வரவழைத்து இனி யார் எவ்வளவு சிரத்தையுடன் விற்பனை செய்வார்.

அடுத்த தலைமுறை மக்களைப் படித்து ஆளாகி உருவாக்கி வேலைக்கு அமர்த்தி விட்டு அவ்வளவும், செய்தது அந்த மளிகைக் கடை தான் தொழில் வியாபாரம் என்று மட்டுமில்லாமல் அதை

ஒரு சேவையாகவும் செய்யக்கூடிய அவர் இல்லை என்றால் வேறு யாரும் அந்த இடத்தை நிரப்ப முடியாது என்ற அளவுக்கு இந்த வியாபாரம் இரண்டு தலைமுறையாக இருந்த வியாபாரம் இன்று கந்துவட்டி கொடுமையால் அரசியல் சூழ்ச்சியால் அழிந்துவிட்டது என்று நினைத்த பொழுது எல்லோருக்கும் கண்ணீர் வந்தது.

பேச்சியம்மாள் போல, எத்தனையோ பேருக்கு அவர் உதவி செய்திருக்கிறார்; எத்தனை பேருக்கு திருமணம் செய்து வைத்திருக்கிறார்; எத்தனையோ பேர் கடனை அடைக்க உதவி செய்திருக்கிறார்; எத்தனையோ புதிய தொழில் தொடங்க உதவி செய்திருக்கிறார்; ஒரு வரலாறு கண் முன்னே அழிகிறதை சந்தை கண்டது. அவர் சொந்த ஊர் (வியாபார புரிக்கு) பக்கத்திலுள்ள பொன்னாகுலம் இந்த ஊரில் அவர் பூர்வீக வீட்டுக்கு அருகில் ஒரு சிறு வெற்றிலை பாக்குக் கடையை ஏற்படுத்தி அங்கே அமர்ந்து கொண்டார்.

அவனோடு படித்த சில நண்பர்களை அழைத்துக் கொண்டு கலெக்டர் அலுவலகத்திற்கு சென்றான். பங்குச் சந்தை என்ற அமைப்பில் மக்கள் எவ்வளவு நன்றாக வாழ்ந்தார்கள். அந்த அமைப்பு இப்பொழுது எப்படி சிதைந்து கொண்டிருக்கிறது வியாபாரபுரி மக்களுக்குச் சந்தை எவ்வளவு பெரிய வரமாக இருக்கிறது. என்பதையெல்லாம் அவன் எடுத்துச் சொன்னான்

கந்து வட்டி மஞ்சுநாத மற்றும் அரசியல்வாதி செல்வா, ராம் சேட் போன்றவர்களுடைய அட்டூழியம் எப்படி சந்தைய சிதைத்துக் கொண்டிருக்கிறது என்பதை எல்லாம் கலெக்டர் முன்பு அவன் சொன்னான். மாவட்ட ஆட்சித்தலைவர் வேறு மாநிலத்தை சேர்ந்தவர். அதனால் ரவி பேசுவது பாதி புரிந்தது. மொத்தமாக ஒரு கம்ப்ளைன்ட் மனு எழுதிக் கொடுங்க, அதன் மேல் விசாரணை நடத்தி நடவடிக்கை எடுக்கிறேன்.

அவர் சொன்ன பதிலை ஏற்றுக் கொண்டு அவர்கள் அங்கிருந்து கிளம்பினார்கள். வியாபாரபுரி மக்களை அணுகி ஒட்டுமொத்தமாக எல்லா நிலவரத்தையும் எடுத்துச்சொல்லி எல்லாம் ஒன்றாக சேர்ந்து மனு கொடுத்துத் தான் சந்தையை பழையபடி முழுமையாக நாம் இயக்க முடியும் என்று சொன்னான் ரவி ஏகோபித்த மனநிலையில் கையொப்பமிட்டுக் கொடுத்தார்கள். ராம் சேட்டும், செல்வாவும் சந்தித்துக் கொண்டார்கள். ஒரு வார காலம் சந்தை பராமரிப்பு பணி என்று சொல்லி சந்தையை அடைக்கலாம். பின்பு அதைக் காரணமாகி காலதாமதமாகிப் போடலாம். விரைவில் கோர்ட்டில் ஸ்டே வாங்கி விடலாம். இரண்டு, மூன்று, மாத காலம் சந்தை அடைத்து விட்டால் போதும் இவர்கள் துண்ட காணோம், துணியக் காணோம் என்ற இடத்தை விட்டு ஓடிவிடுவார்கள். அதன்பிறகு நான் நினைக்கிற மாலை கட்டிவிடலாம் என இருவரும் பேசிக் கொண்டார்கள். டெல்லியில் இருந்து ஒரு பெரும் தொகை வருகிறது. இருவரும் பங்கிட்டுக் கொள்ளலாம் என்று முடிவு செய்தார்கள்.

வானம் நிலவுப் பூவைச் சூடிக் கொண்ட நேரத்தில், சந்தையின் பகல்நேர பரபரப்பு, ஓய்வு கொள்ளும் வேளையில்வானம்

வெட்கப்பட்டு மஞ்சள் பூசிய பொழுது இரவுநேர லாரிகள் வந்து கொள்ளும் நேரத்தில், மீன் விற்ற கணக்கை எல்லாம் முடித்து பணத்தை நாளைக்கு தேவையான கொள் முதலுக்கு வைத்துக் கொண்டு மீதி பணத்தை வங்கியில் செலுத்துவதற்காக எடுத்து கட்டி வைத்து அந்த வேலைகளையெல்லாம் முடித்து கைகளை சுத்தமாகக் கழுவி குளித்து முடித்து, வெள்ளை வேட்டி வெள்ளை சட்டை அணிந்து புதுமாப்பிள்ளை போல இருந்தான் சிவா.

நாட்டுக்கோழி, வித்த காசு எல்லாம் மொத்தமாக சேலை தலைப்பில் முடிந்து வைத்துக் கொண்டு தள்ளுவண்டி ஓரத்தில் வைத்து பூட்டிவிட்டு இந்தப் பகுதியைச் சுத்தமாக கூட்டி முடித்து மஞ்சள் தண்ணீர் தெளித்து அன்றாடப் பணிகளை எல்லாம் ஓரம் கட்டிவிட்டு நிமிர்ந்தாள் மானூத்து விஜயா. ஒரு ஸ்வீட் பாக்ஸ் மல்லிகைப்பூ இவற்றைக் கையில் வைத்துக் கொண்டுநாம் எப்பொழுது திருமணம் செய்து கொள்ளலாம். என்று கேட்டவுடன் அவள் வேல்விழி சற்று கூர்மையாகப் பார்த்தது இமைகள் படபடத்தன.

எழுந்து கொண்டதும் சற்று நிதானித்து ஒரு நிமிஷம் பொறுங்க கொஞ்சம் தள்ளிப்போய் பேசலாம். சந்தை முடிகிற இடத்தில் அவள் போய் நின்று கொண்டாள் அப்போது மூச்சு வாங்கியது அவளுக்கு. இருந்தாலும் பொய்யாக, போலியாக கோபத்தை வரவழைத்துக் கொண்டு படக்குனு என்னைய கல்யாணம் பண்ணிக்கலாம்னு கேட்கிற எப்படி உன்னால சிரிக்க முடியுது. சிரிக்காம என்ன பண்ண சொல்ற... நான் பாட்டுக்கு என்னுடைய வேலையைப் பாத்துக்கிட்டு இருந்தேன். நீ தானே போயி கமிஷன் மண்டிபாலமுருகன் கிட்ட என்னதான் கட்டிக்கப் போறேன் என சொல்லி இருக்க, அதைக் கேட்ட அப்புறம் என்னால் எப்படி சும்மா இருக்க முடியும். நான் உண்டு, என் வேலை உண்டு, என் தொழில் உண்டு என்று சோப்பு, மீன், வியாபாரம் பண்ணிட்டு இருந்தேன். நீ அப்படி சொன்னதுக்கு அப்புறம் என்னால சும்மா இருக்க முடியல.

என்ன பத்தி, என்னா உனக்குத் தெரியும். அவன் தொல்லை தாங்க முடியாமல் அவன்ட இருந்து தப்பிக்க வேண்டி அதைச் சொன்னேன். கல்யாணம் ஆகி ஒரு குழந்தை இருக்கு உனக்கு தெரியுமா? என் புருஷன் ஆக்சிடெண்டில் இறந்து போயிட்டாங்க, தெரியுமா?

அப்படியா, எனக்கு அதைப் பற்றி எல்லாம் கவலை இல்லை உன் குழந்தையும் சேர்த்து நான் பார்த்துக் கொள்கிறேன். உன்னை நான் திருமணம் செய்வது என்று மனதில் முடிவு செய்து விட்டேன். நீ இல்லை என்றால் தனியாக வாழ்வது என்று முடிவு செய்துவிட்டேன். அவள் என்ன சொல்வதென்று தெரியாமல் நிலைகுலைந்து போனாள். அப்பொழுது அவள் மௌனத்தை மழை உடைத்தது. இடி, இடித்தது இருவரும் கட்டிக் கொண்டார்கள். எத்தனை நாள் உன் மேல் உள்ள காதலைச் சொல்ல நான் தயங்கினேன் தெரியுமா

எல்லோரும் என்னை விரும்புகிறார்கள். என் குழந்தை என்று தெரிந்ததும் விட்டு விலகி விடுகிறார்கள். என் குழந்தையை விட்டுவிட்டு நான் எப்படி தனியாகக் கல்யாணம் செய்து கொள்வது? என்னைப் புரிந்து கொள்ளும் ஒவ்வொருவரும் என் குழந்தையும் சேர்த்து புரிந்து கொண்டாள் தான் என் வாழ்க்கை சரியாக இருக்கும். சிவா சொன்னான்: எனக்கு இதைப் பற்றியெல்லாம் கவலை இல்லை. உன் மனதில் இடம் பெற வேண்டும்; நான் குழந்தையை பார்த்துக் கொள்கிறேன். நீ நாம் அனைவரும் ஒன்றாக வாழப் போகிறோம் என்று சொல்லி மகிழ்ச்சியில் ஆழ்த்தினான்.

61

அந்த இடம் பூஞ்சோலை ஆனது. சுற்றிலும் காய்கறி மூடைகள் பூந்தோட்டமாக மாறியது மானூத்து விஜயா திருமதி சிவா ஆகிவிட்ட பருவத்தில் தான் மழை பெய்து ஓய்ந்திருந்தது.

மஞ்சுநாதன், செல்வாவும், அந்த பாம்பே உணவகத்தில் ஒன்றாய் சந்தித்துப் பேசினார்கள். மதுரைக்குள் பாம்பே உணவகம் பெரிய அளவில் வளர்ந்து இருந்தது. பாம்பேவிலுள்ள வட நாட்டு மக்கள் சாப்பிடுகிற உணவு வகைகள் அங்கு அதிகமாக இருந்தது.

சப்பாத்தி, பருப்பு, காய்கறிகள் வேக வைத்தது மட்டுமல்லாது நிறைய வடநாட்டுகாரரர்கள் வந்து கூடவும், பேசவும் உகந்த இடமாக அந்த இடம் இருந்தது.

கண்ணாடிக் கடைகள் பைப்பு கடைகள், பொம்மைகள் எலெக்ட்ரானிக்ஸ், சாமான்கள் விற்பதற்காக குஜராத் ராஜஸ்தான் போன்ற மாநிலங்களில் இருந்து, பீகார் அசாம் சௌராஷ்டிரம் மகராஷ்டிரா, தெலுங்கு தமிழில், இருந்து ஒரு லட்சத்திற்கும் மேற்பட்ட மக்கள் தென் தமிழகத்தில் குறிப்பாக ரயில் நிலையங்கள் இருக்கும் இடங்களிலெல்லாம் வந்து இறங்கினார்கள்.

வேலை செய்வது போல முதலில் வந்து, பிறகு அங்கே பழகிய அந்த கடையில் நட்டம் வருகின்ற பொழுது இந்த நஷ்டத்தை ஈடு கட்டுவதாகப் பணம் கொடுத்து, அவர்களைச் சரிக்கட்டி மெல்ல மெல்ல அந்தக் கடையை அபகரித்தது முதலாளி உலகம். சேட்டுக்காரரர்கள் நிறைந்த நகரமாக மதுரை மாறி விட்டது. உணவகங்கள் அன்றாட பொருட்கள் தொடங்கி எல்லா விதமான பொருள்களிலும் அவர்களின் கால் இறங்கியது. இனிப்புகள் உணவுகள் நமது பாரம்பரியம். மாறி வடநாட்டு பலகாரங்களைச் சுவைத்து பழகிவிட்டார்கள்.

காளிதாசனின் துணிக்கடைக்கு, எதிராக ஒரு பிரமாண்டமான கடை உருவாவதற்கான வேலைகள் நடந்து கொண்டிருக்கிறது. கடைகள் வந்தால் நமது தொழில் வியாபாரம் ஆட்டம் ஆகிவிடுமே என சோகம் வருத்தம் அடைகிறான்.

இருந்தாலும் அவனுக்குள் இருக்கின்ற வேகம், ஒரு பாரம்பரியத்தை நாம் மீட்டெடுக்க வேண்டும். இப்படி வடநாட்டு மோகத்தால் நாம் அழிந்து விடக்கூடாது. புதுமையாக நமது வியாபாரத்தைப் பன்மடங்கு, மாற்றவேண்டும் என்ற அசையாத உறுதி கொண்டவனாய் காளிதாஸ் செயல்பட்டான்.

சேலைகள், வேட்டிகள், கைத்தறி ஆடைகள், சுங்குடிப் புடவைகள் நமது மண் மணம் மாறாத ஆடைகளை இயற்கையான பருத்தி ஆடைகளை நெய்து ஏழு வண்ணங்களில் புதிய புதிய டிசைன்களில் செய்து தயாரித்துக் கடையை விரிவுபடுத்தி வேகமாக விற்பனை செய்வது ஒரு பெரிய கடை முதலாளிகள் கூட ஆச்சரியப்பட்டனர். சாமியாரிடம் அதிகமான பணம் சேர்ந்து விட்டது.

என்ன செய்வது என்று தெரியாமல் கல்வி நிறுவனங்கள் தொடங்குவதற்கு ஆயத்தமாகி, விட்டார். நிறைய அரசியல் புலிகளின் பினாமி சொத்துகள் எல்லாம் பாதுகாக்கும் இடமாகச் சாமியார் மடம் ஆகிவிட்டது.

மக்கள் கொடுத்த மனுவை, கலெக்டர் எடுத்துச் சந்தைக்கு அடைப்பு கூடாது என ஸ்டே ஆர்டர் கொடுத்து விட்டார். சந்தை வியாபாரம் தொடர்ந்து நடக்க வேண்டும். மக்களின் வறுமை, மக்களின் துயரம், எல்லாம் தீர வேண்டுமென்றால் சந்தையில் வியாபாரம் தொடங்க வேண்டும் என்று அவர் கொடுத்த முடிவு செல்வாவிற்கும் மஞ்சுநாத்திற்கும் ராம் சேட் இவருக்கு. மிகப்பெரிய வருத்தத்தைக் கொடுத்தது கோபம் அடைந்து விட்டார்கள்.

எப்படியாவது இந்த முடிவை மாற்ற வேண்டும்; இல்லை என்றால் இந்தக் கலெக்டரை மாற்ற வேண்டும் என்று செல்வா முடிவெடுத்தான்.

சந்தையில் வியாபாரம் தொடரும் என்ற செய்தி வியாபாரபுரி மக்களுக்குப் மிகப்பெரிய மகிழ்ச்சி அளித்தது. இருந்தபோதும் சரி› மனநிலையில் இந்த சூழ்நிலை மீண்டும் சந்தையில் வியாபாரத்தை நடத்துவதற்கான சூழல் இல்லை. சில வியாபாரிகளின், பிள்ளைகள் வெளிநாட்டில் வேலைக்குச் செல்ல வியாபாரத்தை நிறுத்திவிட்டு ஓய்வெடுக்க நினைத்தார்கள்.

சிலர் வியாபாரம் முன்பு போல இல்லை; நிறைய பணம் கொடுத்து பொருள் கொள் முதல் வாங்க வேண்டியிருக்கிறது. நிறைய கழிவு ஏற்படுகிறது. நிறைய நஷ்டம் ஏற்படுகிறது. பொருள் தேங்குகிறது. முன்புபோல இல்லை; எனவே இதை விட்டுவிட்டு வெளியிடங்களுக்கு வேலைக்குச் செல்லலாம் என்று சிலர் முடிவெடுத்து விட்டார்கள்.

கமிஷன் மண்டி கடைக்காரர்களும், நல்ல தரமான பொருட்களை வெளிமாநிலங்கள் வெளிநாட்டுக்கு ஏற்றுமதி செய்து குறைவான தரமுள்ள பொருட்களை மட்டுமே இங்கு சந்தைக்கு அனுப்புற வேலையைச் செய்கிறார்கள்.

சொந்தமாகத் தயாரிக்கும் பொருட்களை உள்ளே வைத்து விற்பதற்கு வழியும் இல்லை. ஆனாலும் பேச்சியம்மாள் மனதில் வைராக்கியம் பிடித்தவளாக இந்தக் கட்ட, இந்தப் பூமியில் விழுகிற வரைக்கும் சந்தையில வியாபாரம் செய்யாமல் இருக்க மாட்டேன். கனகா, பொன்னம்மா, மங்கம்மா போன்ற அவள் தோழிகளும் சந்தையில் வியாபாரம் செய்வதை விரும்பினார்கள்.

பழைய கமிஷன் மண்டி கடைக்காரர்கள் எப்படியெல்லாம் துரோகம் செய்கிறார்கள் என்று சொல்லிக் கொஞ்சம் தள்ளிப்போய் பெரிய கம்பெனிகள் தங்களுக்குத் தேவையான நெல்லிக்காயும் நிலக்கடலையும் இன்னும் பல பாரம்பரியமான காய்களையும் கிழங்குகளையும், வாங்கி வைத்து இவர்கள் விற்பனை செய்தார்கள்.

62

தஞ்சை பார்த்திபனும், முருகானந்தமும் ஒரு கல்யாணத்திற்குச் சமையல் செய்வதற்கு, இனிப்புகள் தயாரிப்பதற்கு, ஆயத்தமானார்கள்.

ரொம்ப நாள் கழிச்சு ஒரு ஆர்டர் வந்திருக்கு. ஏதாவது பண்ணி சொதப்பி விடாதே அதெல்லாம் நாங்க நீ சொல்றதுக்கு மேலே செய்வோம். உங்க வேலைய மட்டும் சரியா பாருங்க. ஆமா ஏற்கெனவே அந்தக் கல்யாணத்துல 3 கரண்டி மாவை போடுறான்னு சொன்னதுக்கு மூன்று கரண்டியைப் போட்டு வந்தவன்தான நீனு.

சரியா சொல்லனும். மூணு கரண்டியைப் போட்டு மூன்று கரண்டி போடு அப்படின்னு சொன்னீங்க. மாவை அப்படின்னு சொன்னீங்களா? காலக் கொடுமைடா... உன்னையே, வச்சுக்கிட்டு நானும் எத்தனை கல்யாணத்துக்குச் சமைச்சிட்டேன்.

சரி என்னைக் கிண்டல் பண்ணாம உங்களுக்குத் தூக்கம் வராது பாருங்க ஒரு காலத்தில சிறந்த சமையல் ஆளாக மாறி இந்த ஜில்லாவுலே பெரிய அளவில் எடுக்கல. என் பேர முருகானந்தம் இல்ல மாத்தி வச்சுக்கிறேன்.. ப்பா பெரிய இவரு, இவரு சமைச்சு அதுல பெரிய ஆளாகி இதெல்லாம் எங்க போய் நான் சொல்லுவேன். ஒழுங்கா அந்தச் சாம்பார் வாளியை எடுத்துக் கிட்டு வந்து சாம்பார் எடுத்து பந்தியில பரிமாறவங்ககிட்ட வந்து கொடு. கூட எதுவும் போற்றாத எல்லாமே நான் போட்டுட்டேன்.

சமையல் வேலை முடித்துவிட்டு பணம் வாங்கிக் கொண்டு பார்த்திபனும், முருகானந்தமும் வெளியே வந்தார்கள். காவல்துறை ஆட்கள் இரண்டு பேர் வந்து அவர்களை அழைத்துச் சென்றார்கள். சந்தை காவல் நிலையத்தில் இருவரும் வைக்கப்பட்டனர்.

தஞ்சை பார்த்திபனுக்கு, என்ன விவரம் எதற்காக நம்மை காவல் நிலையத்திற்கு அழைத்து வந்திருக்கிறார்கள் எதுவுமே தெரியாது. உள்ளே வந்த பின்புதான். என்ன ஏட்டையா எதுவும் விசேஷமா போலீஸ் ஸ்டேஷன்ல சமைக்கணுமா, காதுகுத்தா, கெடாவெட்டா, யாருக்கும் சடங்கா என்று பெண் போலிசைப் பார்த்து கேட்டவுடன், அவள் கம்பு எடுத்து அடிக்க வந்துவிட்டாள்.

ஏய் வாய மூடுடா. செய்வதெல்லாம் திருட்டு, பேச்சு பேச்சப் பாரு. வேற யாரையோ நினைத்து எங்களைக் கூட்டிட்டு வந்துட்டாங்கய்யா... நாங்க காமெடி பீஸு... எங்களப் பார்த்தா திருட்டுப்பய மாதிரியா தெரியுது. அடுப்புல வேகற ஆளுங்க. கரண்டி பிடிக்கிற ஆளுங்க. ஏண்டா திருட்டுப் பயல்கள் தனியா வா இருப்பாங்க.

செய்கிறததெல்லாம் செஞ்சுட்டு சேட்டைகளைப் பாத்தியா. ஐயா சத்தியமா நான் எதுக்கு வந்துருக்கேன்னு எனக்கே தெரியல. நிறைய வேலை கிடக்குடேய் உன் கூட இருக்கற இந்தப் பையன் முருகானந்தம் போலீஸ்காரர் உடைய தொப்பியை தூக்கிட்டு வந்துட்டான். அவர் பந்தியில் சாப்பிடும்போது பக்கத்துல தொப்பியைக் கழட்டி வைத்துவிட்டார். அந்தப் பையன் எடுத்து தன் பைக்குள் போட்டு வைத்தான். அத ஒரு பையன் பார்த்துட்டான் அதனாலதான் உங்களை இங்கே தூக்கிட்டு வந்தோம்.

தஞ்சை பார்த்திபன் முருகானந்தத்தை முறைத்துப் பார்த்தான். எதுக்குடா, இந்த வேண்டாத வேலை. அண்ணே தெரியாம ஒரு ஆசையா இருந்துச்சு. அதான் எடுத்து பையிலிருந்து எடுத்து வெளியில் வைத்தான். அவன் பின்புறத்தில் ஒரு எத்து விட்டான் தஞ்சை பார்த்திபன். ஏண்டா இருக்கிற இம்சையில் இதுவேறயாடா இத வச்சி என்னடா பண்ணப் போற.

ஏட்டையா தெரியாம கேக்குறேன் அவன்தான் எடுத்தத நீங்க பார்த்துவிட்டுட்டீங்களே அவன மட்டும் பிடிக்காமல் எதுக்கு என்னையும் சேர்த்து பிடித்து வந்தீங்க.

"டேய் உன் கூட இருக்கற திருட்டுப்பய என்ன சொன்னான் தெரியுமா? இந்தத் தொப்பியை எங்க அண்ணன் எடுத்துவரச் சொன்னார். எனக்கு ரொம்ப புடிச்சிருக்கு. அப்படின்னு சொல்றான்டா. டேய் முருகானந்தம் இதெல்லாம் உனக்கு தேவையாடா வேலையைப் பாத்தமா சம்பாதித்து முன்னேறினமா வேண்டிய வழியைப் பார்க்காமல் எதுக்குடா, வெட்டி வேலை பார்த்து அதில் என்னையா வேற மாட்டி விடுற அண்ணே சும்மா ஒரு விளையாட்டுக்கு ஆர்வத்துல எடுத்துக் கொண்டேன். இது இவ்ளோ பெரிய பிரச்சினையா மாறும்னு ஒன்னும் தெரியல. எங்க நா மட்டும் மாட்டிகிட்டா, தப்பிக்க முடியாது நீங்க வந்தா தப்பிச் செல்லலாம் தான்னே உங்கள சேர்த்துவிட்டேன். டேய்

முட்டா பயலே போலீஸ்ல போய் விளையாடுவாங்களா இனிமே இந்த மாதிரி செஞ்சா அவ்வளவுதான். ஓடிப் போயிரு. நீ மாட்டறது. இல்லாமல் என்னை மாட்டிவிட பாக்குறியா.

ஐயா ஏட்டையா தெரியாமச் செஞ்சிட்டேன். இனிமே என்னை விட்ருங்க. நாங்க இனிமே இந்த மாதிரி தப்பெல்லாம் செய்யமாட்டோம். இவன் கூட நான் சேரவே மாட்டேன் என்னை ஆள விடுங்க. போலீஸ்காரர் தொப்பியை வாங்கி கொண்டு அவர்களை மிரட்டி எச்சரித்து அனுப்பி விட்டார். கூத்துக்காரப் பயலுக ஏட்டையா இன்னொரு கான்ஸ்டபிளிடம் சொன்னார்.

பார்த்திபன், காவல் நிலையத்திலிருந்து வெளியே வந்து டேய் தம்பி உன் கூட பழகுவதற்கு ஏனைய போலீஸ் ஸ்டேஷன் வரைக்கும் வர வச்சுட்ட. அடுத்து கம்பி என்ன வைத்து விடாதே! உன் சகவாசமும் வேண்டாம். ஆள விடு சாமி! நாட்டை விட்டு விட்டு ஓடிப் போயிரு. அப்படி எல்லாம் சொல்லாதண்ணே விளையாட்டுத்தனமாச் செஞ்சுட்டேன்.

இனிமே இந்த மாதிரி செய்யமாட்டேன் ஆனாலும் ஒரு தடவை சிறைச்சாலை எப்படி இருக்குன்னு பார்க்க ஆசையா இருக்கு. ஜெயிலுக்குப் போகனும். கம்பி எண்ணனும். அடுத்து வெள்ளை வேட்டி சட்டை கட்டின சட்டசபைக்குப் போகணும். என்னைப் பற்றி பாடப்பகுதியை எழுதுவாங்க, நானும் பெரிய ஆளா வரணும். அடேய் பெருச்சாளி வாயா என்ன வேணாலும் பண்ணு அதை நீயே பண்ணு. என்னை வம்புல மாட்டி விடாதே!

அப்படி எல்லாம் எந்த ஆசையும் இல்ல சாமி அவர்கள் பேசிக் கொண்டே டீக்கடைக்கு வந்தார்கள். என்னப்பா தஞ்சை பார்த்திபா இன்னிக்கு என்ன இவ்வளவு நேரமா கடைகளைத் திறக்கல. ஒன்னும். இல்ல சின்ன வேலையா வெளிய போயிட்டு வந்தோம். இப்பத்தான் வந்துட்டேன்ல, இந்தப் படகுக்குன்னு ஆரம்பிச்சுருவோம்.

63

ஸ்டெல்லா மருத்துவமனைக்கு சென்றாள் மாதமொருமுறை அவர்கள் சிறைச்சாலையில் சென்று சிறையில் உள்ள பெண் கைதிகளுக்கு வைத்தியம் பார்ப்பது வழக்கம். சிறையில் இருந்து வெளிவந்த பெண்கள் சிலர் மறுவாழ்வு மையத்தில் சென்று தங்கி தங்கள் புதிய வாழ்வுக்கானத் தொடக்கத்தை எடுத்துக் கொள்வார்கள்.

வாழ்வு மையத்தில் இசை பற்றி சொல்லிக் கொடுக்கும் ஆசிரியர், ஒருவர், யோகா சொல்லிக் கொடுக்கும் ஆசிரியர் ஒருவர் மருத்துவத்திற்காக வந்துபோகும் இவர், பலர் அந்த மறுவாழ்வு மையத்திற்கு வந்து செல்வார்கள். அங்கிருந்து சொல்லப்படும் எதுவும் வெளியே யாருக்கும் தெரியக்கூடாது என்பது அங்கு எழுதப்படாத சட்டம்.

ஆனாலும் அந்த மறுவாழ்வு மையத்தில் சித்திரா, வனிதா தீபிகா, ஆகிய 3 பேருக்கும் சாமியாரால் வந்த பிரச்சனை வேலை தேடி வந்த அபலை, பெண்களை ஏமாற்றி அவர்கள் வாழ்க்கையை சீரழித்து சின்னாபின்னமாக்கியதே சாமியாருடைய மிகப்பெரிய கொடுமை. வனிதாவும், சித்ராவும், அக்கா தங்கைகள். இருவருடைய தந்தை சுப்பிரமணியம் சாமியார் மேல் உயிராய் இருந்தவர். அவர் பேச்சைக் கேட்டு தான் இந்தத் தொழில் செய்வார் எதுவும் நடக்கும். ஏனென்று கேட்காமல் சாமியார் சொல்வதை அப்படியே நம்புவது சுப்பிரமணியத்தின் முட்டாள்தனம்.

நான் நம்பியது மட்டுமல்லாமல் வீட்டில் பெரிய படத்தை மாற்றி வருவோர் போவோருக்கு எல்லாம் சாமியாரின் மகிமையை சொல்லி எல்லோரையும் அவர் பக்கம் சேர சொன்னதில் சுப்பிரமணியத்தின் பங்கு பெரியது. மோதிரம் செயின் எல்லாவற்றிலும் சாமியார் படத்தை மாற்றி ஒரு விளம்பர மாடல் போல சாமியாரை விளம்பரப்படுத்தியதில் சுப்பிரமணியத்தின் பங்கு மிகப் பெரியது.

அடிக்கடி சத்சங்கம் நடத்தி சாமியாரை வரவழைத்து அருளாசி வழங்கச் சொல்லி பல பெரிய ஆட்கள் எல்லாம் தனது வீட்டுக்கு வர வைத்து சாமியாருக்கும் அந்தப் பெரிய மனிதர்களுக்கும் ஒரு தொடர்பை ஏற்படுத்தினார் சுப்பிரமணியம். இவ்வாறு சாமியார்

சுப்பிரமணியம் வீட்டுக்கு பலமுறை வந்து சத் சங்கங்கள் நடத்துகின்ற பேரில் சுப்பிரமணியனின் இரண்டு பெண் குழந்தைகள் மேல் ஒரு கண்ணாக இருந்தார்.

சுப்பிரமணியத்திற்கு மருந்து தண்ணீரில் கலக்கிக் கொடுத்து அவர் சொல்வதையெல்லாம் கேட்கும் அளவிற்கு வசியம் செய்துவிட்டார் என்று சொல்கிறார்கள். சித்ராவும். வனிதாவும் பலமுறை சாமியாரின் ஆசிரமத்திற்குச் சென்று வந்தார்கள். ஒரு கட்டத்தில் சாமியாரின் இச்சைக்கு ஆளாகக் கூடிய சூழல் ஏற்பட்டுவிட்டது. இதைப்பற்றி தந்தையிடம் சொன்னால் அவர் கேட்கும் மனநிலையில் இல்லை. அவரோ போதையில் இருக்கிறார். அம்மாவிடம் சொன்னால் அம்மாவும் என்ன செய்வதென்று தெரியாமல் தவித்துக் கொண்டிருக்கிறாள்.

வனிதாவையும், சித்ராவையும் சாமியார், கபளீகரம் செய்தது மட்டுமல்லாமல் பெரிய பெரிய பணக்காரர்களுக்கு, விருந்தாகவும் மாற்றிவிட்டார். இதைப்பற்றி எல்லாம் அறிந்து கொள்ளும் மனநிலையில் சுப்பிரமணியம் இல்லை. என்பது தான் வேதனையின் உச்சம். சித்ராவும் வனிதாவும் ஏமாற்றப்பட்டதை போல எதிர்த்த வீட்டுப் பெண்ணுமே ஏமாற்றப்பட்டாள். மூவரும் ஒன்றாகச் சேர்ந்து அந்த ஆசிரமத்தை விட்டு வெளியேறி மதில் சுவரில் இருந்து ஏறிக் குதித்து தப்பித்து ஓடினார்கள்.

ஆனால் சாமியார் தனக்கிருக்கும் அரசியல் செல்வாக்கைப் பயன்படுத்தி இந்த மூன்று பெண்களின் மீது ஆசிரமத்தில் திருடி விட்டு ஓடிவிட்டார்கள். மனநிலை பாதிக்கப்பட்டவராக இருந்தார்கள் என்றெல்லாம் இவர்கள் மேல் பலவிதமான குற்றச்சாட்டுகளைச் சுமத்தி இவர்களை சிறைச்சாலையில் அடைத்து விட்டார் சாமியார்.

சித்ரா, வனிதா, தீபிகா ஆகிய மூவரையும் தலையில் மொட்டை அடித்து பயங்கரமாக டார்ச்சர் செய்து அடித்து உடலையும் மனதையும் அழுக்காக்கி பலவீனப்படுத்தி அவர்கள் யாரிடமும் எதுவும் பேச முடியாதபடி நோயை உண்டாக்கி விட்டார்கள்.

யார் இவர்கள் பேசினாலும் கேட்க முடியாதபடி செய்து விட்டார்கள். சிறைச்சாலையில் ஏதாவது செய்து விட மாட்டோமா உண்மையைச் சொல்லி விட மாட்டோமா, என்று ஏங்கித் தவித்த அவர்களுக்கு வலியும் வேதனையும் எஞ்சியது

அதையெல்லாம் தாண்டி இந்த உலகத்திற்கு இந்த உண்மையை வெளிப்படுத்த வேண்டும் என்று தற்கொலை செய்யலாம் என்று

கையை அறுத்துக் கொண்டார்கள். அப்போதுதான் இந்த மறுவாழ்வு மையத்துக்கு இவ்வளவு தூரம் அடைக்கப்பட்டார்கள் யாரெல்லாம் இவர்களுடன் பேசுகிறார்கள் என்று கண்காணிக்கப்பட்டது. பேசுவதற்கு சூழல் மறுக்கப்பட்டது; பேசுவதற்கான வாய்ப்பு தரப்படவில்லை.

அப்போதும் மனதளவிலும், உடலளவிலும் டார்ச்சர்கள் தொடர்ந்து கொண்டேதான் இருந்தன. அந்த நேரத்தில்தான் ஸ்டெல்லா. மருத்துவ பணிக்குக்குச் செல்ல வேண்டிய சூழல் ஏற்பட்டது. எல்லோரிடமும் இனிமையாக பழகும் குணமும் இயற்கையிலே கொண்ட ஸ்டெல்லா, மூவரையும் பார்த்து, மிகவும் வேதனைப்பட்டார். எல்லோரும் கிட்டக்க போகாதே உங்களைக் கடித்து விடுவார்கள் என பயமுறுத்தி வைத்திருந்தார்கள்.

அப்படி எல்லாம் இல்லை எல்லோரும் மனிதர்கள். அவர்களிடம் பேசுவதற்கு நிறைய விஷயங்கள் இருக்கும் பழகுவதற்கு நிறைய விஷயங்கள் இருக்கும். யாரையும் நாம் குறைத்து மதிப்பிட கூடாது என்று சொல்லி அருகில் சென்று அவரை அரவணைத்து காயங்களுக்கு எல்லாம் மருந்து தடவி இனிமையாக அவள் பழகும் விதத்தை பார்த்து இந்த மூன்று பேரும் அவள் மேல் நம்பிக்கை வைத்து மெல்ல புன்னகை பூத்தார்கள். பிறகு மெல்ல மெல்ல தங்களுக்கு ஏற்பட்ட பாதிப்பு இந்தச் சாமியார் செய்த கொடுமை அவருடைய அரசியல் செல்வாக்கு பெற்றோர்கள் தன்னைக் கண்டு கொள்ளாத நிலை, அவர்களின் வேதனை எல்லாவற்றையும் ஒன்றாக தீபிகாவும், வனிதாவும், சித்ராவும் மாறி மாறி சொல்லி அழுது புலம்பினார்கள்.

இதைக் கேள்விப்பட்டதும் அவர்களின் நிலை பார்த்து, பரிதாபப்பட்டு சாமியார் மேல் மிகவும் கோபப்பட்டு, இதற்கு ஏதாவது செய்யவேண்டும் என்று முடிவெடுத்தாள். இந்த மூன்று பேரும் எங்களுக்கு இவ்வாறு நடந்ததை விட அங்கு இன்னும் பல பெண்கள் இருக்கிறார்கள்; அவர்களைக் காப்பாற்ற வேண்டும் என சொன்னது தான் அவள் மனதை மிகவும் வேதனைப்படுத்தியது. சந்தை காவல் நிலையத்திற்குச் சென்று அங்குள்ள காவல்துறை அதிகாரியிடம் புகார் கொடுக்க தைரியமாக உள்ளே சென்றாள் ஸ்டெல்லா.

அங்கு காவல்துறை அதிகாரி ஸ்டெல்லா கொடுத்த புகாரை வாங்க மறுத்தார். மிகுந்த வேதனையோடு அங்கிருந்து வெளியில் வந்த நர்ஸ் ஸ்டெல்லா நாட்டில் நீதியை நிலை நாட்டவே

முடியாதா என்றால் பத்திரிக்கையை நாடிப் போக வேண்டும் என யோசித்து, இறுதியில் அங்கே உதவி ஆய்வாளராக இருந்த ஒருவன் ஸ்டெல்லா உடன் கல்லூரியில் படித்தவன்.

ஸ்டெல்லாவை ஒரு தலையாகக் காதலித்தவன். சட்டென்று அவளைப் பார்த்தவுடன் ஒரு நிமிடம் ஸ்தம்பித்துப் போனான்.

“நீ எப்படி இருக்க நல்லா இருக்கியா என்று நலம் விசாரித்து வழியத் தொடங்கினான். கோபத்தின் உச்சத்தில் வேதனையின் உச்சத்தில் இருந்த ஸ்டெல்லா ஒரு நிமிடம் யோசித்து, டேய் கண்ணா நம்ம காலேஜ்ல ஒண்ணாப் படிச்ச அப்ப லவ் லெட்டர் எல்லாம் கொடுத்தது ஞாபகம் இருக்கா?”என்று கேட்டாள்.

“ஆமா அதெல்லாம் கோல்டன் டைம் மறக்க முடியுமா? அப்போது நீ என் தேவதை. கனவு தேவதை எனக்கு மட்டுமல்ல கல்லூரியில் பலருக்கு உன் நடையும், உடையும், பார்வையும், நேர்மையும் மிடுக்கும் எங்களையெல்லாம் ஏதோ பண்ணும். இப்போது மட்டும் என்ன அப்படி தான் இருக்கிறாய். அப்பொழுது எனக்காக என்ன வேணா செய்வேன். உயிரையே கொடுப்பேன். அப்படி இப்படின்னு டயலாக் எல்லாம் சொல்லுவியே அதெல்லாம் உனக்கு ஞாபகம் இருக்கா. என்ன இப்படி கேட்டுட்ட நான் சொன்னா சொன்னதுதான் வெறும் வார்த்தை இல்லை. இப்ப சொல்லு கடலில் குதிக்க வா தீயில் குதிக்க வா மாடி மேல் இருந்து குதிக்க வா...

“அதெல்லாம் ஒண்ணும் வேணாம். எனக்கும் கல்யாணம் ஆகி குழந்தை வந்துருச்சு. உனக்கும் கல்யாணம் ஆகி இருக்கும்.”

“எல்லாத்தை விட்டுட்டு ஓடி வந்துடறேன். இல்லனா ரெண்டு சேனல நடத்துவேன். ஆமாடா ஆண்கள், எல்லாம் இப்படி தான் இருப்பீங்க. நீங்க மட்டும் பரிசுத்தமாய் பொண்டாட்டிய வச்சுக்கணும். மத்தவங்க கூட கடலை போடணும்.”

“ரொம்ப யோசிக்காத... ஒரு மூன்று பெண்கள் வாழ்க்கையைச் சீரழித்த ஒரு சாமியாரைப் பற்றி நான் வழக்கு கொடுக்கலாம்னு வந்தேன். உங்க சார் வாங்க மாட்டேங்கிறார். அவங்களுக்கு நீதி வேண்டும் என்ன செய்யலாம்? அதுக்கு மட்டும் உதவி செய்யும். நீ எனக்கு உயிரைக் கொடுத்ததற்குச் சமம்.”

இந்த மூன்று பெண்களும் வாழ்க்கையில் பல கஷ்டங்கள் அவர்களை உடலளவிலும் மனதளவிலும் சீரழித்த அந்த சாமியார் உயிரோடு நடமாடக் கூடாது அவன் சிறையில் கம்பி எண்ண வேண்டும் யாரும் அவனுக்கு ஜாமீன் கொடுத்து வெளியே

முடியாத வர முடியாதபடி உள்ளே தள்ள வேண்டும். அதற்கு என்ன வழி அதை மட்டும் சொல்லு.

பரவாயில்ல ஸ்டெல்லா அப்ப இருந்த மாதிரி அதே சமூக பொறுப்போடு இப்பயும் இருக்க. அது தான் உன்கிட்ட எனக்குப் பிடிச்ச மிக முக்கியமான குணம். இப்பொழுது நம்ம மதுரை வந்திருக்கிறவர். ரொம்ப நேர்மையான கலெக்டர், ஸ்ட்ரைட் பார்வர்டு. ஏற்கெனவே அந்தச் சாமியாரைப் பற்றி நிறைய புகார்கள் போய் இருக்கு. ஆனா யாரும் யாரும் நேரடியாக போய் கம்ப்ளைன்ட் கொடுக்கல சிஎம் செல்லுக்கு மேட்டரைப் போஸ்ட் பண்ணிட்டு கரெக்டா ஒரு தகவல் கொடுத்துவிட்டு என்னுடைய மாவட்ட டிஜிபி அலுவலகத்தில் ஒரு புகார் கொடுத்தேன் சொன்னவுடன் நடவடிக்கை எடுப்பார்கள் அதை நான் இங்கிருந்து ஃபாலோ பண்றேன். என்று சொன்னதும் உற்சாகம் குறையாத ஸ்டெல்லா மீண்டும் அவன் சொன்னபடியே சிஎம் செல்லுக்கு ஒரு புகாரைக் கொடுத்து விட்டு டிஜிபியிடம் ஒரு புகாரைக் கொடுத்து விட்டு, கலெக்டரிடம் ஒரு புகாரைக் கொடுத்து விட்டு வீட்டுக்குச் செல்ல வேண்டும் என முடிவெடுத்து அதற்கான வேலையைத் துரிதமாகப் பார்க்கத் தொடங்கினார்கள்.

காளிதாசன் ரவியும் உடன் சென்றார்கள் அவர்கள் மற்ற வேலைகளைப் பார்த்தார்கள். ரவி ஏற்கெனவே கலெக்டர் அலுவலகத்தில் வியாபாரபுரி மக்களுக்காகச் சந்தையை அடைக்காமல் காப்பாற்ற மனு கொடுத்த போது அவர் அவனை நன்கு கவனித்து இருந்தார். அவர் எழுதிய மனுவுடைய சாராம் சத்தில் அவன் திறமையையும் உண்மையை உணர்ந்தார்.

அதனைப் போலவே எப்பொழுதும் சாமியார் மேலுள்ள குற்றச்சாட்டுக்குத் தகுந்த ஆதாரங்களைக் கொண்டு வந்து பாதிக்கப்பட்ட பெண்களின் நிலை எல்லாம் எடுத்து அவர் செய்த லீலைகளை எல்லாம் பட்டியலிட்டு கிடுக்குபிடி பிடிக்கும் அளவிற்கு அத்தனை விஷயங்களையும் அந்த மனுவில் குறிப்பிட்டிருந்தான்.

ரவியும், ஞானதாஸூம் ஸ்டெல்லா உடைய நேர்மையும் ஸ்டெல்லா செய்த பல செயல்பாடுகளையும் உண்மையிலேயே கலெக்டர் பாராட்டி உடனடியாக, நடவடிக்கை எடுப்பதாக கூறினார். அன்று மாலையே சாமியார் கைது செய்யப்பட்டார்; ஆசிரமம் சீல் வைக்கப்பட்டது.

64

சாமியாரின் உதவியாளர்கள், வழக்கறிஞர்கள் செல்வாவை பார்க்கச் சென்றார்கள். அப்பொழுது ராம் சேட்டும் செல்வாவின் அலுவலகத்தில் இருந்தான். சாமியாரை எப்படியாவது நீங்கதான் வெளிக் கொண்டுவரனும் எவ்வளவு பணம் செலவாகும், பரவால்ல இந்தப் பணம் கொடுத்தார் என்று சொல்லி சாமியாரின் உதவியாளர்கள், செல்வாவிடம் ஒரு பெருந்தொகையைக் கொடுத்தார்கள்.

அந்தப் பணத்தை வாங்கி, உள்ளே வைத்து விட்டு செல்வா இப்பொழுது நிலவரம் சரியில்லை. கொஞ்சகாலம் சாமியார் உள்ளே தான் இருக்க வேண்டும். விஷயம் முதலமைச்சர் வரைக்கும் போயிருச்சு; இதுபோக கலெக்டர் சரி இல்லாத ஆளு; நேர்மையானவர். அதனால எதுவும் செய்ய முடியாது என சிறைச்சாலைக்குள் சாமியாரை எப்படியாவது சொல்லி விட்ருங்க. கொஞ்ச காலம் அவகாசம் ஆகும். ஆனால் நிச்சயம் அவரை வெளியே கொண்டு வரலாம்.

பணத்தை வாங்க முன்னாடி இப்படிச் சொன்னா பரவால்ல பணத்தை எல்லாம் வாங்கி வச்சிட்டு சொல்கிறாரே என்று சாமியாரின் உதவியாளர்கள் யோசித்தார்கள். ஒன்னும் யோசிக்காதீங்க நல்லபடியா போய்ட்டு வாங்க இது நிறையப் பேருக்கு குடுக்கணும். கொடுத்தாதான் வேலையாகும். இல்லன்னா அவர் மேல உள்ள கேஸ் எல்லாம் அவருக்குத் தூக்கு தண்டனை கொடுத்தாலும் ஆச்சரியப்படுவதற்கில்லை.

சாமியாரின் ஆட்கள் போன பிறகு ராம் சேட்டும் செல்வாவும் பேசிக் கொண்டார்கள். நல்லதாப் போச்சு சாமியார் உள்ளிருப்பது என ராம் சேட் கேட்க, ஆமாய்யா சேட், சாமியார் தொல்லை நாளுக்கு நாள் ரொம்ப அதிகமாப் போச்சு. கட்சியின் மேலிடத்தில் அவரை எப்படியாது காலி பண்ண முடிவு செஞ்சுட்டாங்க. எவ்வளவு புகாரைத் தான் அவங்களால ஒளிச்சு வைக்க முடியும். அவங்க கதை முடிஞ்சுது அவ்ளோதான் விடு. அடுத்து ஆக வேண்டிய வேலையைக் பாருடா... சும்மா ஒரு பேச்சுக்கு அவன் கிட்ட கொடுத்து வைத்த இந்த பணத்தை வைத்து நம்ம

சந்தையைக் காலி செய்வதற்குப் பதில் மேல் மட்டத்தில் பணம் கொடுக்க வேண்டியது இருக்கு. அதற்கு பயன்படுத்திக் கொள்வோம். சாமியார் கதை முடிந்தது; அதைப்பற்றி கவலைப்பட வேண்டாம் என்று செல்வா சொன்னதை ராம் சேட் ஒருமனதாக ஏற்றுக் கொண்டான். இருந்தாலும் தன்னை உணர வைத்தவர் வாழ வைத்தவர், சாமியார் என்பதை அவனால் மறுக்கவோ, மறைக்கவோ முடியவில்லை.

அப்போது நடந்த தேர்தலில் ஆளும் கட்சியின் அராஜகத்தால் மீண்டும் அவர்களே ஜெயித்தார்கள். செல்வாக்கு உயர் பதவி கிடைத்தது. சட்டமன்ற உறுப்பினருக்கு, நெருக்கமான இடத்தில் அவன் சென்றுவிட்டான். அதன் பிறகு சட்டமன்ற உறுப்பினர் நேரில் சென்று அந்த மாவட்ட ஆட்சித் தலைவரை மாற்ற ஏற்பாடுகளைச் செய்யச் சொன்னான்.

ரவி தான் எடுத்துக் கொண்ட வேலை எல்லாம் முடிந்துவிட்டது இனி சந்தைக்கு எந்தவிதமான ஆபத்தும் இல்லை. எனவே வேலைக்காக அவன் பெங்களூருக்குச் செல்ல ஆயத்தமானான்.

தங்கை லட்சுமியும், பேச்சியம்மாளும் ஒரே அழுகை. என்ன செய்வது இங்கிருந்து எனக்கு வேலை கிடைப்பது கடினம். நல்ல வேலை. நான் இருப்பதை வாழ்வதைப் பார்த்துக் கொண்டு நீங்களும் வந்து விடுங்கள். அம்மா இரண்டு தலைமுறையாக நீங்க சந்தையிலிருந்து வாழ்க்கையை வாழ்ந்து விட்டீர்கள். போதும் நீயும் தங்கச்சியும் வந்துடுங்க என்று சொன்னான். ஸ்டெல்லா வியாகுலம்மாவைப் பார்த்து வந்தாள். பிரான்சிஸ் ஒழுங்காக உங்களைக் கவனிக்கிறானா அவர்களுக்குத் தேவையான உதவிகளைச் செய்கிறானா வேறு ஏதும் தொந்தரவு செய்கிறானா என்று கேட்டபொழுது கர்த்தரின் அருளால் அவன் என்னை நன்றாகப் பார்த்துக் கொள்கிறான். எந்தவிதமான குறையும் இல்லை என்று சொன்னாள் வியாகுலம்மாவை பார்த்து எனக்கு ஒரு உதவி செய்வீங்களா? ஸ்டெல்லா நீ கேட்டு நான் எப்ப செய்யாமல் இருக்கேன். நீ கேட்டதெல்லாம் உனக்காக இல்லை ஊருக்காக ஊர் நன்மைக்காக பல உதவிகளைக் கேட்டு இருக்கேன் நான் செய்திருக்கிறேன். இப்பயும் நீ உனக்காகக் கேட்டா செய்யவும் ரெடியா இருக்கிறேன்.

மறுவாழ்வு மையத்தில் கேட்ட கதைகளை வெளியே சொல்லக் கூடாது என்பது எழுதப்படாத ஒரு சட்டம். அதனால் மூன்று

பெண்கள் வாழ்க்கையில் பாதிக்கப்பட்டவர்கள் என்பதை மட்டும் சொல்லி அவர்கள் நல்வாழ்வுக்கு ஒரு தொழில் தொடங்க உதவி செய்ய வேண்டும் என்பதைச் சொல்லி மூன்று பேரையும் அழைத்து வருவாள் என்று கேட்டாள். நீ சொல்லி எத நான்செய்யாமல் இருந்திருக்கிறேன். இப்பக் கூட நீ உனக்காக கேட்கல, மத்தவங்களுக்காக தான் கேட்கிறே.

கண்டிப்பா என்னால முடிஞ்சது செய்கிறேன். கூட்டிட்டு வா! சித்ரா, தீபிகா, வனிதா ஆகிய மூவருக்கும் விருப்பமான தொழிலைத் தொடங்குவதற்கு ஆவன செய்வதாகச் சொன்னபொழுது அவர்கள் கண்ணீர் அந்த மறுவாழ்வு மையம் முழுதும் பெருக்கெடுத்து ஓடியது. குறிப்பாகச் சாமியார் கைது அவர்களை மன மகிழ்ச்சியில் ஆழ்த்தியது. நிம்மதிப் பெருமூச்சு விட்டார்கள். சிவாவும், மானுத்து விஜயாவும் சந்தை மாரியம்மன் கோயிலில் திருமணம் முடித்துக் கொண்டார்கள்.

65

எளிமையான முறையில் அந்தத் திருமணம் நடந்தது. ஒரு பத்து பேர் வந்து இருந்தார்கள். அனைவரும் வாழ்த்தி விட்டு வேலைக்குச் சென்றுவிட்டார்கள். பிரமாண்டமான ஒரு துணிக் கடை நகைக்கடை சேர்ந்த மாதிரி உருவானாலும் காளிதாஸுக்கு என ஒரு கூட்டம் இருக்கத்தான் செய்தது. அவருடைய திறமையும் உழைப்பும், பாரம்பரியத்தைப் பாதுகாக்கும் மக்கள் சிலர் கடைக்கு வரத்தான் செய்தார்கள். ராம் சேட் தனது லாரி உதிரிபாகங்கள் விற்கும் கடையை விரிவுபடுத்தினான். ஆட்டுச் சந்தையில் பாதிப் பகுதியை ஒரு பெரிய நார்த் இண்டியன் அடுக்கப்போகும் பைப் கடை கூட வாடகைக்கு விட ஆக்கிரமிப்பு செய்தான். வெள்ளையும், சொள்ளையுமாக இருக்கும், தரகு ஆட்களுக்கெல்லாம், தண்ணி வாங்கி கொடுத்து அவர்களை யாரும் எதிர்ப்பு தெரிவிக்கும் வண்ணம் அப்படியே எதிர்ப்பு தெரிவித்தாலும் அவர்களை அடியாட்கள் வைத்து சரி செய்வது, என முடிவு செய்தான் ராம் சேட். உறுதியோடு இறங்கினான்.

இதில் சிலர் எதிர்த்தார்கள். அவர்கள் எல்லாம் அடியார்கள் வைத்து அடித்து அந்த இடத்தை ஆக்கிரமிப்பு செய்தான் ராம் சேட்.

இங்கும் சந்தையின் முகப்பு பகுதி எல்லாம் லேத்து கடைகளுக்கு வாடகைக்கு விட்டு, இரும்புத் தொழில் அதிகம். சந்தையில் இடம் பெற பெரும் வேலை செய்து விட்டாராம் சேட்

சிலர் புதிதாக, ஆரம்பிக்கப்பட்ட பெரிய சந்தைக்குச் செல்கிறோம் என சிலர் இவனோட போட்டி போட முடியாது என்று ஒதுங்கி பெரிய சந்தை, மாட்டுத்தாவணியில் தொடங்க இருக்கிறது. அங்கே செல்லப் போகிறோம் என்று செல்லத் தொடங்கினார்கள்.

ஆனால் சிலர் மட்டும் உறுதியான மனநிலையுடன் சந்தையில் இருந்தார்கள். பொதுமக்கள் பாதையை அடைத்து பெரிய பாலம் கட்டுவதற்கான, காண்ட்ராக்ட் செல்வா எடுத்தான்.

அவன் காண்ட்ராக்ட் எடுத்து பாலம் கட்டுவதற்கான வேலையை தொடங்கினார். பூ மார்க்கெட், பழ மார்க்கெட் இவையெல்லாம் பெரிய கடைக்கு வேறு பக்கம் போனதால் சிறு சிறு வியாபாரிகள் அங்கு சந்திக்கும் சூழ்நிலை வாய்ப்பு குறைந்துவிட்டது.

ராம் சேட்டும் செல்வாவும் தெளிவாகக் காய் நகர்த்தினார்கள். செல்வா மேலிடத்தில் சொல்லி கலெக்டரை மாற்றிவிட்டான். இப்போது வந்திருக்கும் கலெக்டர் நிறைய பணம் வாங்குபவர்கள் சொல்வதெல்லாம் செய்யக்கூடிய தன்மை உள்ளவர்.

வந்திருக்கும் கலெக்டரிடம் பொதுமக்களின் நியாயம் எடுபடாது முன்பு பேச்சியம்மாள் போராட்டம் நடத்துவதற்கு முன்பு வியாபாரபுரி மக்களையெல்லாம் அழைத்தபோது திரண்டுவந்து போராடியது. ஒரு காலம் பொடிசுகள், சிறுசுகள், பெருசுகள் இளவட்டங்கள் எல்லாமே வியாபாரத்தை விட்டு விட்டு வெகுதூரம் செல்ல ஆயத்தமாகி விட்டார்கள். பேச்சியம்மாள் எதற்கும் கலங்காத அவளே மயங்கினாள்.

என்னாகுமோ தெரியவில்லையே... ஒரு கடல் போல கப்பலில் ஏற்றப்படும் சரக்குகள் போல ஒரு சந்தை எப்படி இருந்தது. இந்த மண்ணும், பாரம்பரியமும், கொஞ்சம் கொஞ்சமாக கண்முன்னே சிதைந்து வருகிறது. மனோதிடமும் உடல் வலிமையும் கொண்டவர்களை வடநாட்டு சேட்டுக்காரர்கள் ஒன்றும் செய்ய முடியவில்லை. மனவலிமை இல்லாதவர்கள் பயப்பட கூடியவர்கள் இவர்களையெல்லாம் காலி பண்ணி தங்கள் தளத்தை தைரியமாக விரிவுபடுத்தத் தொடங்கினர்.

பலர் இவர்கள் கொடுக்கும், நெருக்கடியைத் தாங்க முடியாமல் கடன் சுமையைத் தாங்க முடியாமல் பார்த்துக் கொண்டிருந்த வியாபாரத்தை எல்லாம் விட்டுவிட்டு சேட்டு கடைக்காரர் கடைகளில் வேலைக்குச் செல்லும் அவல நிலையை உருவாக்கிக் கொண்டனர்.

66

ரவி, பெங்களூர்ச் சென்று சில மாதங்கள் தான் ஆகி இருக்கிறது. இப்போது தான் அவன் வேலை வீடு வாசல் என்று ஓரளவிற்கு இருக்கிறான். தங்கையும் மேற்படிப்பு படிப்பதற்காகப் பெங்களூர் அழைத்துச் சென்று இருக்கிறான் அவனை இங்கு வர வைப்பதா?

இந்த சந்தையைக் காப்பாற்றுவதா என்று கலக்கமுற்று இருந்தபேச்சியம்மாள் தஞ்சை பார்த்திபனைப் பார்த்தாள். கொஞ்ச நஞ்சமா உயிர் ஊசலாடிக் கொண்டிருக்கிறது பெரும்பகுதியை கொண்டு போயிட்டாங்க. இப்ப என்னன்னா செய்து ரவி வேற ஊருக்கு போயிட்டான். அவனைத் திரும்பி வர வைக்கவா அதாவது செய்யணுமே என்று புலம்பினாள் பேச்சியம்மாள்.

தஞ்சை பார்த்திபன் சொன்னான்: பேச்சியம்மாள் இனியும் இவர்களோடு நாம் மோதி ஜெயிக்க முடியுமா எனதெரியவில்லை. பண பலமும் அரசியல் பலமும் மொத்தமாகச் சேர்ந்துவிட்டது.

மக்களும் பலர் சோர்ந்துவிட்டார்கள்; பெருகிவரும் நாகரிக மாற்றமும் அவர்களால் நிலையான ஒரு வேலையைச் செய்து பிழைப்பு நடத்த முடியாத ஒரு காலம் வந்துவிட்டது.

அதனால் நானும் தஞ்சாவூர் பக்கம் போகலாம் என்று நினைக்கிறேன். கடை வருமானம் குறைந்து கொண்டே வருகிறது. ஆனால் நீயும் உன் சொந்த ஊருக்கோ அல்லது உன் மகன் உடனே சென்றுவிடு ரவியை இங்கு வரவழைக்க வேண்டாம்.

ரவி விவேகம், வீரம் உடைய இளைஞன்; அவன் வேகத்திற்கும் வீரத்திற்கும் இங்கே பெரிய பிரச்சனை ஏற்பட நேரிடும். நேர்மையாக மோதினால் நாம் வெற்றி பெறலாம். ஆனால், இவர்கள் சூழ்ச்சி செய்து வெற்றி பெற நினைப்பார்கள்.

எப்போதும் உற்சாகம் குறையாமல் நகைச்சுவையுடன் பேசும் தஞ்சை பார்த்திபனே கலங்கிப் போய் விட்டாரே இனி என்ன செய்வது என யோசித்தாள் பேச்சியம்மாள். ராம் சேட் நினைத்தபடி சந்தையின் பெரும்பகுதியை ஆக்கிரமிப்பு செய்து விட்டான். அவனுடைய அரசியல் பலமும், செல்வாக்கும் அவர்கள் நினைத்ததைச் சாதிக்க வழிவகை செய்தது.

ஒரு வெள்ளைக் காகிதத்தில் எட்டில் ஒரு பகுதியிடம் அரசு நிலம் தனியாருக்கு தாரை வார்க்கப்பட்டது. ஆக்கிரமிப்பு செய்து அவற்றுக்கு வரிபோட வைத்து அந்த இடத்தைத் தன் சொந்த இடமாக மாற்றியது. சாதுரியம் 15 வயதிலிருந்தே ராம் சேட் மூளையில் உதித்தது என்று செயல் ஆகிவிட்டது. பிரமாண்டமான வணிக வளாகத்தைக் கட்டி முடித்து அமைச்சரவைத் திறந்து வைத்தார்கள். எண்ணற்ற புதிய பெரிய கடைகள் உருவாயின. நவநாகரிக பொருள்களெல்லாம் வந்து குவிந்தன.

பேச்சியம்மாள் தன் குழந்தைப் பருவத்தில் தந்தையுடைய நிலை எப்படி இருந்தது என்று நினைத்துப் பார்த்தால் தனக்கு வாழ்க்கை கொடுத்த இந்தச் சந்தை தன் கணவன் நிக்கோலஸ் காலத்தில் இருந்த சந்தை. உணவு வாழ்க்கை மருத்துவம், பூ மகிழ்ச்சி திருமணம் மண்பானை துணிகள், மாடு, ஆடு என இருந்த வாழ்க்கை மெல்ல மெல்ல நகரத்தை இயந்திர கைகள் அடித்து சுவைத்து ஒன்றுமில்லாமல் ஆக்கி விட்டன.

இரவு வளர்பிறை முடிந்து தேய்பிறை தொடங்கிய நேரம் ராம் சேட்டும், செல்வாவும் பெரிய விருந்து ஒன்றுக்கு ஏற்பாடு செய்து அந்த ஊரின் பெரிய பண முதலைகள் அரசியல் தலைவர்கள் அனைவரையும் அந்த ஷாப்பிங் மாலின் மேல்புறத்தில் அமரவைத்து உபசரிப்பு செய்துகொண்டிருந்தனர்.

மகாராஷ்டிரா மாநிலத்தில், இருந்து மதுரைக்கு வரப்போகும் பெரிய வியாபார நிறுவனங்கள் பற்றியும், பெரிய தொழிற்சாலைகள் பற்றியும் அவற்றின் முதலீடுகள் செய்ய ஆயத்தமாக இருக்கும் நபர்கள் பற்றியும் அவர்களுக்கு தேவையான இடங்களை ஆக்கிரமித்து பற்றியும் அந்த விருந்தில் பேசி பரிமாறப்பட்டது.

எந்தெந்த தொழிலில் யாரெல்லாம் பங்குதாரராக விருப்பம் யாரெல்லாம் இடம் கையகப்படுத்திக் கொடுக்க முடியும். அரசியல் பிரச்சினைகளைத் தீர்க்க அரசியல்வாதிகள் என்னென்ன நடவடிக்கை எடுத்துக் கொடுக்க முடியும் என்பதெல்லாம் பெரிய மேப் போட்டு பிளான் பண்ணி அந்த விருந்து விழாவை நடத்தினார்கள்.

ராம் சேட்டையும், செல்வாவையும், எல்லோரும் பாராட்டினார்கள். எப்படி சந்தையில் பெரும் பகுதியை நீங்கள் முடித்து விட்டீர்கள். ஆனாலும் ஒரு கொசுறு போல ஒரு சில

பகுதிகளில் இருக்கிறது. அது வேண்டாத குப்பை போல் இருக்கிறது. அவற்றையும் அகற்ற முடியுமா என்று அவர்கள் கோரிக்கை வைத்தார்கள்.

அந்தப் பகுதியை கொஞ்சம் விட்டுவிடுவோம். ஏனென்றால் சிலர் இன்னும் சந்தையின் மேல் ஆர்வத்தில் வருவார்கள். அதையும் ஆக்கிரமித்து விட்டால் ஒரு பெரிய பிரச்சனை உருவாக வாய்ப்பு இருக்கிறது. கொஞ்சம் கொஞ்சமாக இவ்வளவு பகுதிகளை எடுத்துக் கொண்டது பெரிய விஷயம். அந்தப் பகுதியை பாரம்பரியமாக சிலருக்காக இருந்துட்டு போகட்டுமே என சொன்னான் செல்வா.

ராம் சேட் என்னால இதை ஏற்றுக்கொள்ள முடியாது. செல்வா இவ்வளவு பகுதிகளை எடுத்த நாம இன்னும் கொஞ்சம் பகுதியில் மட்டும் ஏன் எடுக்கக் கூடாது.

ராம் சேட் ஒரு விஷயம் நீங்க புரிஞ்சுக்கல. சந்தை மக்களுக்கும் நமக்கும் தான் பிரச்சனை. நீ இதனை வளர விடாமல் பார்த்துக் கொள்ள வேண்டும். மக்கள் வழிப்போக்கர்கள், அவர்கள் இந்த விவகாரத்தில் தலையிட்டால் இவ்வளவு நாம் சாதித்து இருக்கவே முடியாது.

அதை முதலில் நீ புரிந்து கொள்ளவேண்டும். மக்கள் ஆவேசம் கொண்டால் நீ எவ்வளவு பண பலம், அரசியல் பலம், இருந்தாலும் அதை நம்மால் அழிக்கவே முடியவே முடியாது என்று சொன்னான் செல்வா.

அதனால இந்த இடம் நாம ஆக்கிரமித்தது போதும், இனி மீதமுள்ள பகுதி அப்படியே இருக்கட்டும், கொஞ்சமாவது சந்தை இருந்த இடம் இருக்கட்டும் என்று சொன்னான் செல்வா.

கடல் ஒன்று கைக்குட்டை ஆனது; நீண்ட பாரம்பரியம்; கால நதியில் கரைந்து போனது. 20 ஆண்டுகளுக்குப் பின்பு ரவி அந்த சந்தையை வந்து பார்த்தான் அப்போதும் தரையில் காய்கறிகளைப் பரப்பி வைத்துக் கொண்டு நரைத்தலையோடு சாப்பிட்ட கையோடு பேச்சியம்மாள் சந்தையில் வியாபாரம் செய்து கொண்டிருந்தாள். ராம் சேட்டின் படகு போன்ற கார் அந்தப் பகுதியைச் சுற்றி வலம் வந்தது; அவன் மனதில் நினைத்துக் கொண்டான்.

சந்தை ஏதோ ஒரு வகையில் மனித வாழ்க்கையோடு பின்னிப் பிணைந்தது. முற்றுமாக அதனை நாம் அழித்து விட முடியாது. அப்படி அழிக்க நினைப்பது ஒரு பெரிய தவறு என்பதை அவன் புரிந்து கொண்டான். அவன் எடுத்த பல விஷயங்களில் வெற்றி பெற்றதனால் இதை அவன் பெரிதாக நினைக்கவில்லை.

அவன் வண்டி ஓரிடத்தில் நின்றது. அங்கே ஒரு காகம் எச்சம் இட்டது. ஒரு குருவி அந்த வண்டியின் மேல் அமர்ந்தது அதன் மேல் வேப்பமர இலைகள் விழுந்தன. வியாபாரபுரி கொஞ்சம் சிதைந்து போய் இருந்தாலும், இப்பொழுதெல்லாம் சந்தை பஸ் வருவதில்லை. ஆனாலும் இன்னும் சில கிழவிகள் மூட்டைகளைப் பஸ்ஸில் ஏற்றி வியாபாரத்தைச் சந்தையில் செய்து கொண்டுதான் இருக்கிறார்கள்.

- முற்றும் -

* 9 7 8 8 1 9 6 0 9 7 5 9 2 *

FCW - #0047 - 061026 - C0 - 216/140/13 - PB - 9788196097592 - Matt Lamination